भारतीय युवा आणि
निवडणुकीय राजकारण

Thank you for choosing a SAGE product!
If you have any comment, observation or feedback,
I would like to personally hear from you.

Please write to me at **contactceo@sagepub.in**

Vivek Mehra, Managing Director and CEO, SAGE India.

भारतीय युवा आणि निवडणुकीय राजकारण

एक उदयोन्मुख सहभाग

संपादन

संजय कुमार

अनुवादक: श्रीरंजन आवटे

SAGE | bhasha

Los Angeles | London | New Delhi
Singapore | Washington DC | Melbourne

Originally Published in 2014 in English by
SAGE Publications India Pvt Ltd as Indian Youth and Electoral Politics: An Emerging Engagement

This edition published in 2019 by

SAGE Publications India Pvt Ltd
B1/I-1 Mohan Cooperative Industrial Area
Mathura Road, New Delhi 110 044, India
www.sagepub.in

SAGE Publications Inc
2455 Teller Road
Thousand Oaks, California 91320, USA

SAGE Publications Ltd
1 Oliver's Yard, 55 City Road
London EC1Y 1SP, United Kingdom

SAGE Publications Asia-Pacific Pte Ltd
18 Cross Street #10-10/11/12
China Square Central
Singapore 048423

Published by Vivek Mehra for SAGE Publications India Pvt Ltd, typeset in 13/15 pt Kokila by AG Infographics, Delhi.

ISBN: 978-93-532-8234-9 (PB)

Translator: Shriranjan Awate, Assistant Professor, Political Science.
SAGE Team: Mahesh Sachane, Sharvari Mhapankar

अनुक्रमणिका

तक्ते आणि आकृत्यांची सूची

तक्ते

आकृत्या

मनोगत

'भारतीय युवा वर्ग' हा वर्ग किंवा सामाजिक गट म्हणून संबोधताना खूप साधा सोपा वाटतो; पण आपण वयोगटाचा निकष लावून जेवढ्या साध्या पद्धतीने या वर्गाकडे पाहतो तितकं ते साधं-सरळ नाही. अगदी वयाच्या आधारावरही भारतीय युवा वर्गाची व्याख्या करणे सोपे नाही कारण 'युवा' वयाच्या निकषाविषयी सहमती नाही. विविध युवा धोरणांमध्ये भारत सरकारने युवा वर्गाचा वयोगट 13 ते 35 असा गृहीत धरलेला आहे. मात्र अलीकडील राष्ट्रीय युवा धोरणानुसार (2012) हा वयोगट 16 ते 30 असा आहे. भारतीय युवा वर्गाविषयी अभ्यास करणाऱ्या संशोधकांनी वेगवेगळे वय वर्ष 25 पर्यंतचे वेगवेगळे वयोगट युवा वर्गासाठी गृहीत धरले आहेत. त्यामुळे भारतीय युवा वर्गाविषयी संशोधन करायचे म्हटले तर पहिली समस्या ही वयोगटाच्या सहमतीपासून सुरू होते. युवा वर्गाच्या व्याख्यांकनातील समस्या ही वयोगटापुरती नाही. स्थान, लिंग, शैक्षणिक पात्रतेची पातळी, जात, प्रदेश, धर्म, कुटुंबाचा आर्थिक वर्ग अशा अनेक लोकसंख्यानिहाय घटकांनुसार भारतीय युवा वर्गाची व्याख्या करणे मोठे कठीण काम आहे. युवा वर्गाच्या सामाजिक वैशिष्ट्यांमधील फरकाचा परिणाम धारणा, दृष्टिकोन, वर्तन यांवर होतो. हा केवळ सामाजिक अर्थाने परिणाम होत नाही तर राजकारण आणि निवडणुकीय सहभाग यावरही परिणाम होतो. निवडणुकीय राजकारणातील युवा वर्गाचे मत, दृष्टिकोन, धारणा आणि सहभाग यातील फरक टिपण्याचा प्रयत्न या पुस्तकातून केला गेला आहे.

भारतीय युवा वर्गाच्या वयोगटाविषयीचा वादाचे उत्तर लगेच मिळेल असे नाही मात्र एक गोष्ट सर्वमान्य आहे ती म्हणजे भारताच्या लोकसंख्येतील युवा वर्गाचे प्रमाण लक्षणीय आहे. 18 वर्षे वयाहून अधिक युवा वर्गाची लक्षणीय संख्या लक्षात घेता स्वाभाविकच भारतीय युवा मतदारांची संख्या लक्षणीय आहे. इतर वयोगटातील लोक ज्याप्रमाणे नोंदणी करतात त्या प्रमाणात युवा वर्गाने मतदारासाठीची नोंदणी केली तर हा आकडा आणखी मोठा असू शकेल. दिल्लीतील सेंटर फॉर द स्टडी ऑफ डेव्हलपिंग सोसायटीज (सीएसडीएस) यांच्या अभ्यासानुसार, इतर वयोगटाहून युवा वर्गाची मतदानासाठीची नोंदणी अल्प आहे.

भारतीय मतदार वर्गाचा लक्षणीय भाग युवा मतदारांनी व्यापलेला असतानाही युवा मतदार या राजकीय वर्गाविषयी अगदी आतापर्यंत फारसा अभ्यास झालेला दिसत नाही. 2009 लोकसभा निवडणुकीनंतर भारतातील युवा मताविषयी अधिक रस निर्माण झाल्याचे दिसून येते. युवा मतदारांची संख्या लक्षणीय असल्याने राजकीय पक्ष विशेष कार्यक्रम आखून त्यांना आवाहन करत आहेत, आपापल्या पक्षाकडे आकृष्ट करण्याचा प्रयत्न करत आहेत. तसेच निवडणूक आयोगही युवा वर्गाने अधिकाधिक निवडणुकीय सहभाग नोंदवावा, यासाठी प्रयत्नशील आहे. पंधराव्या लोकसभेत सर्वाधिक युवा उमेदवार

निवडून आले, या विश्वासातून युवा वर्गावर अधिक भर दिला गेला. काहींच्या मते, 2009 लोकसभा निवडणुकीच्या वेळी, युवा वर्गाने युवा उमेदवारांना अधिक प्राधान्य दिलं.

2009 लोकसभा निवडणुकीत युवा मतदारांनी कशा प्रकारे निर्णायक भूमिका बजावली आणि अधिक युवा राजकारणी निवडून आले यावर अधिक भर दिला जात असताना 2009 लोकसभा निवडणुकीत वय वर्षे 40 हून कमी असलेल्या युवा नेत्यांची संख्या मोजली तर ती केवळ 79 इतकी आहे. पंधराव्या लोकसभेत सर्वाधिक युवा नेते निवडून आल्याचा माध्यमांनी गाजावाजा केला पण 15 व्या लोकसभेतील युवा नेत्यांच्या संख्येची तुलना पूर्वीच्या लोकसभांशी केल्यास हा आकडा अधिक नसल्याचे स्पष्ट होते. या साध्या आकडेमोडीतून हे उत्तर मिळतं; पण मुख्य प्रश्न हा आहे की भारतात 'युवा मत' आहे का, इतर वयोगटांहून युवा वर्गाचं मतप्राधान्य वेगळं आहे का तसेच भारतातील युवा वर्गाला राजकारणाविषयी किती प्रमाणात आवड आहे, युवा वर्गाची राजकारणाविषयी आवड कमी होत आहे का,..हे आणि असे अनेक प्रश्न आहेत. थोडक्यात, युवा उमेदवारामुळे युवा वर्गाचा निवडणुकीतील सहभाग वाढतो का, याचे काळजीपूर्वक सखोल विश्लेषण गरजेचे आहे. संशोधक आणि राजकारणात सक्रिय असणाऱ्या नेत्यांना, पक्षांनाही ज्या मुद्द्यांविषयी आस्था आहे, अशा काही मुद्द्यांवर या पुस्तकात भर दिला आहे.

हे प्रश्न सोपे असू शकतात; मात्र त्यांचं उत्तर देण्याकरिता युवा आणि निवडणुकीचं राजकारण यासंबंधींच्या प्रश्नांसाठी सबळ सखोल अभ्यास, पुरावा हाती नाही. या मुद्द्याच्या संदर्भात माहितीचा अभाव असल्याचे ध्यानात आल्याने युवा आणि राजकारणासंबंधी पद्धतशीर अभ्यास आणि संशोधन करण्याचा विचार माझ्या मनात आला. यामध्ये युवा वर्गाच्या निषेध निदर्शनांमधील सहभागापासून ते मतदानाकरिताच्या प्रचार मोहिमेतील सहभागापर्यंत लक्ष केंद्रित केले.

ऋणनिर्देश

जेव्हा माझ्या मनातील विचार मी कोनराड अॅडेनॉयर स्टिफ्टंग (केएएस) या संस्थेसमोर मांडला तेव्हा त्यांनी मोठ्या उत्साहाने या प्रस्तावाचं स्वागत केलं. या आधीच्या युवा वर्गावरील अभ्यासास या संस्थेने आम्हाला मदत केलेली होती. हा अभ्यास करण्यासाठीची मदत, चिकित्सक टिप्पणी, मौलिक सूचना या साऱ्यासाठी मी केएएसचे आभार मानतो. त्यांच्या आवश्यक त्या मदतीमुळेच हे पुस्तक ज्या अभ्यासावर आधारित आहे तो अभ्यास पूर्ण होऊ शकला. त्यांच्या सूचना आणि टिप्पणी यामुळे या अभ्यासाला आकार मिळाला. सेंटर फॉर द स्टडी ऑफ डेव्हलपिंग सोसायटीज (सीएसडीएस) या संस्थेतील माझ्या सहकाऱ्यांकडून विशेषतः व्ही. बी. सिंग, डी. एल. शेठ, योगेंद्र यादव आणि संजीर आलम यांच्याकडून सतत मिळालेल्या सूचनांमुळे या अभ्यासाला मोठी मदत झाली. सध्याचे सीएसडीएसचे संचालक राजीव भार्गव यांनी मला स्वतंत्रपणे काम करू दिले याबद्दल मी त्यांचा आभारी आहे. तसेच हे पुस्तक लिहिण्यासाठी प्रोत्साहन देणाऱ्या सुहास पळशीकर आणि संदीप शास्त्री यांचाही मी ऋणी आहे.

लोकनीती प्रकल्पातील विविध संशोधकांनी वेगवेगळ्या वेळी विविध टप्प्यांवर या अभ्यासाला मदत केली. सर्वप्रथम या पुस्तकात लेखन करणाऱ्या सहयोगी लेखकांचे मी आभार मानेन. विभा अत्री, किंजल संपत, ज्योती मिश्रा आणि श्रेयस सरदेसाई या सर्वांनी केवळ या पुस्तकातील प्रकरणं लिहिलेली नाहीत तर या प्रकल्पाला विविध टप्प्यांवर मदत केलेली आहे. या अभ्यासातील संशोधनासाठी मदत करणाऱ्या बनास्मिता बोरा, आशिष रंजन आणि अमरिश यांनाही मनःपूर्वक धन्यवाद. सीएसडीएसच्या माहिती विभागातील हिमांशू भट्टाचार्य, कांचन मल्होत्रा आणि के. ए. क्यु. ए. हिलाल यांचेही आभार. धनंजय कुमार सिंग आणि अनुराधा सिंग यांनी वेळोवेळी लागेल त्या संसाधनांची आणि प्रशासकीय मदत मला केली त्याबद्दल त्यांचे मनापासून आभार.

शमसाद अन्सारी, सुप्रियो बसू, नितीन बिरमल, सत्य प्रकाश दास, सज्जद इब्राहिम के. एम., सुधीर कुमार, संजय लोढा, कुशल पाल, जी. कोटेश्वर प्रसाद, राकेश रंजन, पी. नरसिंह राव आणि यतींद्र सिंग सिसोदिया या सर्वांमुळे विविध राज्यांमध्ये सर्वेक्षण पार पडू शकले. त्यांच्या उत्साही भागीदारीशिवाय हा अभ्यास पूर्ण होऊ शकला नसता. हे पुस्तक लिहिण्यासाठीची प्राथमिक माहितीही उपलब्ध होऊ शकली नसती.

माझी पत्नी रश्मी ही माझ्यासाठी सतत प्रेरणेचा स्रोत राहिलेली आहे. हे पुस्तक लिहिण्यासाठी तिनं मला नैतिक बळ दिलं. केवळ या पुस्तकासाठीच नव्हे तर एकूणच ज्या ज्या गोष्टींचे मी नियोजन करतो त्या सर्वच प्रकल्पांमध्ये ती मला साथ देत असते. तिच्या नैतिक पाठिंब्याशिवाय हे पुस्तक पूर्ण करणं निव्वळ अशक्य होतं. माझ्या दोन्ही मुली विशाखा नंदिनी आणि मानवी नंदिनी यांचा विशेष उल्लेख करायला हवा. वर्तमानपत्रं,

मासिकं, नियतकालिकं किंवा संपादित खंड यांमध्ये माझे लेख प्रकाशित होताच त्या आनंदाने वाचतात. त्यांच्या मित्र-मैत्रिणींना वाचून दाखवून त्याविषयी एक जाणीव निर्माण व्हावी, असा प्रयत्न करतात. या पुस्तकाच्या माध्यमातून त्यांच्या पद्धतीने आनंद साजरा करण्याचं त्यांना आणखी एक साधन मिळालं आहे. माझ्या दोन्ही मुली माझ्या यशाच्या आनंदात सहभागी होतात, ही बाब सुखद आहे. पुस्तकं वाचताना विशाखा आणि मानवी या माझ्या दोन्ही मुली माझ्या पूर्वीच्या पुस्तकाच्या मुखपृष्ठाचं बुकमार्क वापरतात. आता त्यांच्या हाती हे नवं बुकमार्क येतं आहे. हे बुकमार्कही त्या मित्र-मैत्रिणींसोबत शेअर करू शकतील, यामुळे त्या आणखी आनंदी होतील, याची मला खात्री आहे. माझ्या पुस्तक लेखनास नैतिक बळ देणाऱ्या कुटुंबातील इतर सर्व सदस्यांचा मी ऋणी आहे. यांव्यतिरिक्त इतरही काही जणांची मला पुस्तक लिहिताना मदत झाली आहे, त्यांच्या नावाचा उल्लेख राहिला असल्यास, त्या सर्वांचेही मनःपूर्वक आभार.

संजय कुमार

प्रस्तावना

भारतातील राजकारणाची विशेषतः निवडणुकीय राजकारणाची बहुंताश चर्चा ही राजकीय पक्षांसाठीच्या जातींच्या भेदरेषांच्या संदर्भाने होते. 1990 च्या दशकाच्या मध्यावर इतर मागास वर्गीयांच्या (ओबीसी) अभिसरणाच्या अनुषंगाने आणि अलीकडे दलितांच्या संदर्भाने ही चर्चा होते. अनेक तज्ज्ञांनी जातीचं राजकारण आणि त्याचा निवडणुकीय राजकारणावर होणारा परिणाम यावर अधिक लक्ष केंद्रित केले आहे. ख्रिस्तोफर जेफरलॉट, सुधा पै, कांचन चंद्र, प्रदीप चिब्बर यांनी 'जात आणि निवडणुकीय राजकारण' या विषयाच्या संदर्भाने प्रदीर्घ संशोधन केले आहे आणि जातींचा उदय, अस्मितेच्या राजकारणामुळे बदललेले पक्षीय राजकारण आणि भारतातील निवडणुकीय स्पर्धा यांवर लक्ष केंद्रित केले आहे. यासह भारतीय राजकारणातील स्त्रियांवर लक्ष केंद्रित केले आहे. पुरुषांपेक्षा स्त्रियांची मतं वेगळी आहेत का, या संदर्भाने मंथन झाले. जर स्त्रियांची मतं हा घटक राष्ट्रीय पातळीवर नसला तर ज्या राज्यात स्त्रियांनी सर्वोच्च पदं प्राप्त केली, स्त्रिया मुख्यमंत्री झाल्या त्या ठिकाणी स्त्रियांची मतं वेगळ्या प्रकारची आहेत काय, असाही अभ्यास केला गेला. स्त्रियांच्या मतदान वर्तनाच्या प्रवाहाविषयी आणि त्यांच्या निवडणुकीय राजकारणातील भूमिकेविषयी काही अभ्यास झाले. उदाहरणार्थ, 2004 च्या लोकसभा निवडणुकीनंतर राजेश्वरी देशपांडे यांनी स्त्रियांच्या मतांच्या प्रवाहाचे विश्लेषण केले आणि स्त्रिया एक एकसंध घटक म्हणून मतदान न करता समाज-आर्थिक परिस्थितीच्या प्रभावानुसार त्यांचे मतदान वर्तन बदलते, असा निष्कर्ष काढला (देशपांडे 2004). 2009 च्या लोकसभा निवडणुकीत स्त्रियांच्या मतदानाविषयी याच प्रकारचा निष्कर्ष निघाला (देशपांडे 2009). उलटपक्षी काही राज्यांमध्ये मात्र निवडणुकीतील विजय हा मतदानातील महिलांच्या सहभागावर अवलंबून असल्याचे आढळले. अलीकडच्या निवडणुकांमध्ये बिहार (2010)[1] आणि पंजाब (2012) या दोन्ही निवडणुकांमध्ये अनुक्रमे संयुक्त जनता दल-भाजप आघाडी[2] आणि शिरोमणी अकाली दल-भाजप आघाडी यांच्या विजयात स्त्रियांचं मत, सहभाग निर्णायक होता. निवडणुकीय निकालांचे विश्लेषण करताना स्थान हा एक निवडणुकीय निकाल स्पष्टीकरणासाठी महत्त्वाचा घटक असल्याचे दिसून आले. मतदान प्रवाह हा खेड्यांमध्ये आणि शहरांमध्ये भिन्न असल्याचे दिसले. अनेक तज्ज्ञांनी ग्रामीण-शहरी आयामावर आणि त्याचा मतदान प्रवाहावरील परिणाम यावर लक्ष केंद्रित केले.

मात्र, युवा मतदार वर्ग एक राजकीय घटक म्हणून त्यांचा राजकीय रस आणि त्यासंबंधीचे विश्लेषण क्वचितच केले गेले. 2009 च्या लोकसभा निवडणुकीनंतर विविध विधानसभा निवडणुकांमध्ये युवा वर्गाचा राजकारणातील रस वाढत असल्याचे दिसून आले. छापील आणि इलेक्ट्रॉनिक माध्यमांनी 2009 लोकसभा निवडणुकांचे बऱ्यापैकी वृत्तांकन करताना

भारतीय राजकारणातील युवा वर्गावर लक्ष केंद्रित केले. 2009 च्या 15 व्या लोकसभा निवडणुकीत अधिक युवा उमेदवार युवा वर्गाने पसंती प्राधान्य दिल्याने निवडून आले, असे मानले गेले. 2009 च्या लोकसभेच्या माध्यमांच्या विश्लेषणामध्येही संसदेत सर्वाधिक युवा उमेदवार निवडून आल्याबाबत अधिक लिहिले गेले; मात्र काळजीपूर्वक सूक्ष्मपणे विश्लेषण केल्यास 15 व्या लोकसभेत केवळ 79 उमेदवार (वय वर्षे 40 पेक्षा कमी वय असलेले) निवडून आले. ही संख्या ही मागील लोकसभेच्या तुलनेत जास्त नव्हती. हे विश्लेषण साधे सरळ होते. निर्वाचित उमेदवारांचे वय वर्षे पाहिल्यास हे लगेच कळते मात्र त्याहून मोठे प्रश्न हे आहेत की भारतामध्ये युवा मत नावाची स्वतंत्र बाब अस्तित्वात आहे काय? या प्रश्नासाठी अधिक काळजीपूर्वक विश्लेषण करणे जरुरीचे आहे. हे पुस्तक या मुद्द्यांवर अधिक लक्ष केंद्रित करते ज्यामुळे केवळ संशोधकांच्याच नव्हे तर राजकीय व्यावहारिक प्रक्रियेचा सराव असणारे, नेते, पक्ष या सर्वांमध्येच अधिक रस निर्माण झाल्याचे दिसते आहे.

भारतामध्ये युवा मतदार वर्गावर अधिक लक्ष का केंद्रित केले जाते आहे?

भारतीय युवा हा एक वर्ग म्हणून अत्यंत व्यामिश्र स्वरूपाचा आहे. त्यातही युवा वर्गाच्या व्याख्येविषयी तज्ज्ञांमध्येच किमान सहमती नसताना त्याचे विश्लेषण करणे अधिक कठीण आहे. तरीही, भारतीय उपखंडातील त्यांची संख्या लक्षात घेता युवा वर्गाचे लोकसंख्यानिहाय कोटिक्रम म्हणून महत्त्व नाकारता येणार नाही. आज देशाचे सरासरी वय 25 वर्षे आहे. याचा अर्थ भारत चीनहून 10 वर्षांनी आणि अमेरिकेहून 15 वर्षांनी अधिक तरुण आहे. येत्या दशकांमध्ये भारताचे सरासरी वय हळूहळू वाढत जाईल आणि अपेक्षेपेक्षा देशाचे सरासरी वय वेगाने वाढेल.[3] वस्तुस्थिती अशी आहे की भारतातील युवा वर्गाची संख्या लक्षणीय असून त्यांच्याकडे दुर्लक्ष करणे निव्वळ अशक्य आहे. आणखी काही आकडेवारी सांगायची तर वय वर्षे 15 ते 24 या वयोगटातील (संयुक्त राष्ट्राची युवा वर्गाची व्याख्या) लोकसंख्या ही भारताच्या एकूण लोकसंख्येच्या एक पंचमांश आहे. 2011 साठीचा अंदाज ही लोकसंख्या 240 दशलक्ष[4] (24 कोटी) असल्याचे सूचित करणारा आहे तर विविध अंदाजांनुसार 2020 साली देशाचे सरासरी वय 29 वर्षे असेल.[5] लोकसंख्येच्या या फुगवट्यामध्ये उत्पादक वर्गातील सर्वाधिक संख्या ही युवा वर्गाची आहे आणि नजीकच्या काळात असेच चित्र राहील. या फुगवट्याचा सामाजिक-राजकीय जगतावर परिणाम होईल असे म्हणताना युवा वर्ग ही एकसंध कोटी गृहीत धरली आहे. युवा वर्गाच्या सर्वंकष सर्वेक्षणाच्या आधारे युवा वर्गाकडे पाहताना आपण या एकसंध व्याख्या न करता सामाजिक आर्थिक स्तरानुसार विभागलेला युवा वर्ग ध्यानात घेतो. हा अभ्यास

तुलनात्मक तरुण आणि अधिक प्रौढ पिढीच्या मुद्द्यांना समोर ठेवून केला आहे तसेच युवा वर्गाच्या काही मुद्द्यांची कालनिहाय मांडणी यात केली आहे.

भारत सरकारच्या युवा आणि क्रीडा विभागानुसार युवा वर्गाचा अर्थ वय वर्षे 13 ते 35 हा वयोगट होय. 2011 साली विभागाच्या 'किशोर व युवा विकास कार्यगटाने' 18 ते 30 हा वयोगट युवा वर्ग मानला जावा आणि 13 ते 18 वयोगट हा किशोर मानला जावा, अशी सूचना केली.[6] ही सारी तथ्यं आणि अभ्यासासाठीच्या राजकीय स्वरूपाच्या गरजा लक्षात घेता आम्ही युवा वर्गाची व्याख्या वय वर्षे 18 ते 33 अशा वयोगटास अनुसरून केली आहे. भारतातील मतदानाचे किमान वय हा तर्क स्वीकारून किमान वय 18 निर्धारित केले आहे.[7] समोर आलेल्या तथ्यांमधून त्यांची 34 हून अधिक वय असलेल्या लोकांविषयीच्या तथ्यांबाबत तुलना केली आणि 34 हून अधिक वय असलेल्यांना 'इतर' असे संबोधले. ही तुलना युवा वर्गाचा राजकीय सहभाग इतरांहून भिन्न आहे काय, हे समजून घेण्यास उपयोगी आहे.

जर भारतात मोठ्या प्रमाणावर युवा लोकसंख्या आहे तर भारतामध्ये युवा मतदारांचे अधिक प्रमाण असणे स्वाभाविक आहे. (18 ते 25) या वयोगटात किती युवा मतदार आहेत याचा राष्ट्रीय पातळीवरील अथवा विविध राज्यातील अधिकृत आकडा उपलब्ध नाही मात्र दर निवडणुकीच्या आधी निवडणूक आयोग नव्याने किती मतदार मतदारयादीमध्ये समाविष्ट झाले, याविषयीची माहिती प्रसिद्ध करते. यातून नक्की तरुण मतदार किती आहेत, ते कळत नाही. पण गेल्या काही वर्षात युवा लोकसंख्या वाढत असल्याने युवा मतदारवर्गही वाढतो आहे. युवा मतदारांचा भारतीय राजकारणात सहभाग वाढावा, याकरिता भारतीय शासनाने 25 जानेवारी हा राष्ट्रीय मतदार दिवस साजरा करायला 2011 पासून सुरुवात केली. जेणेकरून अगदी 18 वर्ष पूर्ण होताच नव्या मतदारांची नोंदणी व्हावी. तिसऱ्या राष्ट्रीय मतदार दिनी (25 जानेवारी 2013) निवडणूक आयोगाने जाहीर केलेल्या माहितीनुसार मतदार नोंदणी मोहिमेत 2.32 कोटींहून अधिक मतदारांची नोंदणी झाली.[8]

युवा आणि तरुण हे दोन्ही शब्द एकसारख्याच पद्धतीने प्रकरणांमध्ये वापरले आहेत. त्याचा अर्थ वय वर्ष 18 ते 33 हा वयोगट. या युवा वर्गास आम्ही 18 ते 25 आणि 26 ते 33 अशा दोन गटांमध्ये विभागले आहे. तरुण नेते किंवा युवा नेते हे शब्दही एकसारखेच वापरले आहेत. युवा नेत्याची व्याख्या ही वय वर्ष 25 ते 40 या वयोगटातील नेता, अशी केली आहे. वृद्ध प्रतिसादक, ज्येष्ठ प्रतिसादक, इतर प्रतिसादक, युवा नसलेले प्रतिसादक या सर्वांचा एकसारखाच वापर या पुस्तकात केला आहे, या सर्वांचा अर्थ 34 वर्ष किंवा त्याहून अधिक वय असलेले प्रतिसादक. वृद्ध नेते किंवा ज्येष्ठ नेते यांचाही एकसारख्याच पद्धतीने उल्लेख केला आहे. दोन्हीचा अर्थ वय वर्ष 41 हून अधिक वय असलेले नेते असा होय.

आकडे सांगतात की भारतीय निवडणुकांमध्ये तरुण मतदारांची वाढ झालेली आहे पण त्यांचा परिणाम निवडणूक प्रवाहावर होतो का? युवा मतदार इतर पक्षांहून एका पक्षास अधिक अनुकूल आहेत काय? युवा वर्ग हा युवा नेत्यांना मतदान करतो, अशी एक ठाम समजूत आहे. 2009 लोकसभेच्या निवडणुकीत इतर पक्षांहून युवावर्गाने काँग्रेसला राहुल गांधी तरुण असल्याने अधिक पसंती दिली तसेच बहुसंख्य युवा वर्गाने समाजवादी पक्षास अखिलेश यादव या तरुण नेत्यामुळे मतदान केले. पण नेत्याच्या वयामुळे युवा वर्गाने अधिक मतदान केले हे फारच ढोबळ, वरपांगी विश्लेषण आहे. या प्रकारच्या विश्लेषणातून युवा वर्गातील वैविध्याकडे दुर्लक्ष होतं तसेच हे युवा नेते राजकीय कुटुंबातून आलेले आहेत हा मुद्दाही ध्यानात घेतला जात नाही. संसदेतील बहुतांश युवा सदस्य हे विशेषाधिकार लाभलेल्या पार्श्वभूमीतून आलेले आहेत आणि त्यांचं निवडून येणं हे त्यांच्या गर्भश्रीमंत प्रस्थापित कुटुंबाशी अधिक निगडित असते, असू शकते. पॅट्रिक फ्रेंच यांनी 'इंडियाः अ पोर्ट्रेट' (2011) या पुस्तकात हा मुद्दा प्रभावी पद्धतीने मांडला आहे. फ्रेंच यांच्या विश्लेषणानुसार पंधराव्या लोकसभेतील सुमारे दोन तृतीयांश युवा खासदार हे वांशिक परंपरेतून आलेले होते.[9] उदाहरणार्थ भारतातील सर्वांत तरुण खासदार हमदुल्ला सय्यद हा नऊ वेळा खासदार राहिलेल्या नेत्याचा मुलगा आहे. तसेच अगाथा संगमा ही अगदी अलीकडे सर्वांत तरुण मंत्री असलेली खासदार, ही नऊ वेळा खासदार राहिलेल्या नेत्याची मुलगी आहे. त्यामुळे वयापेक्षाही अधिक कौटुंबिक पार्श्वभूमी या नेत्यांना संसदेत निवडून देताना महत्त्वाची राहिली असल्याचे दिसते. आणखी एक वस्तुस्थिती म्हणजे ही कुठल्याही अर्थाने ही सर्वाधिक तरुण लोकसभा आहे, असे म्हणण्याचे कारण नाही. वस्तुतः सर्वांत कमी तरुण असलेल्या लोकसभेपैकी ही एक लोकसभा आहे. सेंटर फॉर द स्टडी ऑफ डेव्हलपिंग सोसायटीज (सीएसडीएस) तर्फे पार पाडलेल्या संशोधनातून असे दिसून आले की 15 व्या लोकसभेचे सरासरी वय 53 आहे, यातून सर्वाधिक वय असलेल्या लोकसभेत ही लोकसभा दुसऱ्या स्थानावर आहे (पहा आकृती 1.1).

आपण जर पहिल्या दोन लोकसभांच्या रचनांकडे पाहिलं (1952 आणि 1957) तर 164 युवा खासदार (वय वर्षे 25 ते 40) निवडून आले असल्याचे दिसते. हा आजवरचा युवा खासदारांचा उच्चांक आहे (पहा आकृती 1.2). 1962 ते 1984 मधील निवडणुकांमध्ये युवा खासदारांच्या संख्येत कमी अधिक फरक झाला असला तरी मुख्य बाब ही आहे की युवा खासदारांची संख्या शंभरपेक्षा कमी कधीही नव्हती. याच्या उलट 1989 ते 2009 या काळात युवा खासदारांची संख्या सतत शंभरहून कमी राहिल्याचे दिसते. एकमेव अपवाद 1996 च्या लोकसभा निवडणुकीचा. तेव्हा युवा खासदारांची संख्या 102 होती. 14 व्या आणि 15 व्या लोकसभेत खालून दुसऱ्या क्रमांकाचे युवा खासदार होते. 12 व्या लोकसभेत 72 हे सर्वाधिक कमी खासदार होते. गेल्या सात लोकसभा निवडणुकांमध्ये (1989–2009) युवा खासदारांचा टक्का लोकसभेच्या एकूण पटाच्या एक पंचमांशापेक्षा अधिक राहू शकला नाही. 15 व्या लोकसभेत 543 पैकी 79 खासदार हे वय वर्षे 25 ते

आकृती 1.1: काळानुसार खासदारांचे वाढते सरासरी वय

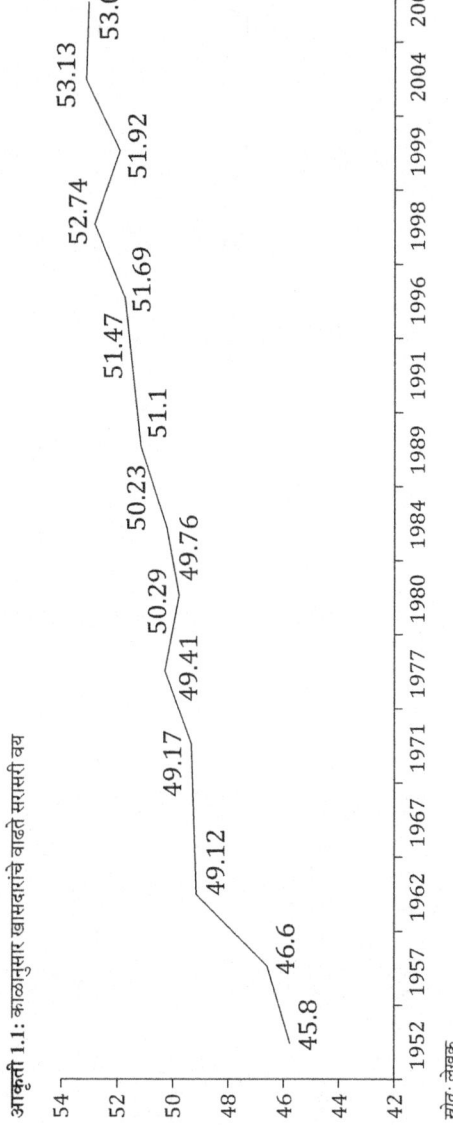

स्रोत: लेखक

आकृती 1.2: काळानुसार युवा खासदारांची घटती संख्या

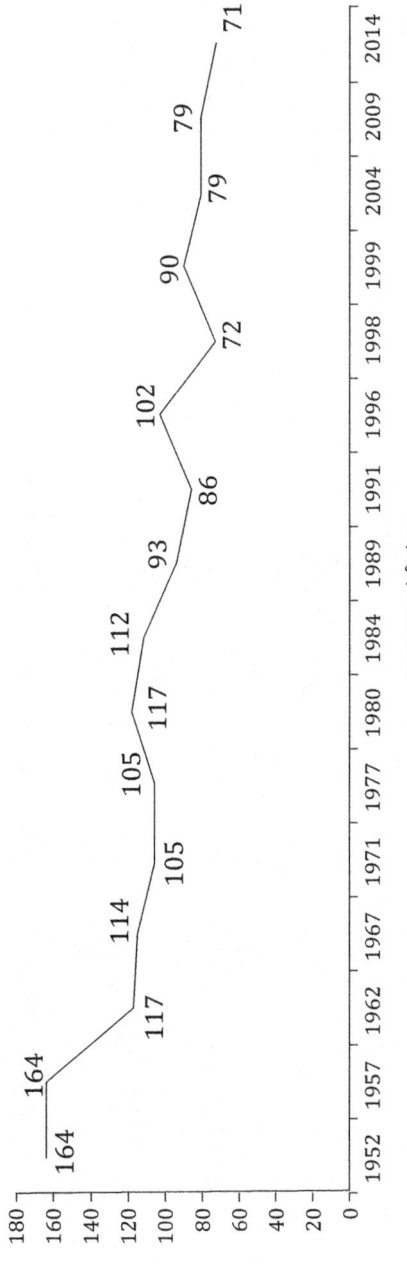

युवा खासदारांची संख्या

स्रोत: लेखक

40 या वयोगटातील होते म्हणजे साधारण एक दशांशहून अधिक. 16 व्या लोकसभेत यामध्ये सातत्य असलेलं दिसून आलं. या वयोगटातील अवघे 13% खासदार होते. (तक्ता 1.1) त्यामुळे या साऱ्या तथ्यांसह माध्यमांचा 15 व्या आणि 16 व्या लोकसभेत युवा खासदारांची संख्या वाढली, हा दावा आपण नाकारू शकतो.

तसेच युवा मतदानाचा वैशिष्ट्यपूर्ण असा प्रवाह दिसून येत नाही. गेल्या पाच लोकसभा निवडणुकांची सीएसडीएस ने पार पाडलेल्या राष्ट्रीय निवडणूक अभ्यासांमुळे विश्वसनीय माहिती उपलब्ध आहे. या माहितीनुसार युवा मतदारांच्या मतदानाचा टक्का सरासरी मतदानाच्या टक्क्याहून 4 टक्क्यांनी कमी आहे आणि प्रमुख पक्षांना मतदान करणाऱ्या युवा वर्गाचा टक्का राष्ट्रीय मतदानाच्या टक्क्याहून 2 टक्क्यांनी कमी राहिला आहे. यावरून असं वाटतं की इतर वयोगटाहून तरुण मतदार फारसे भिन्न नाहीत. त्यामुळे मोठा प्रश्न हा आहे की माध्यमांनी अतिवृत्तांकन करत निर्माण केलेले युवा वर्गाच्या मतदानाचे व्यवच्छेदकत्व अस्तित्वात आहे काय? खरोखरच युवा मत अशी काही बाब आहे का जो वर्ग एकगठ्ठा मतदान करतो की युवा मतदान हा भ्रम आहे? याहून महत्त्वाचा भाग म्हणजे या वर्गातील मतदारांची राजकीय मतं ही इतर वयोगटातील मतांहून वेगळी आहेत काय? या प्रश्नांवर लक्ष केंद्रित करणारे क्वचितच संशोधन झाले आहे. या पुस्तकातून सीएसडीएस ने केलेल्या अभ्यासाच्या आधारे भारतातील तरुण मतदाराचे स्वरूप, वैशिष्ट्ये आणि या वर्गाची राजकारणातील सहभाग समजून घेण्याचा प्रयत्न केला आहे.

ज्या अभ्यासावर हे पुस्तक आधारलेले आहे तो 2009 लोकसभा निवडणुकीत अशा लोकसभा मतदारसंघात पार पडला जिथे युवा नेता निवडून आला अथवा उपविजेता ठरला. युवा उमेदवार आणि युवा मतदार यांचा सहसंबंध प्रस्थापित करण्याचा याद्वारे प्रयत्न केला गेला. याशिवाय युवा वर्गाचा राजकारणातील रस, सहभाग, नातेवाइकांकरवी केलेली वशिलेबाजी, घराणेशाही, वांशिकता याविषयी युवा वर्गाची मतं, समकालीन लोकशाहीविषयी त्यांची मतं, निवडणूक सुधारणेचा मुद्दा या साऱ्याचे अन्वेषण करण्याचा प्रयत्न झाला. प्रयत्न असा होता की युवा वर्गाचे मत प्राधान्य, निवडणुकीय व राजकीय प्रक्रियेतील सहभाग, गुंतवणूक, लोकशाही व राजकारणाविषयीची त्यांची मतं इत्यादीबाबत प्रौढ पिढीहून वेगळे आहे काय, हे शोधण्याचा प्रयत्न झाला.

हा अभ्यास तीन संशोधन पद्धतींनी झाला. 14 लोकसभा मतदारसंघांमध्ये सर्वंकष मतदारांचे सर्वेक्षण घेतले, त्यातील काही ठिकाणी लक्ष्याधारित गटचर्चा आणि 15 व्या लोकसभेत निवडून आलेल्या काही युवा खासदारांच्या मुलाखती या प्रकारे अभ्यास केला गेला. सर्वेक्षणासाठी युवा उमेदवार विजेते अथवा उपविजेते (वय वर्षे 25 ते 40) ठरले आहेत अशा 140 लोकसभा मतदारसंघांमधून 14 मतदारसंघ म्हणजे 10 टक्के मतदारसंघांमध्ये अभ्यास केला गेला. हे 14 लोकसभा मतदारसंघ ढोबळ पद्धतीने निवडले

गेले. निवडलेल्या 14 मतदारसंघांमध्ये प्रत्येक मतदारसंघातून ढोबळ पद्धतीने मतदारसंघातून दोन विधासभेचे भाग निवडले गेले. प्रत्यक्ष जिथे सर्वेक्षण घ्यायचे अशा ठिकाणांची नमुना निवड करणे हा तिसरा टप्पा होता. प्रत्येक विधानसभा मतदारसंघातून 4 मतदान केंद्रांची पद्धतशीर ढोबळ नमुना निवड पद्धतीचा अवलंब करत निवड केली गेली. अखेरचा टप्पा हा मुलाखत घ्यायची आहे अशा मतदारांची निवड करण्याचा होता. मतदारांचा हा नमुना निवडलेल्या मतदान केंद्रांवरील सर्वांत नव्या यादीतून निवडला गेला होता. एकूण 3700 मतदारांची निवड केली गेली होती. त्यापैकी 2352 मतदारांच्या मुलाखती यशस्वीरित्या पार पडल्या. या सर्व मुलाखती मतदारांच्या घरी अथवा कार्यालयीन ठिकाणी आखीव मुलाखत योजनेनुसार पार पडल्या. राजकारणाविषयी सीमित स्वरूपाचे अधिक प्रश्न, निवडणूक सुधारणांविषयी मत जाणून घेण्यासाठी प्रश्न, घराणेशाहीच्या राजकारणाविषयी मत आणि राजकारण हा करिअरसाठी पर्याय निवडण्याविषयी प्रश्न, या साऱ्याचा समावेश असलेल्या मुलाखती पार पडल्या.

लोकसंख्यानिहाय युवा वर्ग एक स्वतंत्र कोटिक्रम महत्त्वाचा असला तरीही कोटिक्रम म्हणून राजकीय मतांच्या संदर्भाने हा राजकीय वर्ग अजून उदयाला येतो आहे. अनेक मापदंडांचा विचार करताना प्रौढ पिढीचा युवा पिढीवर प्रभाव असून त्यांच्यासारखा विचार केला जात असल्याचे दिसून आले. राजकीय क्षेत्रात सामाजिक संदर्भबिंदूंशिवाय ज्याद्वारे सारा युवा वर्ग एकत्र येऊ शकेल असे युवा वर्गाकडे पर्याय उपलब्ध नाहीत. वेगळ्या शब्दांत सांगायचे तर, युवा वर्गासाठी राजकीय निवडीसाठीचे वयाच्या व्यतिरिक्त निर्धारक घटक ठिकाण, जात-जमात, शैक्षणिक पात्रता आणि वर्ग हे आहेत. यामुळे देशभरातील युवा वर्गात युवा म्हणून एकसंधता निर्माण होणे कठीण होते. या अभ्यासातून असे पुढे आले की युवा वर्ग विशिष्ट एका पक्षास किंवा विचारधारेस अधिक अनुकूल नाहीत. किंबहुना मागील ज्येष्ठांच्या पिढीपासून अलग करता येईल असे युवा पिढीचे सामाजिक-आर्थिक घटकही दिसत नाहीत. ठिकाण, वर्ग, शैक्षणिक पात्रता आणि लिंग व त्यासोबत वयातील बदल यांनुसार युवा वर्गातील स्तरीकरण दिसून येते. त्यांच्या विचार आणि कृतींमध्ये एकसंधपणा दिसत नाही. मतांमधील वैविध्य हे वर उल्लेखलेल्या घटकांव्यतिरिक्त वय या घटकानुसार असल्याचे दिसते. काही मुद्द्यांबाबत वयोगट महत्त्वाचा ठरतो. (पुस्तकात युवा वर्गाची व्याख्या 18 ते 33 अशी केलेली आहे.) हा वयोगट दोन भागात विभागला जाऊ शकतो: वय वर्षे 18 ते 25 हा अधिक युवा वर्ग तर त्यांच्याहून अधिक प्रगल्भ नि वयाने थोडा मोठा असलेला वय वर्षे 26 ते 33 हा वयोगट. वय वर्षे 18 ते 25 हा वयोगट शिक्षण पूर्ण करत असलेला आणि उपजीविकेची साधनं शोधू लागलेला अशा युवांचा आहे. 26 ते 33 या वयोगटातील युवक युवतींचं शिक्षण पूर्ण करून उपजीविकेचं साधन प्राप्त करून स्थिरस्थावर झालेल्यांचा किंवा अजून शिक्षण, नोकरी यांच्या शोधात असलेला असा हा वयोगट

आहे. हा वयाचा की काळाचा परिणाम आहे याविषयी आम्ही अजून ठोसपणे निर्णय घेऊ शकत नसलो तरी 26 ते 33 वयोगटातील युवा वर्ग त्यांच्याहून लहान असलेल्या युवा वर्गापेक्षा लक्षणीयरित्या वेगळं मत राजकारणातील सहभाग, राजकारणातील रस आणि विचार या संदर्भात नोंदवतो, असे दिसून आले. 33 हून अधिक वय असलेल्या गटाप्रमाणे हा वयोगट वर्तन करतो की त्यांच्याहून लहान असलेल्या युवा वर्गाप्रमाणे वर्तन करतो हे ठरवणे अवघड आहे. असं असलं तरीही, विशिष्ट प्रसंगी असणारं त्यांचं मत आणि त्यांना गवसलेल्या जीवनचक्रात सामाजिकीकरणाचा टप्पा यातून या गटाचं व्यवच्छेदकत्व दिसतं आणि ते समजून घेण्यासाठी त्यांच्यावर अधिक लक्ष केंद्रित करण्याची आवश्यकता असल्याचं दिसतं. युवा वर्गाचं हे ठाशीव रूप केवळ विविधतेनुसार नाही तर त्यांच्या विचार आणि कृतीतील अंतर्विरोधांसह आहे. वर्षानुवर्षे राजकीय मतदानातील सहभाग हा स्थिर स्वरूपाचा राहिला असला तरी युवा वर्गातील राजकारणाविषयीचा रस वाढत चालला आहे. युवा वर्गाकडून युवा राजकीय नेतृत्वाला अधिक पाठिंबा दिला जातो आहे, असे म्हटले जात असताना युवा उमेदवार निवडणूक लढवत असलेल्या मतदारसंघात युवा वर्गाचे मतदान हे एकूण मतदानाच्या टक्केवारीशी तुल्यबळ किंवा क्वचित त्याहून कमी असल्याचे दिसते. युवा नेतृत्व ही कल्पना अगदी जिथे युवा उमेदवार प्रभावी आहे तिथेही लोकांचं अभिसरण घडवून आणण्यास पुरेशी ठरत नसल्याचे दिसते.

इथे विचार आणि प्रत्यक्ष कृती यातील फरक दाखवून देण्याचा प्रयत्न केला आहे आणि हा फरक विचारांच्या पातळीवर युवा राजकीय सहभागाच्या उदयाच्या संकल्पनात्मक मांडणी करण्यासाठी वापरला जाऊ शकतो. या अभ्यासातील वेगवेगळ्या आयामातील तीन निर्देशक हेच सूचित करतात. युवा वर्गातील युवा हे त्यांच्याहून अधिक वय असणाऱ्या व्यक्तींपेक्षा अधिक हिरिरीने मत मांडत आहेत. दुसरी बाब आहे ती युवा नेतृत्वास पाठिंबा देण्याची. अखेरचा मुद्दा आहे निवडणूक सुधारणांविषयीः नाकारण्याचा अधिकार आणि उमेदवारास परत बोलावण्याचा अधिकार या संदर्भातील युवा वर्गाची लक्षणीय सहमती. दुसऱ्या आणि तिसऱ्या मुद्द्याबाबत युवा वर्गात मोठ्या प्रमाणावर सहमती असल्याचे दिसून येते. युवा राजकीय नेतृत्व आणि निवडणूक सुधारणा हे दोन पुसट असे बिंदू आहेत जिथून राजकारणातील युवा अधिक सक्षम होऊन त्यांचा सहभाग आणि राजकारणातील गुंतवणूक लक्षणीयरित्या बदलू शकते.

लिंगभावाचा यावर लक्षणीय प्रभाव पडतो. रस, सहभाग आणि मतं यांच्या संदर्भात आम्ही हे अगदी ठामपणे म्हणू शकत नाही. स्त्री आणि पुरुष वेगवेगळ्या विचारांच्या आणि कृतींच्या जगतात वावरतात. शिक्षण किंवा माध्यमांचा प्रभाव अशा आधुनिकतेच्या साधनांनी विशिष्ट मर्यादेपर्यंत स्त्रियांचं मत ठरवण्यात निर्णायक भूमिका बजावली आहे मात्र प्रत्यक्ष सार्वजनिक जीवनातील स्त्रियांच्या सहभागाचा विचार करता यातील कोणत्याच

घटकाने स्त्रियांवर लक्षणीयरित्या प्रभाव टाकलेला नाही. युवकांच्या तुलनेत फार कमी युवती या आंदोलनांमध्ये, निषेध मोर्चांमध्ये किंवा कुठल्याही निवडणूकविषयक कृतीमध्ये सहभागी होतात. बऱ्याच स्त्रियांना राजकीय आकांक्षा आहेत; मात्र युवकांच्या तुलनेत त्यांची संख्या कमी आहे. सार्वजनिक विश्वात प्रत्यक्ष किंवा विचारांच्या पातळीवर स्त्रियांचा अभाव आहे, या अभ्यासातून समोर आलेल्या तथ्यास कोणीही आव्हान देऊ शकत नाही.

युवा वर्गाचा अभ्यास करताना कोणी माध्यमांच्या परिणामांना आत्यंतिक महत्त्व देऊ शकत नाही. माध्यमांच्या संपर्कामुळे तत्काळ एक राजकीय घटनांविषयी जाणीव जागृती निर्माण होते, राजकारणाविषयी आवड निर्माण होते आणि निवडणूक सुधारणा, युवा राजकीय नेतृत्व याविषयी मत आकारास येते. माध्यमांच्या प्रभावाचं वेगळेपण हे त्यांच्या तत्काळ प्रभाव-परिणामात आहे. हा परिणाम सावकाश होत नाही. राजकीय घटनांबाबत जागृत असलेल्या युवा वर्गाची अचानक वाढलेली संख्या, राजकीय सुधारणांविषयी काही एक मत असलेल्यांची एकदम वाढलेली संख्या किंवा राजकारणाविषयी आवड निर्माण झालेल्यांची संख्या हे माध्यमांच्या प्रभावामुळे घडले आहे. शिक्षण, शहरीकरण यांच्या पलीकडे ज्यांचा माध्यमांसोबतचा संपर्क अधिक आहे आणि कमी आहे अशी तुलना केल्यास माध्यमांचा प्रभाव इतर कोणत्याही घटकाहून सर्वाधिक असल्याचेच दिसते. अगदी अतुलनयीय अशा प्रकारचा हा माध्यमांचा प्रभाव आहे.

या पुस्तकाच्या पहिल्या प्रकरणात भारतीय युवा वर्गाची समकालीन राजकीय घटना आणि राजकीय संस्था यांविषयीच्या जागरूकतेच्या पातळीचा शोध घेण्याचा प्रयत्न केला आहे. युवा हे त्यांच्याहून वयाने मोठ्या असलेल्या वर्गापेक्षा राजकीय घटनांबाबत अधिक जागरूक आहेत. केवळ शिक्षणामुळे ते अधिक जागरूक आहेत, असे नव्हे तर शैक्षणिक पातळी समान असलेल्या इतर वयोगटातील व्यक्तींहून त्यांची जागरूकतेची पातळी अधिक आहे. युवक हे युवतींपेक्षा अधिक जागरूक आहेत आणि हे केवळ शैक्षणिक पात्रतेच्या पातळीमुळे घडलेले नाही. शैक्षणिक कोटिक्रमात शहरी युवा हा ग्रामीण युवा वर्गापेक्षा अधिक जागरूक आहे. यातून हे सुस्पष्ट दिसते की ठिकाण आणि लिंगभाव हे दोन घटक देशातील राजकीय घटनांच्या जागरूकतेबाबत महत्त्वपूर्ण ठरतात.

भारतीय युवा वर्गाची राजकारणाच्या संदर्भातील आवड आणि राजकीय सहभाग यावर दुसऱ्या प्रकरणात अधिक लक्ष दिले आहे. पारंपरिक शहाणीवेनुसार, भारतीय युवा हा राजकारणापासून अलिप्त आहे आणि त्याच्या अलिप्ततेतून राजकीय व्यवस्थेच्या अधिमान्यतेचे व्यापक प्रश्न निर्माण झालेले आहेत. या प्रकरणातून या मुद्द्यांविषयी भाष्य केले आहे आणि त्यातून सर्वसामान्य समजूतीच्या उलट तथ्य हाती आले आहे, भलेही हा युवा वर्ग राजकीय व्यवस्थेकडे संशयाने, शंकेने पाहत असेल किंवा त्यांच्यासाठीचे आस्थेचे मुद्दे हे पारंपरिक राजकारणाच्या आकलनाच्या कक्षेच्या बाहेरचे असतील पण युवा वर्गाची

राजकारणाविषयी आवड वाढते आहे, हे निश्चित. युवा वर्गाचा राजकारणाविषयीचा रस एकीकडे वाढत असताना त्यांच्या मतदानाचे प्रमाण मात्र गेल्या काही निवडणुकांमध्ये कमी राहिल्याचे दिसते. निवडणूक आणि निवडणूक बाह्य कृतींमध्ये—आंदोलन, निषेध मोर्चे यांमध्ये तरुणाईचा सहभाग वाढतो आहे. इथेही लिंगनिहाय फरक आहेच. अशा कृतींमध्ये युवकांचा सहभाग युवतींपेक्षा अधिक आहे. युवती शिक्षित आणि शहरी असूनही हा फरक राहिला आहे. शिक्षण घेतल्याने स्त्रियांचा राजकीय क्षेत्रातील सहभाग वाढतोच, असे नाही. एकुणात शहरी युवा राजकारणाविषयी आवड असणारा आहे. मात्र ग्रामीण युवा हा शहरी युवांपेक्षा अधिक संख्येने राजकीय सहभाग नोंदवतो, असे दिसते. याशिवाय या प्रकरणात 2009 लोकसभा निवडणुकीत युवा उमेदवारामुळे युवा मतदार आकृष्ट झाले, असे दिसत नसल्याविषयी भाष्य केले आहे. उलटपक्षी युवा उमेदवार असलेल्या मतदारसंघातही प्रौढ किंवा ज्येष्ठांचेच मतदान अधिक झाल्याचे दिसून येते.

भारतीय युवा वर्गाच्या मतदान प्रवाहाचे तपशीलवार वर्णन तिसऱ्या प्रकरणात केले आहे. हे केवळ एका लोकसभेचे विश्लेषण नव्हे तर 1996 ते 2009 या पाच लोकसभा निवडणुकांचे हे विश्लेषण आहे. 1996 पासून झालेल्या लोकसभा निवडणुकांच्या सीएसडीएसने पार पाडलेल्या राष्ट्रीय निवडणूक अभ्यासातील माहितीच्या आधारे हे विश्लेषण केले गेले आहे. इतर वयोगटाहून युवा वर्गाच्या मतदानाच्या प्रवाहात फारसा फरक नाही. कुठल्याही एका पक्षाच्या बाजूने अथवा विरोधात ते नाहीत. 1990च्या मध्यावर मोठ्या प्रमाणावर युवा वर्ग भाजपकडे वळाला होता, असे दिसून आले. (1998 आणि 1999 लोकसभा निवडणुका) त्यातही शहरी आणि शिक्षित युवा वर्ग भाजपकडे आकृष्ट झाला होता. मात्र गेल्या काही वर्षात भाजपला मिळालेला हा फायदा पक्ष गमावत असल्याचे दिसते आहे. यातही लिंगनिहाय दरी सुस्पष्ट आहे. युवती या काँग्रेस पक्षाकडे अधिक अनुकूल आहेत तर युवक भाजपकडे अधिक आकृष्ट झालेले आहेत. या प्रकरणात युवा वर्गाच्या मतदान प्रवाहात दलित, आदिवासी, इतर मागास वर्गीय, उच्च जातीय या साऱ्या जमातींमध्ये काय प्रकारचे बदल आहेत, यावर भर दिला आहे.

पुस्तकाच्या चौथ्या प्रकरणात युवा राजकीय नेतृत्वाचा विचार आणि युवा राजकीय नेतृत्वामुळे दृष्टिकोन, धारणा आणि निवडणुकांमधील राजकीय सहभाग या साऱ्यात बदल होतो, या मुद्द्यावर लक्ष केंद्रित केले आहे. सर्वच वयोगटातील मतदारांमध्ये युवा उमेदवारास पाठिंबा असला तरी युवा मतदार युवा उमेदवारास अधिक अनुकूल असल्याचे दिसून आले. एकुणात युवा मतदार युवा उमेदवारांचे परीक्षण मागील पिढीच्या तुलनेत अधिक सकारात्मकरित्या करतात. युवा उमेदवार मतदारांच्या समस्येकडे आस्थेने पाहतात, असे त्यांना वाटते. मात्र घराणेशाहीतून येणाऱ्या उमेदवारास ते क्वचितच पाठिंबा देतात पण जेव्हा ज्येष्ठ नेता आणि घराणेशाहीतून आलेला तरुण नेता यांमधून निवड करायची असते,

तेव्हा तरुण उमेदवाराचीच निवड बहुमताने केली जाते. मात्र अगदी कमी लोक वय हा एकमेव किंवा निवडीचा महत्त्वाचा निर्धारक घटक आहे, असे मान्य करतात.

युवा वर्गाची निवडणूक प्रक्रियेतील सुधारणांविषयीची मतं आणि विचार यांविषयी पाचवं प्रकरण आहे. वय, लिंग, शैक्षणिक पात्रता या सर्वांमध्ये विभागलं गेलेलं युवा मत कोणत्या मुद्द्यावर एकत्र येऊ शकत असेल तर तो मुद्दा हा निवडणूक प्रक्रियेतील सुधारणांविषयीचा आहे. या संदर्भातले विचार आणि प्रस्तावित सुधारणा, ज्येष्ठ आणि तरुण वयोगटासमोर ठेवले तर त्याला सर्वाधिक पाठिंबा हा तरुणांचा असेल. त्यातही अशा प्रस्तावित निवडणूक सुधारणांना शहरी आणि सुशिक्षित वर्गातून अधिक पाठिंबा मिळेल. या अभ्यासात सुचवलेल्या चारही कल्पनांना मोठ्या प्रमाणावर पाठिंबा असल्याचे दिसून आले. निवडून आलेल्या उमेदवाराला परत बोलावण्याचा अधिकार असावा, याविषयी तरुण आणि ज्येष्ठ पिढीमध्ये मोठ्या प्रमाणावर एकमत आहे. निवडणूक लढवण्यासाठीची कमाल वयोमर्यादा 65 असावी याबाबत मात्र दोन्ही गटांमध्ये किमान सहमती आहे.

राजकारण हे करिअरचं क्षेत्र म्हणून निवडण्याचा युवा वर्ग कितपत विचार करतो आहे, या संदर्भात सहावे प्रकरण आहे. अभ्यासादरम्यान संधी मिळाल्यास राजकारणात करिअर करायला आवडेल काय, या प्रश्नाच्या प्रतिसादाचं विश्लेषण यामध्ये केलं आहे. युवा वर्गातील बऱ्यापैकी तरुण राजकारण हे करिअर म्हणून निवडण्यास इच्छुक आहेत. राजकारण हे करिअर म्हणून निवडण्याविषयी अनिच्छा असणाऱ्या वर्गातील बहुतेकांनी राजकीय नेत्यांसोबतच्या संपर्काचा अभाव, राजकीय कुटुंबाची पार्श्वभूमी नसणे हे दोन गंभीर अडथळे असल्याचे सांगितले. आज अनेक पक्ष युवा नेतृत्व शोधून, घडवून आपल्या पक्षामध्ये समाविष्ट करून घेण्याचा प्रयत्न करत आहेत, या संदर्भ परिप्रेक्ष्यात हे तथ्य पाहायला हवे.

अखेरचे प्रकरण 2012 नंतरच्या राजकारणाकडे कसे पाहते, कोणत्या बाबींचा त्यांच्यावर प्रभाव पडला आहे या अनुषंगाने राजकीय विकासावर प्रकाश टाकते.

शेवटी, जीवनचक्र-परिणाम किंवा वय वाढत जाण्याचे जीवशास्त्रीय परिणाम आणि वय वाढताना दृष्टिकोनात होणारे बदल आणि काळाचा परिणाम हे सारं समजून घेऊन हा अभ्यास लक्षात घ्यायला हवा. काळाचा परिणाम म्हणजे विशिष्ट कालखंडात घडलेल्या प्रमुख घटना आणि त्यांचा सर्व वयोगटांवर होणारा परिणाम होय. हा परिणाम युवा वर्गावर अधिक प्रमाणात होतो, खोलवर परिणाम होतो कारण युवा वर्गाची मूल्यं आणि जगण्याची पद्धत स्थिरावलेली नसते. 2011 साली केलेल्या या अभ्यासाकरिता व्याख्यांकित केलेल्या युवा वर्गाचा वयोगट 18 ते 33 असा होता म्हणजे 1978 ते 1993 या काळात जन्मलेल्या व्यक्तींच्या दृष्टिकोनांवर आणि मतांवर लक्ष केंद्रित केलेले होते. या काळात आणि त्यानंतर 2011 पर्यंत भारतातील राजकीय आर्थिक क्षेत्रात प्रचंड उलथापालथ झालेली आहे. राजकीय हत्या, भ्रष्टाचाराचे घोटाळे, अलगतावादी चळवळीची हिंसा,

धार्मिक कट्टरतेतील वाढ व हिंसा, भारतीय राजकीय चरित्राचे विखंडन, जाती-आधारित पक्ष, भारतीय अर्थव्यवस्थेचे उदारीकरण अशा अनेक घटना या काळात घडल्या आहेत. त्यामुळे या काळात जन्मलेल्या वाढलेल्या व्यक्तींवर या घटनांचा काही अंशी परिणाम झाला असेल, त्यातून त्यांचे विचार घडले असतील, असे गृहीत धरता येऊ शकते. वेगळ्या शब्दांत सांगायचे तर या काळाचा आवाज त्यांच्यामार्फत प्रतिनिधित्व करतो आहे आणि त्यामुळेच आधीच्या पिढीपासून अनेक अर्थांनी ते दूर आहेत. शिवाय मागील युवा पिढीच्या वर्गाहूनही ते वेगळे आहेत. मागील तरुण पिढीपेक्षा ही तरुण पिढी त्यांनी अनुभवलेल्या जगण्यामुळे वेगळी आहे असा दावा करता येतो. अत्यंत अस्थिर, द्वेषपूर्ण आणि तीव्र वातावरणात जगणाऱ्या तरुण पिढीचं जगणं आधीच्यांपेक्षा वेगळं आहे. या पुस्तकाच्या वाचकांनी पुस्तक वाचताना काळाचा हा संदर्भ परिप्रेक्ष्य ध्यानात घेऊन वाचन करावं.

टिपा आणि संदर्भ

टिपा

1. Alok Pandey, (2013) "Bihar election: Women's mandate" [Online] Available from http://www.ndtv.com/article/india/bihar-election-women-s-mandate-67196 [Accessed on 01/04/2013].

2. "Fourteenth Assembly Elections in Punjab" Special Statistics: 2012 State Election, *Economic & Political Weekly* 47, No. 14 (April 7, 2012).

3. 'India ageing faster than expected' [Online] Available at http://www.livemint.com/ Politics/jwab6RZ67J74aT9sPpTRhN/India-ageing-faster-than-expected.html; [Accessed on 11/2/2013]

4. Government of India, Ministry of Health and Family Welfare. (2009). 'A Profile of Youth in India' [Online] Available from http://measuredhs.com/pubs/pdf/OD59/OD59.pdf [Accessed on 19/2/2012]

5. Chandrasekhar C.P., Jayati Ghosh and Anamitra Roychowdhury. (2006). 'The 'Demographic Dividend' and Young India's Economic Future' Economic and Political Weekly, December 9, 2006 [Online] Available from http://www.eledu.net/rrcusrn_data/ The%20E2%80%98Demographic%20Dividend%E2%80%99%20and%20Young%20 India%E2%80%99s%20Economic%20Future.pdf [Accessed on 19/2/2012]

6. Report of Working Group on Adolescent and Youth Development, Deptt. of Youth Affairs, Ministry of Youth Affairs and Sports, for formulation of 12th Five Year Plan (2012–17) [Online] Available from http://planningcommission.nic.in/aboutus/committee/ wrkgrp12/hrd/wg_repadolscent.pdf [Accessed on 6/2/2013]

7. भारतात पूर्वी मतदानाचे किमान वय 21 वर्षे होते, जे 1989 मधील 61व्या घटनादुरुस्तीनंतर 18 वर्षे इतके कमी करण्यात आले.

8. [Online] Available from http://zeenews.india.com/news/nation/national-voters-day-being-observed-today_824984.html [Accessed 01/04/2013].
9. *The full dataset on family politics in the Lok Sabha is available at* http://www.theindiasite.com/973-2/; [Accessed on 11/2/2013]

संदर्भ

Chandra, Kanchan. (2004). *Why Ethnic Parties Succeed: Patronage and Ethnic Head Counts in India.* Cambridge and New York: Cambridge University Press.

Chhibber, Pradeep. (1999). *Democracy without Associations: Transformation of the Party System and Social Cleavages in India.* Ann Arbor: University of Michigan Press.

Deshpande, Rajeshwari. (2004). "How Gendered Was Women's Participation in Election 2004?" *Economic and Political Weekly* 39, No. 51, (December 18–24) pp. 5431–5436.

Deshpande, Rajeshwari. (2009). "How Did Women Vote in Lok Sabha Elections 2009?" *Economic and Political Weekly* 44, No. 39 (September 26–October 2) pp. 83–87.

French, Patrick. (2011). *India: A Portrait – An Intimate Biography of 1.2 Billion People*; Allen Lane/Penguin.

Jaffrelot, Chrisophe. (2003). *India's Silent Revolution: The Rise of the Low Castes in North Indian Politics.* Delhi: Permanent Black.

Pai, Sudha. (2002). *Dalit assertion and the unfinished democratic revolution: the Bahujan Samaj Party in Uttar Pradesh.* New Delhi; Thousand Oaks, California: Sage Publications.

Pai, Sudha. (2010). *Developmental state and the Dalit question in Madhya Pradesh: Congress response.* New Delhi: Routledge.

1 राजकीय मुद्द्यांविषयीची जागरूकता

विभा अत्री

"जर तुम्हाला खेळाचे नियम आणि खेळाडू माहीत नसतील आणि हार किंवा जीत याची तुम्ही पर्वा करत नसाल तर तुम्ही स्वतः खेळण्याची शक्यता अगदीच कमी असते" (पुतनाम 2000: 35). जेव्हा आपण राजकीय जागरूकता आणि राजकीय सहभाग यांचा अभ्यास करू लागतो तेव्हा रॉबर्ट पुतनाम यांचे हे सूक्ष्म निरीक्षण अगदी खरे असल्याचे लक्षात येते. राजकीय घटनांविषयीची राजकीय जाणीव जागृती किंवा ज्ञान यातून लोकशाहीतील नागरिकांचा दृष्टिकोन निर्धारित होतो, ते सक्रियरित्या सहभागी होतात अथवा नाही, हे ठरते. लोकशाहीतील नागरिकांना ज्या राजकीय व्यवस्थेत आपण प्राधान्यक्रम नोंदवतो आणि प्रतिनिधी निवडून देतो त्या राजकीय व्यवस्थेचे किमान आकलन हवे. यशस्वी राजकीय सहभागाकरिता याबाबतची राजकीय घटनांविषयीची जागरूकता, त्याविषयीचं ज्ञान ही पूर्वअट आहे. आपल्या भवताली काय काय घडते, याविषयी नागरिक निरीक्षण करत नसतील, जाणून घेत नसतील तर त्यातून निष्क्रिय, असहभागी नागरिकत्व वाढीस लागतं. कुठल्याही लोकशाहीचं सामर्थ्य हे सुजाण नागरिकत्वावर अवलंबून असते. रॉबर्ट डाल यांनी आपल्या लेखनात सुजाण नागरिकत्व हा लोकशाही सिद्धान्ताचा कसा मध्यवर्ती स्तंभ आहे आणि लोकशाहीचा महत्त्वपूर्ण घटक आहे, या प्रकारची मांडणी केलेली आहे (डाल, 1979). त्यांच्या मते, भवताली घडणाऱ्या सामाजिक राजकीय घटनांची जाणीव असणारे आणि त्यामध्ये सहभागी होणारे नागरिक हे सुजाण नागरिक असतात. याच कारणास्तव वर्धिष्णू लोकशाहीमध्ये राजकीय जाणीव-जागृती, ज्ञान हा कार्यात्मक आणि अत्यावश्यक असा घटक आहे. त्यामुळे नागरिकांमधील राजकीय जाणीव जागृतीचा अभ्यास आवश्यक आहे. विशेषतः भारतातील लोकशाहीत तर हा अभ्यास अधिक जरुरीचा आहे. सीएसडीएसने पुढाकार घेऊन केलेल्या या संबंधीच्या अभ्यासामुळे भारतीय नागरिकांच्या राजकीय जाणीव जागृतीच्या संदर्भाने आपल्याला समजून घेता येते. या आमच्या अभ्यासात राजकीय जागृती हे आजचा युवा मतदार हा राजकारणाविषयी आणि अलीकडेच देशात घडलेल्या इतर राजकीय घटनांविषयी किती जागरूक आहे, या संदर्भाने वापरला आहे. जाणीव जागृतीचा अर्थ केवळ राजकीय प्रतिनिधींची नावं माहीत असणं नव्हे तर त्याचा अर्थ देशातील महत्त्वाच्या राजकीय घटनांच्या जाणीव जागृतीच्या संदर्भाने आहे.

नागरिकांमधील राजकीय जागृतीची पातळी ही वेगवेगळी असल्याचे दिसते. या प्रकरणात भारतीय युवा वर्गातील राजकीय जाणीव जागृतीवर भर आहे. या प्रकरणात

राजकीय जागरूकतेच्या आणि समकालीन राजकीय मुद्दे, घटना या संदर्भातील चर्चेत वय हा महत्त्वाचा घटक आहे काय, याचाही विचार केला गेला आहे. इतर वयोगटांपेक्षा भारतीय युवा वर्ग युवा उमेदवार असलेल्या मतदारसंघांमध्ये अधिक राजकीय जागरूक आहे काय? विविध सामाजिक-लोकसंख्यानिहाय घटक व राजकीय जाणीव जागृती यांच्या सहसंबंधांचे विश्लेषण करण्याचाही आम्ही प्रयत्न केला आहे. तरुण आणि वृद्ध गटातील राजकीय जाणीव जागृतीचे मापन करण्याकरिता काही प्रश्न विचारून निर्देशांक निर्धारित केला गेला. या प्रश्नांमधून 2010–11 च्या महत्त्वाच्या राजकीय मुद्द्यांविषयी आणि घटनांविषयी असणाऱ्या जागरूकतेच्या पातळीचे मापन केले गेले (पहा टीप 1).

भारतीय युवा वर्गातील राजकीय जागरूकता

या अभ्यासातून असे दिसून आले की जवळपास 31% युवा वर्ग भवताली घडणाऱ्या राजकीय घटनांविषयी अजिबात जागरूक नाही. याचा अर्थ युवा वर्गाच्या एक तृतीयांश लोकसंख्येस भवताली घडणाऱ्या राजकीय घटनांविषयी कोणत्याही प्रकारची जाणीव जागृती नाही. उर्वरित 69 टक्के वर्गापैकी राजकीय जागरूकता अधिक प्रमाणात असलेला वर्ग 20 टक्के तर सर्वसाधारण राजकीय जागरूक असलेला वर्ग हा 49 टक्के आहे (तक्ता 1.1). नागरिकांमध्ये राजकीय जागरूकतेची पातळी एकसारखी नाही. वेगवेगळ्या वयोगटात ती भिन्न भिन्न स्वरूपाची आहे. 20 टक्के युवा वर्गास अधिक राजकीय जाणीव आहे तर वृद्ध गटात केवळ 15 टक्के लोकांनाच अधिक राजकीय जाणीव आहे. जेव्हा आपण सर्वसाधारण आणि अधिक राजकीय जाणीव असलेल्यांची बेरीज करतो तेव्हा युवा आणि वृद्ध गटातील राजकीय जाणिवेतील फरक वाढतो. युवा वर्गात हे प्रमाण 69 टक्के आहे तर वृद्ध गटात हे प्रमाण 57 टक्के आहे.

युवा वर्गातील 18 ते 25 हा वयोगट हा वय वर्षे 26 ते 33 यांच्याहून अधिक जागरूक असल्याचे दिसले. 18 ते 25 वयोगटात राजकीय घटनांविषयी अधिक राजकीय जागरूकता असणाऱ्यांचे प्रमाण 23 टक्के होते तर 26 ते 33 या वयोगटातील हेच प्रमाण 18 टक्के होते. याचा अर्थ जागरूकतेची पातळी वय कमी होईल तशी वाढत जाते, असं दर्शवते (तक्ता 1.2).

तक्ता 1.1: साधारण एक तृतीयांश युवा वर्गात राजकीय जागरूकता नाही

	जागरूकता नाही	*सर्वसाधारण राजकीय जागरूकता*	*अधिक राजकीय जागरूकता*
युवा	31	49	20
इतर	43	42	15

स्रोतः युवा आणि राजकीय सर्वेक्षण (2011)

टीपः सर्व आकडे हे टक्क्यांमध्ये आहेत.

तक्ता 1.2: राजकीय घटनांविषयी युवा वर्ग इतर वर्गांपेक्षा अधिक जागरूक आहे

वयोगट	जागरूकता नाही	सर्वसाधारण जागरूकता	अधिक जागरूकता
18–25	30	47	23
26–33	32	50	18
34+	43	42	15

स्रोतः युवा आणि राजकीय सर्वेक्षण (2011)
टीपः सर्व आकडे हे टक्क्यांमध्ये आहेत.

इतर वयोगटापेक्षा युवा वर्गात अधिक राजकीय जागरूकता आहे सबब युवा वर्गाच्या अंतर्गत सामाजिक-लोकसंख्यानिहाय घटकांनुसार जागरूकता कशा प्रकारची आहे, हे अभ्यासण्याकरिता महत्त्वाचे आहे. खालील आकडे हे सामाजिक-लोकसंख्यानिहाय घटक युवा वर्गाच्या राजकीय जागरूकतेचे निर्धारक असल्याचे दर्शवितात. समकालीन राजकीय घटनांच्या जाणीव जागृतीबाबत युवती युवकांहून पिछाडीवर असल्याचे दिसते. 29 टक्के युवकांमध्ये अधिक राजकीय जागरूकता असल्याचे दिसले तर हेच प्रमाण युवतींमध्ये अवघे 9 टक्के इतके होते. युवक आणि युवतींमधील राजकीय जागरूकतेमध्ये एवढा फरक का आहे, हे समजून घेण्यासाठी आम्ही समान शैक्षणिक पातळी, स्थान, माध्यमांचा संपर्क आणि आर्थिक वर्ग या घटकांच्या आधारे तुलना केली. आपण जर काळजीपूर्वक तक्ता 1.3 पाहिला तर ज्या युवतींमध्ये अधिक राजकीय जागरूकता आहे

तक्ता 1.3: युवकांमधील राजकीय जागृती युवतींपेक्षा अधिक आहे

	युवक	युवती
स्थान		
ग्रामीण	25	5
शहरी	38	19
शिक्षण		
अशिक्षित	2	1
महाविद्यालयीन शिक्षण	42	23
माध्यमांचा संपर्क		
माध्यमांशी अजिबात संपर्क नाही	6	1
माध्यमांचा अधिक संपर्क आहे	39	18
वर्ग		
कनिष्ठ	12	3
मध्यम	37	16
उच्च	38	10

स्रोतः युवा आणि राजकीय सर्वेक्षण (2011)
टीपः सर्व आकडे हे टक्क्यांमध्ये आहेत.

त्या उच्च शिक्षित, शहरी असून त्यांचा माध्यमांशी येणारा संपर्क अधिक आहे. अधिक राजकीय जागरूकतेबाबत शैक्षणिक पार्श्वभूमी हा महत्त्वाचा निर्देशक आहे. युवतींच्या इतर वर्गवारीपेक्षा महाविद्यालयीन शिक्षणप्राप्त केलेल्या 23 टक्के युवती राजकीयदृष्ट्या अधिक जागरूक आहेत. पण जेव्हा आपण समान सामाजिक-आर्थिक पार्श्वभूमीच्या आधारे युवक आणि युवतींची तुलना करतो तेव्हा त्यांच्या राजकीय जागरूकतेतील फरक मोठा असल्याचे दिसते.

लिंग आणि स्थान हे दोन्ही घटक युवा वर्गाच्या राजकीय जागरूकतेवर परिणाम करतात. ग्रामीण भागातील युवा वर्ग शहरी भागातील युवा वर्गाच्या तुलनेत राजकीयदृष्ट्या कमी जागरूक आहे. राजकारण आणि राजकीय घटनांविषयी 16 टक्के ग्रामीण युवा वर्ग अधिक राजकीय जागरूक आहे तर हेच प्रमाण शहरी युवांबाबत 30 टक्के इतके आहे (तक्ता 1.4).

यातून शहरीकरणाची आणि जागरूकतेची पातळी याचा सहसंबंध असल्याचे दिसून येते. आधुनिकीकरण आणि शहरीकरण यामुळे युवा वर्गास अधिक शिक्षण लाभते आहे. त्यातून सातत्याने समवयस्कांमध्ये, कुटुंबामध्ये सामाजिक, राजकीय मुद्द्यांविषयी त्यांच्यात चर्चा होते. शहरीकरणामुळे राजकीय संवाद वाढतो आणि त्यातून नागरिकांच्या सामाजिक, राजकीय गरजांविषयी अधिक जागरूकता येते. शहरीकरण हा आधुनिकीकरणाचा एक भाग आहे ज्यामुळे नागरिकांचा कल हा स्थानिक अरुंद दृष्टीहून सहभागी होण्याकडे झुकतो. तक्ता 1.5 नुसार दिसून येते की, शहरी अशिक्षित युवा वर्ग हा ग्रामीण भागातील युवा

तक्ता 1.4: शहरी युवा वर्गाच्या तुलनेत ग्रामीण युवा राजकीयदृष्ट्या कमी जागरूक आहे

युवा वर्ग	जागरूकता नाही	अधिक जागरूकता
ग्रामीण युवा	34	16
शहरी युवा	23	30

स्रोतः युवा आणि राजकीय सर्वेक्षण (2011)
टीपः सर्व आकडे हे टक्क्यांमध्ये आहेत.

तक्ता 1.5: समान शैक्षणिक पातळी असूनही शहरी युवा वर्ग हा ग्रामीण युवा वर्गाहून अधिक जागरूक आहे

युवा वर्ग	अधिक जागरूकता
अशिक्षित ग्रामीण युवक	1
अशिक्षित शहरी युवक	5
महाविद्यालयीन शिक्षणप्राप्त ग्रामीण युवक	31
महाविद्यालयीन शिक्षणप्राप्त शहरी युवक	45

स्रोतः युवा आणि राजकीय सर्वेक्षण (2011)
टीपः सर्व आकडे हे टक्क्यांमध्ये आहेत.

वर्गाहून राजकीयदृष्ट्या अधिक जागरूक आहे. तसेच महाविद्यालयीन शिक्षण घेतलेला शहरी युवा वर्ग हा तेवढंच शिक्षणप्राप्त केलेल्या ग्रामीण युवा वर्गाहून राजकीयदृष्ट्या अधिक जागरूक आहे. यातून राजकीय ज्ञान आणि जागरूकता प्राप्त करण्यासाठी व्यक्तीचे स्थान अधिक प्रभावशाली असल्याचे लक्षात येते.

यामुळे शैक्षणिक पातळीचा जागरूकतेच्या पातळीवर काही परिणाम होतो का, हे अभ्यासणे महत्त्वाचे आहे. महाविद्यालयीन शिक्षणप्राप्त युवा वर्ग हा अशिक्षित युवा वर्गाहून राजकीयदृष्ट्या अधिक जागरूक आहे. अशिक्षित आणि महाविद्यालयीन शिक्षित युवा या दोहोंच्या राजकीय जागरूकतेच्या पातळीत मोठा फरक आहे. अशिक्षित युवा वर्गापैकी अवघे 2 टक्के नागरिक हे राजकीयदृष्ट्या अधिक जागरूक आहेत तर हेच प्रमाण महाविद्यालयीन शिक्षणप्राप्त केलेल्या युवा वर्गात 36 टक्के इतकं आहे. राजकीय जागृती निर्माण करण्याकरिता शिक्षण हा घटक महत्त्वाचा आहे मात्र शिक्षणाचा प्रभाव स्थान या घटकामुळे झाकोळून जातो.

माध्यमांशी असणारा संपर्क या घटकामुळे राजकीय जागरूकतेवर परिणाम होतो. विविध राजकीय घटनांविषयीची माहिती आणि तपशील प्राप्त करण्याचा स्रोत विविध माध्यमातून उपलब्ध होतो त्यामुळे ज्याचा माध्यमांशी काहीच संपर्क नाही, अशी व्यक्ती जागरूक असण्याची शक्यता कमीच असते. त्यामुळेच माध्यमांशी काहीच संपर्क नसलेल्या युवा वर्गापैकी केवळ 3 टक्के युवा राजकीयदृष्ट्या अधिक जागरूक आहेत. याच्या उलट माध्यमांशी संपर्क असलेल्या युवांपैकी 36 टक्के युवा वर्ग हा अलिकडच्या राजकीय घटनांविषयी अधिक जागरूक असल्याचे दिसते. माध्यमांशी संपर्क वाढेल तशी जागरूकतेची पातळी वाढते. (तक्ता 1.6) आपण जेव्हा ग्रामीण-शहरी राजकीय जागरूकता आणि माध्यमांच्या संपर्काचं नियंत्रण याकडे पाहतो तेव्हा एक रोचक तथ्य आपल्या हाती येते. ग्रामीण युवा हे माध्यमांच्या अधिक संपर्कात असतील तर ते राजकीयदृष्ट्या अधिक जागरूक असतात. तक्ता 1.7 मध्ये आपण पाहू शकतो की, माध्यमांशी संपर्क नसलेला ग्रामीण युवा हा माध्यमांशी संपर्क नसलेल्या शहरी युवांहून राजकीयदृष्ट्या कमी

तक्ता 1.6: माध्यमांसोबतचा संपर्क वाढताच युवा वर्गातील राजकीय जागरूकता वाढते

युवा	जागरूकता नाही	अधिक जागरूकता
माध्यमांचा संपर्क नाही	66	3
माध्यमांचा कमी संपर्क	35	9
माध्यमांचा मध्यम संपर्क	13	31
माध्यमांचा अधिक संपर्क	19	36

स्रोतः युवा आणि राजकीय सर्वेक्षण (2011)
टीपः सर्व आकडे हे टक्क्यांमध्ये आहेत.

तक्ता 1.7: माध्यमांसोबत अधिक संपर्क असलेला ग्रामीण युवा राजकीयदृष्ट्या अधिक जागरूक आहे

युवा	*राजकीय जागरूकता*
माध्यमांशी संपर्क नसलेला ग्रामीण युवा	34
माध्यमांशी संपर्क नसलेला शहरी युवा	36
माध्यमांशी अधिक संपर्क असलेला ग्रामीण युवा	83
माध्यमांशी अधिक संपर्क असलेला शहरी युवा	78

स्रोतः युवा आणि राजकीय सर्वेक्षण (2011)
टीपः सर्व आकडे हे टक्क्यांमध्ये आहेत.

जागरूक आहे. ग्रामीण युवा वर्ग माध्यमांच्या अधिक संपर्कात येताच ते शहरी युवा वर्गाहून राजकीयदृष्ट्या अधिक जागरूक असल्याचे दिसतात.

आर्थिक पार्श्वभूमी हा घटकही राजकीय ज्ञान आणि जागृतीस प्रभावित करतो. उच्च वर्गातील युवा हे गरीब वर्गातील युवांपेक्षा राजकीयदृष्ट्या अधिक जागरूक आहेत. गरीब वर्गातील निम्म्याहून अधिक युवांना राजकीय जागरूकता अथवा राजकीय ज्ञान नाही. गरीब युवा वर्गातील अवघ्या सात टक्के युवांमध्ये राजकीयदृष्ट्या अधिक जागरूकता आहे. आर्थिक वर्गातील वाढीनुसार जागरूकतेची पातळी वाढते, असे दिसून येते. तक्ता 1.8 मध्ये दाखवल्याप्रमाणे, उच्च वर्गातील युवांपैकी 31 टक्के युवा हे राजकीयदृष्ट्या अधिक जागरूक आहेत.

लोकसंख्यानिहाय जागरूकतेच्या पातळीतील फरक दिसून येत असल्याचे आपल्याला दिसून येते. शैक्षणिक पातळी, माध्यमांशी संपर्क, आर्थिक वर्ग, स्थान आणि लिंग या सर्व घटकांचा युवा वर्गाच्या जागरूकतेच्या पातळीवर परिणाम होतो. शिक्षित युवा वर्ग राजकीयदृष्ट्या अधिक जागरूक आहे. माध्यमांशी अधिक संपर्क असलेल्या युवा वर्गात राजकीय जागरूकता अधिक आहे. आमच्या अभ्यासाचे परिणाम स्पष्टपणे विविध सामाजिक-लोकसंख्यानिहाय घटकांनुसार राजकीय जागरूकतेत फरक पडत असल्याचे दाखवून देतात (तक्ता 1.9).

तक्ता 1.8: उच्च वर्गातील युवा अधिक जागरूक आहेत. गरीब युवा वर्ग राजकीय घटनांबाबत कमी जागरूक आहे

	जागरूकता नाही	*अधिक जागरूकता*
गरीब	52	7
कनिष्ठ	31	18
मध्यम	24	29
उच्च	14	31

स्रोतः युवा आणि राजकीय सर्वेक्षण (2011)
टीपः सर्व आकडे हे टक्क्यांमध्ये आहेत.

तक्ता 1.9: शहरी, शिक्षित, उच्च वर्ग आणि माध्यमांशी अधिक संपर्क असलेला युवा राजकीय घटनांबाबत अधिक जागरूक आहे

युवा	अधिक जागरूकता
महाविद्यालयीन शिक्षणप्राप्त युवा	36
माध्यमांशी अधिक संपर्क असलेला युवा	36
उच्च वर्गीय युवा	31
शहरी युवा	30
युवक	29
ग्रामीण युवा	16
युवती	9
गरीब वर्गातील युवा	7
माध्यमांशी अजिबात संपर्क नसलेला युवा	3
अशिक्षित युवा	2

स्रोतः युवा आणि राजकीय सर्वेक्षण (2011)
टीपः सर्व आकडे हे टक्क्यांमध्ये आहेत.

राजकीय घटनांविषयी जागरूकता नसलेल्या युवांचा विचार करता, अशिक्षित युवांचं प्रमाण 69 टक्के इतकं सर्वाधिक आहे. त्यानंतर माध्यमांशी संपर्क नसलेल्या युवांमध्ये राजकीयदृष्ट्या जागरूकता नसण्याचं प्रमाण 66 टक्के इतकं आहे. त्यानंतर जागरूकता नसलेल्यांच्या क्रमात गरीब वर्ग, युवती आणि ग्रामीण युवा असा क्रम आहे. (तक्ता 1.10)

तक्ता 1.10: अशिक्षित, गरीब आणि माध्यमांशी संपर्क नसलेल्या युवांमध्ये राजकीय जागृतीचं प्रमाण अत्यल्प आहे

युवा	जागरूकता नाही
अशिक्षित युवा	69
माध्यमांशी काहीच संपर्क नसलेला युवा	66
गरीब वर्गातील युवा	52
युवती	45
ग्रामीण युवा	34
शहरी युवा	23
युवक	21
माध्यमांशी अधिक संपर्क असलेला युवा	19
उच्च वर्गीय युवा	14
महाविद्यालयीन शिक्षणप्राप्त केलेला युवा	12

स्रोतः युवा आणि राजकीय सर्वेक्षण (2011)
टीपः सर्व आकडे हे टक्क्यांमध्ये आहेत.

तक्ता 1.11: इतर वयोगटांहून खासदार, आमदारांविषयी युवा वर्गास जास्त माहिती आहे

	खासदाराचे नाव माहीत आहे	आमदाराचे नाव माहीत आहे
युवा	58	64
इतर	51	55

स्रोतः युवा आणि राजकीय सर्वेक्षण (2011)
टीपः सर्व आकडे हे टक्क्यांमध्ये आहेत.

आम्ही आमदार आणि खासदार यांच्या नावांबाबत जागरूकता आहे अथवा नाही, हे तपासण्यासाठी तरुण आणि वृद्धांना प्रश्न विचारले. आमदार आणि खासदार माहीत असण्याबाबतची जागरूकता ही तरुण वर्गात अधिक असल्याचे दिसले. दोन्ही वयोगटांमध्ये एक समान गोष्ट दिसली ती म्हणजे दोन्ही गटात खासदारांपेक्षा आमदार कोण हे जास्त जणांना माहीत होते. या तथ्याचा अर्थ असा की राष्ट्रीय राजकारणापेक्षा प्रादेशिक पातळीवरील राजकारणाविषयी त्यांच्या मनात जास्त आस्था आहे (तक्ता 1.11).

काही सामाजिक-लोकसंख्यानिहाय घटकांसह काही दृष्टिकोनात्मक घटकांचाही परिणाम लोकांच्या राजकीय जागरूकतेवर होतो. या दृष्टिकोनात्मक घटकांमध्ये, राजकारणातील रस, मतदानावर विश्वास, राजकारणाविषयी आणि राजकीय मुद्द्यांविषयी चर्चा असे काही प्रमुख घटक आहेत, ज्यांचा राजकीय जागरूकतेवर परिणाम होतो. राजकारणात रस नसलेल्या व्यक्तीच्या तुलनेत राजकारणाविषयी आवड असणाऱ्या व्यक्तीमध्ये राजकीय जागरूकता अधिक असण्याची शक्यता असते. जर युवा वर्ग राजकारणाविषयी रस असणारा असेल तर तो दैनंदिन राजकीय घडामोडींविषयी जाणून घेण्याचा प्रयत्न करतो. यातून राजकीय जागरूकता वाढण्यास मदत होते. आमच्याकडील माहितीही हाच प्रवाह दर्शवते. राजकारणाविषयी अजिबात आवड नसलेल्या वृत्तीपासून ते अधिक रस असलेल्या वृत्तीपर्यंत जाताना राजकीय जागरूकता वाढत असलेली दिसून येते (तक्ता 1.12).

ज्या युवा वर्गाला असं वाटतं की देश ज्या प्रकारे चालतो त्यामध्ये आपल्या मताला मोल आहे, त्यांच्यामध्ये राजकारणाविषयी अधिक जागरूकता आहे. ज्यांना असे वाटत

तक्ता 1.12: राजकारणामध्ये रस असलेला युवा अधिक जागरूक आहे

युवा	जागरूकता नाही	अधिक जागरूकता
राजकारणामध्ये रस असलेला	15	39
राजकारणामध्ये रस नसलेला	54	8

स्रोतः युवा आणि राजकीय सर्वेक्षण (2011)
टीपः सर्व आकडे हे टक्क्यांमध्ये आहेत.

तक्ता 1.13: ज्यांना आपल्या मतावर विश्वास आहे, त्याचं काही एक मोल आहे असं वाटतं त्या वर्गात राजकीय घटनांविषयी अधिक जागरूकता आहे

युवा	*जागरूकता नाही*	*अधिक जागरूकता*
मताचा काही परिणाम होतो	23	26
मताचा काही परिणाम होत नाही	37	17

स्रोत: युवा आणि राजकीय सर्वेक्षण (2011)
टीप: सर्व आकडे हे टक्क्यांमध्ये आहेत.

नाही, त्यांच्यात राजकीयदृष्ट्या जागरूकता कमी आहे. 'काहीही जागरूकता नाही' या प्रकारात मोडणाऱ्या युवा वर्गात त्यांच्या मताविषयी विश्वास असण्याची शक्यता अगदीच कमी असते. (तक्ता 1.13)

राजकारण आणि राजकीय घटना यांवरील चर्चा

अनेक राजकीय घटनांचे स्पष्टीकरण हे सामाजिक संबंध, जाळं कसं आहे याद्वारे देता येते. राजकीय चर्चांमध्ये अधिक सहभागी असणारी व्यक्ती ही राजकारण आणि राजकीय घटना यांबाबत अधिक जागरूक असल्याचे दिसते. चर्चांमधून राजकीय जागरूकता वाढते. त्यातून राजकीय ज्ञान वृद्धिंगत होते. तक्ता 1.14 नुसार, 18 टक्के युवक आजूबाजूच्या राजकीय घटनांविषयीच्या राजकीय चर्चांमध्ये अधिक सहभाग घेत असल्याचे दिसून आले (पहा टीप 2). युवा वर्ग आणि वृद्ध वर्ग या दोहोंमध्ये या मुद्याबाबत फरक आहे. केवळ 12 टक्के वृद्ध लोक हे समकालीन राजकीय घडामोडींविषयीच्या राजकीय चर्चांमध्ये सहभाग घेत असल्याचं दिसून आलं. 43 टक्के वृद्ध प्रतिसादकांमध्ये कोणतीही राजकीय स्वरूपाची चर्चा होत नसल्याचे दिसून आले तर हेच प्रमाण युवा वर्गात 31 टक्के होते. साधारण चर्चांमध्ये सहभाग घेणारे युवक आणि इतर या दोन्ही गटातील फरक पाहिल्यास तो बऱ्यापैकी अधिक असल्याचे दिसून येते. 51 टक्के युवा हे साधारण राजकीय चर्चांमध्ये सहभागी होतात. (साधारण चर्चांमधील सहभागाची तुलना करण्यासाठी वारंवार आणि अधिक वारंवार या दोहोंची बेरीज केलेली आहे.)

तक्ता 1.14: राजकीय घटनांबाबत वारंवार चर्चा. युवकांमध्ये इतरांहून अधिक चर्चा होतात.

	चर्चा होत नाही	*साधारण चर्चा*	*अधिक चर्चा*
युवा	31	51	18
इतर	43	45	12

स्रोत: युवा आणि राजकीय सर्वेक्षण (2011)
टीप: सर्व आकडे हे टक्क्यांमध्ये आहेत.

तर साधारण चर्चांचे इतर वयोगटातील प्रमाण 45 टक्के इतके आहे. यातून युवा वर्गात राजकीय चर्चा अधिक होत असल्याचे दिसून येते.

सामाजिक लोकसंख्यानिहाय पार्श्वभूमीनुसार युवा वर्गातील राजकीय चर्चांचे प्रमाण वाढते. महाविद्यालयीन शिक्षणप्राप्त केलेल्या युवा वर्गात सर्वाधिक राजकीय चर्चा होतात. त्यानंतर माध्यमांशी अधिक संपर्क असलेला युवा, उच्च वर्गीय युवा, युवक आणि शहरातील युवा असा राजकीय चर्चांबाबतचा उतरता क्रम दिसून येतो. त्यामुळे हे स्पष्टपणे दिसून येते की शिक्षित युवा राजकीय चर्चांमध्ये वारंवार सहभागी होतो. देशभरात घडणाऱ्या समकालीन घटनांविषयी माध्यमांशी संपर्क असलेला युवा अधिक चर्चा करतो (तक्ता 1.15).

युवक आणि युवतींनी समान शिक्षणप्राप्त केलेले असेल तरीही युवक आणि युवतींमध्ये साधर्म्यता दिसून येत नाही. समान शैक्षणिक पातळी असूनही युवकांइतका युवती राजकीय चर्चांमध्ये सहभाग नोंदवत नाहीत. शिक्षण हा एक महत्त्वाचा घटक आहे कारण शैक्षणिक पातळी वाढते त्याप्रमाणे समकालीन चालू राजकीय घडामोडींविषयी युवक युवतींचा सहभाग वाढतो मात्र राजकीय चर्चांमध्ये लिंग हा घटक अधिक नियंत्रण आणतो, असे दिसून येते (तक्ता 1.16).

तक्ता 1.15: महाविद्यालयीन शिक्षणप्राप्त, माध्यमांशी अधिक संपर्क असलेला युवा आणि उच्च वर्गीय युवा हे सारे गट राजकीय चर्चांमध्ये अधिक सक्रिय असतात

युवा	अधिक चर्चा
महाविद्यालयीन शिक्षणप्राप्त युवा	36
माध्यमांशी अधिक संपर्क असलेला युवा	35
उच्चवर्गीय युवा	35
युवक	27
शहरी युवा	24

स्रोतः युवा आणि राजकीय सर्वेक्षण (2011)
टीपः सर्व आकडे हे टक्क्यांमध्ये आहेत.

तक्ता 1.16: युवकांमध्ये युवतींपेक्षा अधिक राजकीय चर्चा

	चर्चा होते
अशिक्षित युवक	42
अशिक्षित युवती	27
महाविद्यालयीन शिक्षणप्राप्त युवक	90
महाविद्यालयीन शिक्षणप्राप्त युवती	83

स्रोतः युवा आणि राजकीय सर्वेक्षण (2011)
टीपः सर्व आकडे हे टक्क्यांमध्ये आहेत.

राजकीय संस्था आणि घटकांविषयी चर्चा

केवळ राजकीय घटनांविषयीची चर्चा पुरेशी नाही. सरकार आणि त्याची कामगिरी यांचं मूल्यांकन हा राजकीय चर्चांमधील महत्त्वाचा भाग आहे. याद्वारे नागरिक राजकीय संस्था आणि घटक (पहा टीप 3). यांविषयी बोलू शकतात. आमचा अभ्यास असं दर्शवतो की युवा वर्ग राजकीय संस्था आणि घटक यांविषयी इतर वयोगटांहून अधिक सहभाग नोंदवितो.

पुन्हा एकदा राजकीय संस्थांविषयी अधिक चर्चेच्या प्रमाणात युवा वर्ग आणि इतर यांच्यात फरक (2 टक्के) आहे. 25 टक्के वृद्ध वर्गामध्ये राजकीय संस्थांच्या कार्याविषयी कधीच चर्चा होत नाही, हेच प्रमाण युवा वर्गात 20 टक्के इतकं आहे. (तक्ता 1.17) राज्य आणि केंद्र सरकारांच्या तुलनेत युवा वर्ग पंचायत संस्था आणि नगरपालिका यांविषयी अधिक चर्चा करतात. वृद्ध गटातही याच प्रकारचा प्रवाह पहावयास मिळतो. 18 ते 25 या युवा वर्गातील गट हा सरकारच्या कामगिरीविषयी इतर दोन्ही गटांहून अधिक चर्चा करतो. आमदार, खासदार, राजकीय पक्ष यांच्या कामाविषयी आपण विचार करतो तेव्हा असे दिसून येते की आमदाराच्या कामाविषयी अधिक चर्चा होते. त्याचं एक कारण हे राज्य, केंद्र सरकार आणि खासदार यांच्याहून आमदारांशी त्यांचं नातं अधिक जवळचं असणं हे असू शकतं (तक्ता 1.18).

युवक आणि युवतींमधील राजकीय चर्चेचं प्रमाण हा शैक्षणिक पातळीचा परिणाम आहे का, हे तपासण्यासाठी आम्ही विविध शैक्षणिक पातळी असलेल्या युवक युवतींची तुलना केली. युवक आणि युवती यांच्या राजकीय चर्चांच्या प्रमाणातील फरक हा शैक्षणिक

तक्ता 1.17: इतरांसोबत तुलना करता, युवा वर्ग राजकीय संस्थांविषयीच्या चर्चेत अधिक सहभाग नोंदवतो

	चर्चा होत नाही	*साधारण चर्चा*	*अधिक चर्चा*
युवा	20	62	17
इतर	25	61	15

स्रोतः युवा आणि राजकीय सर्वेक्षण (2011)
टीपः सर्व आकडे हे टक्क्यांमध्ये आहेत.

तक्ता 1.18: प्रत्येक राजकीय संस्थेविषयी युवा इतरांच्या तुलनेत अधिक चर्चा करतात

	केंद्र सरकारने केलेली कामगिरी	*राज्य सरकारने केलेली कामगिरी*	*खासदाराची कामगिरी*	*आमदाराची कामगिरी*	*राजकीय पक्षाने केलेली कामगिरी*	*पंचायत किंवा नगरपालिकेने केलेली कामगिरी*
युवा	50	56	52	58	57	74
इतर	40	47	44	48	48	65

स्रोतः युवा आणि राजकीय सर्वेक्षण (2011)
टीपः सर्व आकडे हे टक्क्यांमध्ये आहेत.

तक्ता 1.19: समान शिक्षण असलेल्या युवा वर्गात युवक युवतींपेक्षा राजकीय चर्चांमध्ये अधिक सहभाग घेतात

	चर्चा होत नाही	*वारंवार चर्चा*
अशिक्षित युवक	33	6
अशिक्षित युवती	47	2
महाविद्यालयीन शिक्षित युवक	8	32
महाविद्यालयीन शिक्षित युवती	14	13

स्रोतः युवा आणि राजकीय सर्वेक्षण (2011)
टीपः सर्व आकडे हे टक्क्यांमध्ये आहेत.

तक्ता 1.20: माध्यमांशी अधिक संपर्क असलेल्या उच्च वर्गीय युवा राजकीय संस्थांविषयी अधिक चर्चा करतात

युवा	*राजकीय संस्थांविषयी चर्चा करतात*
उच्च वर्गीय युवा	31
माध्यमांशी अधिक संपर्क असलेला युवा	28
पदवी आणि त्याहून अधिक शिक्षित युवा	26
युवक	25
शहरी युवा	21

स्रोतः युवा आणि राजकीय सर्वेक्षण (2011)
टीपः सर्व आकडे हे टक्क्यांमध्ये आहेत.

पातळीशी संबंधित नसल्याचे दिसून आले. अगदी समान शैक्षणिक पातळी असलेल्या युवक युवतींमध्ये, राजकीय चर्चांच्या प्रमाणात युवती युवकांच्या बऱ्यापैकी मागे आहेत (तक्ता 1.19).

जेव्हा आपण युवा वर्गाच्या राजकीय चर्चांच्या प्रमाणाचा विचार करतो तेव्हा उच्च वर्ग आणि माध्यमांशी येणारा संपर्क हे दोन्ही घटक महत्त्वाची भूमिका बजावतात. 31 टक्के उच्च वर्गीय युवा वारंवार राजकीय चर्चांमध्ये सामील होतो तर माध्यमांसोबत संपर्क असणारा 28 टक्के युवा वर्ग वारंवार राजकीय चर्चांमध्ये सहभाग नोंदवतो. पदवीप्राप्त 26 टक्के युवा हा सातत्याने राजकीय चर्चा करतो. राजकीय संस्था आणि घटक यांच्यासंदर्भात युवक युवतींपेक्षा अधिक राजकीय चर्चा करतात. शहरी आणि ग्रामीण युवांचा विचार करता, शहरी युवा हा ग्रामीण युवांपेक्षा राजकीय चर्चांमध्ये अधिक प्रमाणात सहभागी होतो (तक्ता 1.20).

निष्कर्ष

सीएसडीएसने पार पाडलेल्या अभ्यासाच्या आधारे ढोबळमानाने असा निष्कर्ष काढता येतो की भारतातील वय वर्षे 18 ते 33 या वयोगटात असणारा युवा वर्ग हा इतरांच्या तुलनेत राजकीयदृष्ट्या अधिक जागरूक आहे. अगदी युवा वर्गातही वय वाढेल त्याप्रमाणे

जागरूकता कमी होत जाते, याचा अर्थ वय वर्षे 18 ते 25 या वयोगटातील युवा वय वर्षे 26 ते 33 या वयोगटाहून राजकीयदृष्ट्या अधिक जागरूक आहे. युवा वर्गातील राजकीय जागरूकतेची पातळी सामाजिक-आर्थिक घटकांनुसार निर्धारित होते. उदाहरणार्थ, युवा वर्गाचे शिक्षण ज्या प्रमाणात वाढते त्या प्रमाणात त्यांची राजकीय जागरूकता वाढते. लिंगनिहाय विश्लेषण केल्यास युवती युवकांपेक्षा राजकीयदृष्ट्या कमी जागरूक आहेत. युवक आणि युवतींमधील जागरूकतेच्या पातळीतील फरक हा शैक्षणिक पातळीमुळे निर्माण झालेला नाही. स्त्रिया या सर्वसाधारणपणे पुरुषांपेक्षा कमी जागरूक आहेत. माध्यमांशी संपर्क असलेला युवा वर्ग हा माध्यमांशी संपर्क नसलेल्या किंवा थोडासा संपर्क असलेल्या युवा वर्गाहून राजकीयदृष्ट्या अधिक जागरूक आहे. इतर वयोगटांहून युवा वर्ग हा राजकीय चर्चांमध्ये अधिक सहभागी होतो. युवा वर्गाच्या राजकीयदृष्ट्या अधिक जागरूकतेचे हे एक कारण असू शकते. अधिक जागरूकतेतून राजकीय सहभाग वाढतो. पुढील प्रकरणात राजकीय सहभागाच्या बाबत मांडणी केलेली आहे.

टिपा

1. राजकीय जागरूकतेचा निर्देशांकः

   समकालीन राजकीय मुद्द्यांविषयी जागरूकतेची पातळी परीक्षण करण्यासाठी राजकीय जागरूकतेचा निर्देशांक निर्माण केला गेला. सीएसडीएसने पार पाडलेल्या युवा आणि राजकारणाच्या अभ्यासात प्र.3अ1, प्र3ब1, प्र3ड1, प्र3इ1 आणि प्र.3फ1 हे याकरिता विचारण्यात आले. युवा वर्गाच्या जागरूकतेची पातळी मोजण्याकरिता वर्षभरात घडलेल्या सामाजिक राजकीय राष्ट्रीय घटनांवर प्रश्न विचारण्यात आले. काश्मीरमधील तरुणाईची निदर्शनं, आयोध्या प्रकरणाच्या विषयीचा अलाहाबाद उच्च न्यायालयाचा निकाल, नक्षल हिंसा आणि कॉमनवेल्थ, 2जी स्पेक्ट्रम घोटाळा या संदर्भाने प्रश्न विचारले गेले होते.

   पाचही प्रश्न एकाच प्रकारे विचारले गेले होते आणि प्रतिसादकास होय, नाही, यापैकी नाही असे तीन पर्याय दिलेले होते. या प्रश्नांचे प्रतिसाद एकत्र करून त्यांचे वर्गीकरण अजिबात जागरूकता नाही, कमी जागरूकता, साधारण जागरूकता आणि अधिक जागरूकता अशा प्रकारे केले गेले. पाचही घटनांविषयी जागरूकता असलेल्या प्रतिसादकांचे अधिक जागरूकता असे वर्गीकरण केले गेले. ज्यांना तीन अथवा चार घटनांविषयी माहिती होती त्यांचे सर्वसाधारण जागरूकता या प्रकारे वर्गीकरण केले गेले. पाचपैकी एकाही घटनेविषयी माहिती नसलेल्यांचे वर्गीकरण अजिबात जागरूकता नाही, या संवर्गात वर्गीकृत केले गेले. ज्यांना एक किंवा दोन घटनांविषयी माहिती होती त्यांचे वर्गीकरण हे किमान जागरूकता या प्रकारे केले गेले.

2. समकालीन राजकीय मुद्द्यांविषयीच्या चर्चेचा निर्देशांक

   समकालीन ताज्या राजकीय घडामोडींविषयीच्या चर्चेच्या प्रमाणाचा अंदाज घेण्याकरिता समकालीन राजकीय मुद्द्यांविषयीच्या चर्चेचा निर्देशांक निर्धारित केला गेला. सीएसडीएसच्या युवा आणि राजकारण अभ्यासातील प्र.3अ2, प्र.3ब2, प्र3क2, प्र3ड2, प्र3फ2 हे प्रश्न याकरिता विचारले गेले. प्र.3अ2 द्वारे काश्मीरमधील युवा निदर्शनांबाबत माहिती आहे काय, असे प्रतिसादकांना विचारण्यात आले. प्र.3ब2 द्वारे आयोध्या प्रकरणाच्या बाबत अलाहाबाद उच्च न्यायालयाच्या निकालाविषयी विचारण्यात आले. प्र.3क2 हा बिहार विधानसभा निवडणुका याविषयी तर प्र.3 ड2 हा नक्षलवादी हिंसेविषयी, प्र.3इ2 दिल्लीत पार पडलेल्या कॉमनवेल्थ घोटाळ्याविषयी, प्र.3फ2 हा 2 जी घोटाळ्याविषयी असे प्रश्न विचारले गेले.

   या सहाही प्रश्नांना होय, नाही, आठवत नाही असे पर्याय दिले गेले. या प्रश्नांवरील सर्व प्रतिसाद हे एकत्रित केले गेले आणि त्यातून चर्चा नाही, कमी चर्चा, साधारण चर्चा आणि अधिक चर्चा अशा संवर्गात विभागले

14 विभा अत्री

गेले. सहाही घटनांविषयी चर्चा करणाऱ्या प्रतिसादकांना ''अधिक चर्चा'' या संवर्गात वर्गीकृत केले गेले. चार/पाच राजकीय घटनांविषयी चर्चा करणाऱ्यांना ''साधारण चर्चा'' या प्रकारे वर्गीकरण केले गेले. सहापैकी एकाही घटनेविषयी चर्चा न करणाऱ्यांना "चर्चा नाही" या गटात वर्गीकृत केले गेले. एक, दोन किंवा तीन घटनांविषयी चर्चा करणाऱ्यांचे वर्गीकरण "कमी चर्चा" या गटात केले गेले.

3. राजकीय संस्था/घटक यांविषयी चर्चेचा निर्देशांक

राजकीय संस्था, घटक यासंबंधीच्या चर्चेच्या प्रमाणाचा अंदाज घेण्याकरिता राजकीय संस्था/घटक यांविषयी चर्चेचा निर्देशांक निर्धारित केला गेला. प्र.2 संच (प्र.2अ ते प्र.2फ) हा निर्देशांक ठरवण्यासाठी विचारले गेले. केंद्र सरकार, राज्य सरकार, खासदार, आमदार, राजकीय पक्ष आणि पंचायत/नगरपालिका यांच्या कामगिरीविषयीच्या चर्चेविषयी प्रश्न विचारले गेले.

सहाही प्रश्न एकाच प्रकारे विचारले गेले आणि त्यासाठीचे पर्याय नेहमी, कधीकधी आणि कधीच नाही असे देण्यात आले. आलेले प्रतिसाद संकलित करून त्यांचे वर्गीकरण कधीच नाही, कधीकधी, वारंवार आणि अधिक वारंवार असे केले गेले. जे सर्व सहाही संस्थांविषयी चर्चा करत होते त्यांचे वर्गीकरण "अधिक वारंवार" गटात केले गेले. सहापैकी चार किंवा पाच राजकीय संस्थांविषयी चर्चा करत होते, त्यांचे वर्गीकरण "वारंवार" या गटात केले गेले. एकाही संस्थेविषयी चर्चा न करणाऱ्यांचे वर्गीकरण "कधीच नाही" या गटात केले गेले. एक, दोन किंवा तीन संस्थांविषयी चर्चा करणाऱ्यांना "कधीकधी" या संवर्गात वर्गीकृत केले गेले.

संदर्भ

Putnam, Robert. (2000). 'Bowling Alone: The Collapse and Revival of American Community'. New York: Simon and Schuster.

Niemi, Richard and Jane Junn (1998). 'Civic Education: What Makes Students Learn'. New Haven: Yale University Press.

Dahl, Robert A. (1979). 'Procedural Democracy'. In P. Laslett and J. Fishkin (Eds.), 'Philosophy, Politics, and Society'. New Haven: Yale University Press.

Memoli, Vincenzo. (2011). 'How Does Political Knowledge Shape Support for Democracy? Some Research Based on the Italian Case'. Bulletin of Italian Politics Vol. 3, No.1, pp 79–102.

Nie, Norman H., G. Bingham Powell, and Kenneth Prewitt. (1968). 'Social Structure and Political Participation: Developmental Relationships'. The American Political Science Review, Vol. 63, No. 2, pp. 361–378.

2 राजकारणातील रस आणि राजकीय सहभाग

किंजल संपत आणि ज्योती मिश्रा

या प्रकरणातून राजकारणाविषयीचा रस आणि राजकीय सहभाग यांची पातळी तपासण्याचा प्रयत्न केला आहे. या प्रकरणात राजकारणातील रस आणि सहभाग अभ्यासले आहे. दृष्टिकोनात्मक आणि सामाजिक लोकसंख्यानिहाय राजकारणातील रस, सहभागाची पातळी यातील प्रवाह शोधण्याचा प्रयत्नही केला आहे. राजकारणाविषयी रस आहे अथवा नाही याची चाचपणी एका प्रश्नावरून केली आहे तर सहभागाची पातळी जाणून घेण्याकरिता निवडणुकीय ते अगदी निवडणूक-बाह्य असे अनेक राजकीय मुद्द्यांविषयीचे प्रश्न विचारले गेले आहेत. तीन स्वतंत्र प्रश्न हे प्रतिसादकाच्या राजकीय सहभागाची पातळी जाणून घेण्याकरिता विचारले गेले जसे की खालील कृतींबाबत प्रश्न विचारले गेले. उमेदवाराच्या निवडणुकीसाठीचे निधी संकलन करणे, निवडणूक बैठका व सभा यांना उपस्थित असणे आणि पत्रकं वाटून प्रचार मोहिमेत सहभागी होणे. 2009 च्या लोकसभा निवडणुकीत तुम्ही मतदान केले का, हा प्रश्न मतदारांना बिगर-मतदारांपासून वेगळे करण्यासाठी विचारला गेला. यासोबतच निवडणूक आयोगाने नोंदवलेली निवडणूक मतदानाची टक्केवारी सर्वसाधारण निरीक्षणं मांडण्याकरिता वापरली गेली. तसेच प्रतिसादकांना आपण कुठल्या निषेधात अथवा मोर्चात सहभागी झाला होता काय, असेही विचारले गेले. राजकारणाविषयीच्या आवडीच्या संदर्भातील प्रश्नावर प्रतिसादकाने स्वतःच राजकारण किती आवडते, हे नोंदवावे, असे अपेक्षित होते. सीएसडीएस च्या मागील अभ्यासातील माहितीच्या आणि आवश्यक वाटेल तिथं ग्लोबल बॅरोमीटर सर्वेक्षण माहितीच्या आधारे तुलना केली गेली.

पार्श्वभूमी

गॅब्रिएल अलमॉन्ड आणि सिडनी वर्बा यांनी राजकीय रस आणि राजकीय सहभाग हे एकमेकांशी संबंधित आहेत तसेच त्यांचा एकमेकांवर परिणाम होतो, हे दाखवून दिले आहे (आलमंड आणि वर्बा, 1963). त्यांची ही चौकट स्वीकारून राजकीय रस आणि राजकीय सहभाग याबाबतची चर्चा या प्रकरणात केली आहे. "बृहत राजकीय व्यवस्थेवर परिणाम करणाऱ्या राजकीय वर्तनाचे सूक्ष्म पातळीवरील विश्लेषण म्हणजे राजकीय सहभाग होय" (मिलब्रॅथ 1965). त्यामुळे या प्रकरणाचा बहुतांश भाग हा राजकीय कृतींमध्ये युवकांचा सहभाग विरुद्ध राजकीय निष्क्रिय याविषयी भाष्य करतो. राजकीय कृतींची व्याप्ती अगदी निवडणुकीच्या संबंधित कृतींपासून ते निवडणूक-बाह्य घटकांपर्यंत आहे. म्हणजे मतदान,

राजकीय पक्षाचे सदस्यत्व, एखाद्या पक्षाच्या विद्यार्थी संघटनेचे सदस्यत्व, प्रचार मोहीम, निधी संकलन, निवडणूक बैठका आणि सभांना हजेरी ते अगदी राजकीय मुद्द्यांविषयीच्या चर्चेमध्ये सहभागी होणं, निवडणुकांच्या पलीकडे सामाजिक, राजकीय विषयांच्या संदर्भात निषेध/मोर्चे आदींमध्ये सहभागी होणे इथपर्यंत राजकीय कृतींची व्याप्ती आहे.

मिलब्रॅथने राजकीय सहभागाचे मापन *सक्रिय-निष्क्रिय अखंडक* (active-inactive continuum) याद्वारे केले आहे आणि राजकीय सहभागाच्या आधारे लोकसंख्येचे वर्गीकरण केले आहेः "उदासीन", "प्रेक्षक" आणि "सक्रिय सहभागी"[1] "राजकीय कृती सांख्यिकीय पद्धतीने श्रेणीबद्ध करता येतातः काही व्यक्ती या दिलेल्या बाबीहून अधिक काम करतात. ते वेगवेगळ्या राजकीय कृतींमध्ये इतरांपेक्षा अधिक वारंवार आणि नियमितपणे सहभागी होतात. काही व्यक्ती या पूर्णतः निष्क्रिय असतात; काही जण विशिष्ट कृतीमध्ये सक्रिय तर दुसऱ्या कृतीमध्ये निष्क्रिय अशा प्रकारचे असतात, काही जण वेगवेगळ्या स्वरूपाच्या कामांमध्ये सक्रिय असतात. निष्क्रियतेचा अर्थ शून्य किंवा पायाभूत संदर्भबिंदू ज्याच्या आधारे इतर सहभागाचे सांख्यिकीकरण करता येईल, असा घेता येतो (तत्रैव, पृष्ठ 9)." राजकीय सहभागाचा हा प्रारंभबिंदू मानून राजकीय सहभागाचे एकल फूटपट्टीहून अधिक चांगल्या प्रकारे विविध आयामांमधून मापन करता येऊ शकते. या आयामांमध्ये मतदान आणि निवडणुकीय राजकीय सहभागाच्या पलीकडे निषेध मोर्चातील सहभाग आदींचा समावेश होतो.

क्लिफ झुकिन आणि त्याचे सहकारी राजकारणामध्ये युवा वर्गाचा फारसा सहभाग नाही, रस नाही, हा सर्वसाधारणपणे केला जाणारा दावा नाकारतात. उलट त्यांचा असा दावा आहे की सध्या युवा वर्ग हा अमेरिकन राजकारणात अधिक सहभागी होतो आहे (जुकीन आणि इतर, 2006). याच्या उलट जागतिक विकास अहवाल 2007 असं स्पष्ट करतो की अधिक उत्पन्न असलेल्या आणि मध्यम उत्पन्न असलेल्या बऱ्याच देशांमध्ये युवा वर्गाची राजकारणाविषयीची नीरसता वाढते आहे आणि मुख्य राजकीय संस्थांचा त्यांच्यावर फारसा प्रभाव पडत नाही; मात्र कमी उत्पन्न असलेल्या देशांमध्ये युवा वर्गाची राजकारण आणि राजकीय घटना यांविषयीचा रस वाढतो आहे. याच अहवालात कमी उत्पन्न असलेल्या चीन, भारत आणि नायजेरियासारख्या देशांमध्ये युवा वर्गाचा राजकारणाविषयी रस वाढत असल्याचे नोंदवले आहे (जागतिक विकास अहवाल, 2007). मध्यम आणि अधिक उत्पन्न असलेल्या देशांमध्ये राजकारण महत्त्वाचे आहे, असे मानणाऱ्या युवांची संख्या प्रौढांच्या निम्मी आहे. मात्र चीन, भारत, नायजेरिया, व्हिएतनाम आणि झिंबाब्वे या देशांमध्ये राजकारण महत्त्वाचे आहे, असे मानणाऱ्यांची संख्या जवळपास समान आहे. इंडोनेशिया आणि इराणचे इस्लामिक गणराज्य या दोहोंमध्ये युवा वर्गाचा राजकारणातील रस सर्वाधिक आहे आणि वय वाढेल तसा हा रस कमी होतो, असे अहवालात म्हटले आहे (तत्रैव).

भारतामध्ये गेले काही वर्षं मतदानाचा टक्का सातत्याने वाढतो आहे. सामाजिकदृष्ट्या अप्रगत, विविध जाती, आर्थिक वर्ग, लिंग, स्थान या साऱ्या घटकांमध्ये 1990च्या

आसपास राजकीय सहभागाचे प्रमाण प्रचंड वाढले. या घटनेला *'लोकशाहीची दुसरी लाट'* असे संबोधले जाते (यादव, 2000). मात्र युवा मतदानाचा टक्का गेल्या अनेक वर्षात स्थिर असल्याचे दिसते आहे. जर इतर निर्देशक विचारात घेता अगदी अलीकडे अण्णा हजारेंनी सुरू केलेलं नोकरशाही आणि राजकीय संस्थांमधील भ्रष्टाचार विरोधी आंदोलन विचारात घेतलं तर वेगळं चित्र उभं राहतं. भ्रष्टाचार विरोधी लढाईत युवा वर्गाने सामील व्हावं यासाठी अण्णा हजारे यांनी केलेलं आवाहन आणि माध्यमांचं युवा वर्गावर अधिक लक्ष असणं लक्षात घेता भारतीय राजकीय वास्तवात युवा वर्गाचे महत्त्व अधोरेखित होते. या प्रकारच्या चळवळीतून निवडणुकीच्या पलीकडे युवा वर्ग आणि राजकारण याचा सहसंबंध अभ्यासता येतो. युवा वर्गाची राजकारणाविषयी उदासीनता ते युवा वर्गाचा राजकारणाविषयी उत्साह या प्रकारची बाब भारतीय राजकारणात नवी नाही. याविषयी काही पुराव्याआधारित दावे केले जाताहेत तर काही निव्वळ अंदाज आहेत. युवा आणि राजकारण ही संकल्पना जागतिक परिप्रेक्ष्यात ध्यानात घेऊन या प्रकरणात प्रतिसादकाने स्वतः नोंदवलेली राजकारणाविषयीची आवड आणि सहभाग या आधारे विश्लेषण केले आहे. सहभाग हा तीन वेगवेगळ्या आयामांनी शोधला आहे: मतदान, निवडणुकीशी संबंधित कृतींमधील सहभाग आणि निवडणूक-बाह्य कृतींमधील सहभाग जसं की निषेध मोर्चे, चळवळी.

युवा वर्गाची राजकारणातील आवड, राजकारणातील सहभाग इतर प्रतिसादकांपेक्षा कसा भिन्न आहे? राजकीय दृष्टिकोन, आवड या संदर्भाने युवा वर्ग एकमेकांपासून कसा भिन्न आहे? लोकसंख्यानिहाय आणि दृष्टिकोनात्मक घटकांच्या आधारे राजकीय सहभाग निर्धारित होतो काय? हे काही प्रश्न आहेत ज्यांना उत्तर देण्याचा पद्धतशीर प्रयत्न या प्रकरणात केला आहे.

राजकारणाविषयी आवड

राजकारणाविषयी कितपत आवड आहे हे समजून घेण्याकरिता प्रतिसादकास विचारलेल्या प्रश्नांच्या आधारे या विभागात विश्लेषण केलेलं आहे. यावरील प्रतिसाद स्वतंत्र चार कोटिक्रमांच्या आधारे वर्गीकृत केलेः प्रचंड प्रमाणात आवड, काही प्रमाणात आवड, अजिबात आवड नाही. ज्यांनी या प्रश्नास उत्तर दिले नाही त्यांचे प्रतिसाद 'काहीच मत नाही' या प्रकारे वर्गीकृत केले गेले. पुरेशी वाचनीयता राहावी म्हणून प्रचंड प्रमाणात आवड याऐवजी 'अधिक आवड' आणि काही प्रमाणात आवड याऐवजी 'सर्वसाधारण आवड' असे शब्दप्रयोग प्रकरणात वापरले आहेत. निवडलेल्या नमुन्यातील केवळ 10 टक्के प्रतिसादकांनी राजकारणात 'अधिक आवड' असल्याचे नोंदवले तर 60 टक्क्यांहून अधिक प्रतिसादकांनी 'साधारण आवड' असल्याचे नोंदवले होते. साधारण एक तृतीयांश युवा वर्गास राजकारणाविषयी काहीही आवड नाही (तक्ता 2.1).

तक्ता 2.1: युवा वर्गातील राजकारणाविषयी आवडीची पातळी

	अधिक आवड	*काही प्रमाणात आवड*	*अजिबात आवड नाही*	*मत नाही*
युवा	10	52	34	4

स्रोतः युवा आणि राजकारण सर्वेक्षण (2011)

टीपः सर्व आकडे टक्केवारीत आहेत. या आधीच नोंदवल्याप्रमाणे प्रकरण 3 आणि 4 मधील सांख्यिकीय माहिती ही 2011 पर्यंतची आहे 2012 नंतर घडलेल्या राजकीय विकसनानंतरच्या घडामोडींनी प्रवाह बदलले आहेत. त्याविषयी पुस्तकाच्या 7 व्या प्रकरणात तपशीलवार स्पष्टीकरण दिले आहे.

विविध वयोगटातील फरक पाहता युवा प्रतिसादकांना इतर वयोगटांच्या तुलनेत राजकारणात अधिक रस आहे. वेगळ्या भाषेत सांगायचे तर वय वाढेल तसं राजकारणातील रस कमी होतो, असे दिसून येते. वय वर्ष 33 हून अधिक असलेल्या युवा वर्गात 7 टक्के प्रतिसादकांना राजकारणाविषयी अधिक आवड आहे तर हेच प्रमाण युवा वर्गात 10 टक्के इतके आहे. (तक्ता 2.2)

60 टक्क्याहून अधिक युवा वर्गास राजकारणात रस आहे तर हेच प्रमाण प्रौढ गटात साधारण 50 टक्क्यांच्या आसपास आहे. स्थळ आणि काळ या दोन्ही फूटपट्ट्यांवर युवा

तक्ता 2.2: युवा वर्गास इतरांपेक्षा राजकारणात अधिक रस आहे

वयोगट	*अधिक आवड*	*साधारण आवड*
युवा	10	52
इतर	7	44

स्रोतः युवा आणि राजकारण सर्वेक्षण (2011)

टीपः सर्व आकडे टक्केवारीत आहेत.

तक्ता 2.3: राजकारणातील युवा वर्गाचा रस वाढतच आहे

वर्षे	*राजकारणात आवड असलेला युवा*
1996	37
2004	41
2009	44
2011*	62

स्रोतः युवा आणि राजकारण सर्वेक्षण (2011)

टीपः सर्व आकडे टक्क्यांमध्ये आहेत.

* हे सर्व आकडे सीएसडीएस ने पार पाडलेल्या राष्ट्रीय निवडणूक सर्वेक्षणातून मोजलेले आहेत. अपवाद 2011 च्या आकड्यांचा. 2011 चे आकडे हे सीएसडीएस-लोकनीति यांच्या युवा आणि राजकारण सर्वेक्षणातून आलेले आहेत. या सर्वेक्षणात युवा उमेदवार विजेता किंवा उपविजेता ठरू शकतो अशा 14 मतदारसंघांचा अभ्यास केला गेला.

वर्गास इतर वयोगटाहून राजकारणामध्ये रस वाढत असल्याचे दिसते. तक्ता 2.3 नुसार 1996 मध्ये 37 टक्के युवा वर्गास राजकारणात अधिक रस होता आणि हा आकडा तेव्हापासून वाढतोच आहे.

राजकारणातील युवा वर्गाचा रस वाढतो आहे. याचं स्पष्टीकरण केवळ वय या घटकाच्या आधारे करता येत नाही. भारतीय युवा हा एकसंध गट नाही. इतर अनेक वर्गवाऱ्यांप्रमाणेच, दृष्टिकोनात्मक आणि लोकसंख्यानिहाय घटकांनी हा गट तयार झाला आहे. वय, स्थान, शिक्षण, लिंग, आर्थिक पार्श्वभूमी आणि माध्यमांशी संपर्क हे असे महत्त्वाचे घटक आहेत ज्या आधारे युवा वर्गातील गुंतागुंतीचे आपल्याला विश्लेषण करता येते. एकुणात, आमच्याकडील माहितीनुसार स्त्रियांपेक्षा पुरुषांना राजकारणात अधिक रस आहे. साधारण 45 टक्के युवतींना राजकारणात रस आहे तर हेच प्रमाण युवकांमध्ये 76 टक्के इतकं आहे. राजकारणाविषयी रस असण्याबाबत जो लिंगनिहाय फरक दिसतो तो शिक्षण आणि माध्यमांच्या संपर्कानंतरही तसाच स्थिर राहतो. शिक्षण किंवा माध्यम कोणत्याच घटकामुळे हे स्त्री-पुरुषांमधील प्रमाण समान होत नाही. आपण जेव्हा 'अधिक आवड' या पर्यायाचा विचार करतो तेव्हा या स्त्री-पुरुषांमधील आवडींमधील फरक अधिक वाढतो. राजकारणाविषयी अधिक रस असलेल्या युवती केवळ 4 टक्के आहेत तर हेच प्रमाण युवकांमध्ये 15 टक्के असल्याचे दिसते. वेगवेगळ्या स्थानांनुसारही, स्त्रिया पुरुषांपेक्षा राजकारणात कमी रस घेतात. स्थानानुसार राजकारणातील रस लक्षणीयरित्या बदलतो, असे दिसत नाही. शहरी स्त्री पुरुष हे ग्रामीण स्त्री-पुरुषांपेक्षा राजकारणात अधिक रस घेतात (तक्ता 2.4).

2.4 या तक्त्यातील आकडेवारी ही राष्ट्रीय निवडणूक सर्वेक्षण शृंखलेतील स्त्रियांच्या दृष्टिकोनात्मक बाबींशी सुसंगत अशी आहे. अर्थात हा भाग युवा आणि राजकारण सर्वेक्षणाचा भाग नव्हता[2]. रेखांशिक माहिती (Longitudinal Data) असं दर्शवते की सीएसडीएस ने पार पाडलेल्या निवडणूक अभ्यासांमध्ये बहुसंख्य स्त्री-पुरुष प्रतिसादकांना राजकारण ही बाब स्त्रियांसाठीची नाही, असे वाटते. राजकारण ही बाब स्त्रियांसाठीची

तक्ता 2.4: युवकांना युवतींपेक्षा राजकारणामध्ये अधिक रस आहे

स्थान	*राजकारणाविषयी आवड*
ग्रामीण युवक	74
ग्रामीण युवती	41
शहरी युवक	81
शहरी युवती	46

स्रोतः युवा आणि राजकारण सर्वेक्षण (2011)

टीपः हे सर्व आकडे टक्क्यांमध्ये आहेत.

तक्ता 2.5: "राजकारण स्त्रियांसाठी नाही" असं म्हणणाऱ्यांच्या संख्येत वाढ

	विधान–"राजकारण स्त्रियांसाठी नसते"	1996	2004	2009
युवक	सहमत	16	26	31
	असहमत	76	68	58
युवती	सहमत	9	19	24
	असहमत	81	71	59

स्रोतः राष्ट्रीय निवडणूक अभ्यास 1996–2009
टीपः सर्व आकडे हे टक्क्यांमध्ये आहेत.

नाही, असे मानणाऱ्यांच्या संख्येत युवा वर्ग आणि इतर गट दोन्हींमध्ये वाढ होत असल्याचे दिसून येते. (तक्ता 2.5) या प्रकारचा महिला आणि राजकारण विरोधी दृष्टिकोन मोठ्या प्रमाणावर असताना महिलांद्वारे नोंदवली गेलेली शांतता अथवा नीरसता याचे सूक्ष्मपणे आणि काळजीपूर्वक वाचन करावे लागेल. केवळ नीरसता नोंदवली गेली आहे मात्र सामाजिक संकेत म्हणून महिलांनी याबाबत आपली नीरसता दर्शवलेली असू शकते. या दोन घटकांमधील सहसंबंध प्रस्थापित करणं हे तांत्रिक मर्यादांमुळे अभ्यासाच्या व्याप्तीबाहेर आहे. मात्र या प्रकारचा अनुभव गाठीशी असताना स्त्रियांची राजकारणाबाबतची नीरसता ही काळजीपूर्वक पाहावी लागेल.

शिक्षण आणि राजकारणातील रस यांमध्ये सकारात्मक सहसंबंध असल्याचे दिसून येते. अशिक्षित युवा राजकारणामध्ये रस असल्याचे नोंदवण्याची शक्यता शिक्षित युवाच्या तुलनेत कमी आहे. आपण जर सलग शैक्षणिक स्तर आणि राजकारणातील आवडीचा स्तर याकडे पाहिले तर, 35 टक्के अशिक्षित युवांना राजकारणामध्ये रस असल्याचे दिसते तर हेच प्रमाण उच्चशिक्षित युवांमध्ये 78 टक्के असल्याचे दिसते. लिंगनिहाय विचार करता शिक्षण आणि राजकारणातील रस यांमध्ये सकारात्मक सहसंबंध असल्याचे दिसते. सर्व शैक्षणिक गटांमध्ये राजकारणामध्ये अधिक रस असलेल्या पुरुषांची संख्या रस नसलेल्या पुरुषांच्या संख्येहून अधिक आहे. एकच अपवाद आहे तो अशिक्षित पुरुषांच्या गटाचा. राजकारणात रस असलेल्या आणि नसलेल्या पुरुषांची संख्या अगदी समान आहे. माध्यमिक आणि महाविद्यालयीन शिक्षणप्राप्त स्त्रियांमध्ये हा प्रवाह उलटा आहे. म्हणजे समान शैक्षणिक पातळी असलेल्या राजकारणामध्ये रस असलेल्या स्त्रियांची संख्या रस नसलेल्या स्त्रियांहून अधिक आहे. अशिक्षित किंवा प्राथमिक शिक्षणप्राप्त स्त्रियांमध्ये मात्र असा प्रवाह नाही. एकुणात सर्व शैक्षणिक पातळ्यांमध्ये स्त्रियांपेक्षा पुरुषांना राजकारणामध्ये अधिक रस असल्याचे दिसून येते. आणखी एक लक्षवेधी तथ्य म्हणजे अगदी उच्च शिक्षित स्त्रियादेखील प्रश्नांची उत्तर देण्यास नकार देतात. माध्यमिक शिक्षणप्राप्त आणि महाविद्यालयीन शिक्षणप्राप्त स्त्रियांमध्ये "कोणतेही मत नाही" असं उत्तर देणाऱ्या स्त्रियांची संख्या सर्वाधिक आहे. हे पुरुषांच्या उलट चित्र आहे तसेच

तक्ता 2.6: शिक्षणासोबत राजकीय आवड-युवक युवतींमध्ये वाढते

शैक्षणिक अर्हता पातळी	*राजकारणात रस आहे**	*राजकारणात अजिबात रस नाही*	*प्रतिसाद नाही*
अशिक्षित युवक	49	49	2
प्राथमिक शाळा उत्तीर्ण युवक	66	32	2
माध्यमिक शिक्षणप्राप्त युवक	75	24	1
महाविद्यालयीन शिक्षणप्राप्त युवक	85	15	–
अशिक्षित युवती	29	64	7
प्राथमिक शाळा उत्तीर्ण युवती	32	63	5
माध्यमिक शिक्षणप्राप्त युवती	49	43	8
महाविद्यालयीन शिक्षणप्राप्त युवती	63	27	10

स्रोतः युवा आणि राजकारण सर्वेक्षण (2011)

टीपः सर्व आकडे हे टक्क्यांमध्ये आहेत.

* "राजकारणातील आवड" मोजण्यासाठी "अधिक आवड" असलेले आणि "काही प्रमाणात आवड असलेले" या दोन्हींची बेरीज केली आहे.

शिक्षणप्राप्त केल्यानंतर व्यक्ती मतांविषयी अधिक ठाम होते, हा सर्वसाधारणपणे केला जाणारा दावाही खोडून काढते (तक्ता 2.6).

शिक्षणाचा परिणाम वेगवेगळ्या स्थानांनुसार राजकीय आवडींवर झाल्याचे दिसते विशेषतः दोन टोकाच्या गटांमध्ये, अशिक्षित आणि महाविद्यालयीन शिक्षणप्राप्त गट. तक्ता 2.7 मध्ये आपण पाहू शकतो की ग्रामीण आणि शहरी भागात महाविद्यालयीन शिक्षणप्राप्त युवा वर्गाची राजकारणाविषयी सारखीच आवड आहे. ग्रामीण भागातील अशिक्षितांना शहरी भागातील अशिक्षितांपेक्षा किंचित अधिक प्रमाणात राजकारणाविषयी रस आहे. साधारण शिक्षणाच्या गटात मात्र शहरी शिक्षितांना ग्रामीणांपेक्षा अधिक प्रमाणात राजकारणात रस आहे, असं दिसतं. प्राथमिक शिक्षणप्राप्त युवा वर्गाचा विचार करता शहरी युवा राजकारणात रस न घेणाऱ्यांच्या तुलनेत राजकारणात अधिक रस घेणारा आहे. ग्रामीण भागामध्ये हा प्रवाह माध्यमिक शिक्षण घेईस्तोवर सुरू होत नाही, असे दिसते. शिक्षणातून राजकारणाविषयी रस निर्माण होण्याचे प्रमाण ग्रामीण भागाहून अधिक शहरी भागात आहे.

तक्ता 2.7: ग्रामीण-शहरी युवा वर्गातील महाविद्यालीय शिक्षणप्राप्त गटात राजकारणाविषयी समान रस आहे

स्थान	*राजकारणातील आवड*
ग्रामीण अशिक्षित युवा	35
शहरी अशिक्षित युवा	32
ग्रामीण महाविद्यालयीन शिक्षित युवा	78
शहरी महाविद्यालयीन शिक्षित युवा	79

स्रोतः युवा आणि राजकारण सर्वेक्षण (2011)

टीपः हे सर्व आकडे टक्क्यांमध्ये आहेत.

शिक्षणामुळे राजकारणाविषयी अधिक प्रमाणात रस निर्माण होतो आणि त्याच्या परिणामात प्रतिसादकाचा वर्ग निर्णायक ठरतो. त्याचा अर्थ असा की शिक्षणाच्या प्रवाहासोबत राजकारणातील रस वाढतो. मात्र समान शैक्षणिक पातळी असलेल्या गटात उच्च आर्थिक वर्गात राजकारणाविषयी अधिक रस असल्याचे दिसते. समान शैक्षणिक पातळीत श्रीमंतांना गरिबांपेक्षा राजकारणाविषयी अधिक रस असतो.

राजकीय चर्चांचे प्रमाण आणि राजकीय आवड यांच्यातील सहसंबंध गुणांक हा सांख्यिकीय शास्त्रानुसार निर्धारित होतो. 'अधिक प्रमाणात सातत्याने' राजकीय चर्चा करणाऱ्या 59 टक्के युवा वर्गाला राजकारणाविषयी आवड आहे. याच्या उलट अवघे 5 टक्के असे युवा आहेत की जे राजकारणाविषयी कधीही चर्चा करत नाहीत, मात्र त्यांना राजकारणाविषयी अधिक आवड आहे. (तक्ता 2.8)

स्वाभाविकपणे राजकीय पक्षाचे सदस्यत्व प्राप्त केल्याने राजकारणाविषयी अधिक रस निर्माण होतो. त्याच्या पाठोपाठ पक्षांच्या विद्यार्थी मंच/युवा शाखा आदी संघटनांमधून राजकारणाविषयी अधिक रस निर्माण होतो. पक्षांचे सदस्यत्व प्राप्त केलेल्या 90 टक्के युवा वर्गास राजकारणाविषयी आवड आहे. तसेच पक्षाच्या विद्यार्थी किंवा युवा संघटनेचा सदस्य असलेल्या 88 टक्के युवा वर्गास राजकारणाविषयी आवड आहे. (तक्ता 2.9)

तक्ता 2.8: राजकारणातील आवड आणि राजकारणाविषयी चर्चा

राजकारणाविषयी चर्चा	साधारण आवड	अधिक आवड
राजकारणाविषयी अजिबात चर्चा न करणारा युवा	7	5
राजकारणाविषयी कधीकधी चर्चा करणारा युवा	26	8
राजकारणाविषयी वारंवार चर्चा करणारा युवा	48	29
सातत्याने राजकारणाविषयी चर्चा करणारा युवा	20	59

स्रोतः युवा आणि राजकारण सर्वेक्षण (2011)
टीपः सर्व आकडे टक्क्यांमध्ये आहेत.

तक्ता 2.9: राजकीय पक्षाच्या सदस्यांना राजकारणात सर्वाधिक रस आहे. त्याच्या पाठोपाठ विद्यार्थी/युवा संघटनेच्या सदस्यांना राजकारणात अधिक रस आहे.

.........सदस्य आहे	राजकारणाविषयी आवड
राजकीय पक्ष	94
विद्यार्थी/युवा संघटना	88
इतर कुठलीही युनियन	80
गैर सरकारी संस्था	76

स्रोतः युवा आणि राजकारण सर्वेक्षण (2011)
टीपः सर्व आकडे टक्क्यांमध्ये आहेत.

राजकीय सहभाग

राजकारणात आवड असल्याने राजकीय सहभाग निर्माण होतो काय? आवड आणि राजकीय सहभाग या बाबी दृष्टिकोनात्मक आणि सामाजिक लोकसंख्यानिहाय समान आहेत काय? सामाजिक लोकसंख्यानिहाय समान प्रकार राजकारणातील आवड आणि सहभाग यांच्यावर परिणाम घडवून आणतात काय? असे काही व्यापक मुद्दे आहेत जे या प्रकरणातील पुढील भागात तपशीलवार मांडले आहेत. राजकीय सहभागाचे तीन वेगवेगळ्या प्रकारे मापन केले आहे: मतदानाच्या रूपामध्ये राजकीय सहभाग, निवडणुकीशी संबंधित कृतींमध्ये सहभाग जसं की बैठकांना हजर राहणे, पत्रकं वाटणे, राजकीय पक्षाकरिता निधी संकलन करणे आणि निवडणुकीय सहभागाच्या पलीकडे निषेध आणि मोर्चांमध्ये सहभाग.

एका युवा विद्यार्थी नेता आणि दिल्ली विद्यापीठाचा माजी विद्यार्थी अध्यक्ष याने युवा आणि राजकारण या विषयावर लक्ष्याधारित गटचर्चा आयोजित केली होती. त्यात तो असे म्हटलाः

युवा वर्गास राजकारणाविषयी मर्यादित आवड आहे. राजकीय विषयांबाबत ते फारसे जागरूक नाहीत. विद्यापीठीय निवडणुकांमध्येही ते राष्ट्रीय मुद्द्यांविषयी चर्चा करत नाहीत. उलटपक्षी त्यांना वैयक्तिक समस्यांची जास्त चिंता असते आणि त्याचविषयी ते अधिक चर्चा करतात. व्यापक अर्थाने, युवा वर्गास राजकारणात फारसा रस नाही आणि त्यामुळे त्यांचा राजकीय सहभाग कमी आहे. मला असं वाटत नाही की युवा वर्ग राजकारणात सहभागी होईल. युवा वर्गाची समाज बदलण्याची इच्छा आहे मात्र राजकारणात सहभागी होण्याऐवजी राजकारणाला विरोध करून हा बदल त्यांना घडवायचा आहे.

भारतात युवा वर्गाविषयी त्यांच्या राजकीय सहभागाविषयी वारंवार या प्रकारचं मत मांडलं जातं. या मताला अधोरेखित करणारं हे निरीक्षण आहे. मात्र काळ शृंखलेच्या पटावर पाहिले तर निवडणूक-बाह्य कृतींमध्ये युवा वर्गाचा सहभाग वाढलेला आहे. या निरीक्षणाचा दुसरा भाग जो आहे ज्यात म्हटलं गेलंय की राजकारणाला विरोध करून युवा वर्ग राजकीय सहभाग घेतो आहे. त्या विषयी या प्रकरणात मांडणी केली गेली आहे. या कृतींना राजकारणाच्या पलीकडचं न समजता हा राजकारणाच्या कार्यक्षेत्राचा भागच मानला पाहिजे. औपचारिक संसदीय आणि निवडणुकीय कार्यक्षेत्राच्या पलीकडे युवा वर्गाची राजकीय अवकाशात असणारा सहभाग हा राजकीय सहभाग म्हणूनच या सहभागात पाहिला गेला आहे.

1. मतदानाच्या द्वारे राजकीय सहभाग

भारत ही जगातील सर्वांत मोठी सहभागी लोकशाही मानली जाते. मतदान तीन पातळ्यांवर होतं: केंद्र, राज्य आणि स्थानिक प्रशासन. मतदान हा राजकीय सहभागाचा थेट प्रत्यक्ष मार्ग आहे. राजकीय सहभागाचे मूल्यांकन करण्यासाठी मतदान हा महत्त्वाचा मार्ग आहे. ही कृती केवळ स्थानिक नाही. भारतातील सर्व मतदारांसाठी ही कृती लागू होते. भारतात मतदान

तक्ता 2.10: गेल्या अनेक वर्षात विविध वयोगटात मतदानाची टक्केवारी

वयोगट	*1996*	*1998*	*1999*	*2004*	*2009*
18–25 वर्षे	54	63	57	52	54
26–33 वर्षे	58	64	62	59	60
18–33 वर्षे	56	63	61	56	57
34+	60	61	60	60	59
एकूण भारतीय मतदान	58	62	60	58	58

स्रोतः संपूर्ण भारतीय पातळीवरील आकडेवारी भारतीय निवडणूक आयोगाची आहे. युवा आणि प्रौढ मतदानाची टक्केवारी ही सीएसडीएस सर्वेक्षणांमधील आहे.
टीपः सर्व आकडे टक्क्यांमध्ये आहेत.

ही ऐच्छिक बाब आहे. राजकीय सहभाग वाढावा यासाठी राज्यसंस्था पायाभूत सुविधा पुरवते. मतदानाद्वारे राजकीय सहभाग हे या प्रकारच्या लोकशाहीचं महत्त्वाचं वैशिष्ट्य आहे. युवा वर्गाच्या मतदानाची टक्केवारी ही सातत्याने एकूण मतदानाच्या टक्केवारीपेक्षा कमी राहिलेली आहे. गेल्या अनेक वर्षांत युवा वर्गाच्या मतदानाच्या टक्केवारीत लक्षणीय वाढ झाल्याचे दिसत नाही. अगदी सुरुवातीपासून युवा वर्गाचं मतदान हे एकूण भारतीय पातळीवरील मतदानाहून कमी असल्याचे दिसते. (तक्ता 2.10) नोंद घेण्याजोगी बाब म्हणजे युवा वर्गात दोन स्वतंत्र प्रवाह आहेत: वय वर्षे 18 ते 25 वयोगटातील युवा वर्गाची मतदानाची टक्केवारी ही युवा वर्गातील इतर आणि इतर वयोगटाहून (34+वय) कमी आहे. मात्र वय वर्षे 26 ते 33 वयोगटातील मतदानाची टक्केवारी युवा वर्गात अधिक आणि एकूण मतदानाच्या टक्केवारीहूनही, प्रौढांहूनही अधिक असल्याचे दिसते.

जगभरात बऱ्याच औद्योगिक देशांमध्ये मतदानाद्वारे राजकीय सहभाग कमी झाला आहे. फ्रान्समध्ये संसदीय निवडणुकांमध्ये 1945 साली मतदानाचे प्रमाण 80 टक्के इतके होते. 2012 साली मतदानाचे प्रमाण 55 टक्के इतके खाली आले. इंग्लंडमध्ये 1945 साली 73 टक्के असणारी मतदानाची टक्केवारी 2001 मध्ये 59 टक्के इतकी खाली घसरली. अमेरिकेत 1972 साली राष्ट्राध्यक्ष निवडणुकीत मतदानाचे प्रमाण 87 टक्के इतके होते, 2008 साली हेच प्रमाण 70 टक्क्यांवर आले (इंटरनॅशनल इंस्टिट्यूट फ्रॉम डेमोक्रेसी अँड इलेक्टोरल असिस्टेंस, 2011). युवा वर्गाचं मतदानही घटत आहे. युनायटेड किंगडम निवडणूक आयोगाने निष्कर्ष काढला की 2001 सालच्या घटत्या मतदानाच्या टक्केवारीचं कारण युवा वर्ग मतदान करत नाही, हे आहे (भारतीय निवडणूक आयोग, 2000). अमेरिकेत मात्र 2000 साली 18 ते 29 या वयोगटातील 40 टक्के युवांनी राष्ट्राध्यक्ष निवडणुकीत मतदान केलेलं होतं. 2008 साली युवा वर्गाचं मतदान वाढून 51 टक्के इतकं झालेलं होतं (किर्बी आणि कावाशिमा-जिंसबर्ग, 2009). लोकशाहीच्या आणि प्रातिनिधिक लोकशाहीतील सहभागाच्या परिप्रेक्ष्यात भारतीय मतदारवर्गात युवा वर्ग हा एक राजकीय संवर्ग म्हणून उदयाला येतो आहे.

इतर औद्योगिक देशांहून भिन्न अशी अमेरिकेतील अवस्था आहे. युवा मतदानाचे प्रमाण सातत्याने वाढते आहे. ही वाढ 2004 आणि 2008 या दोन्ही राष्ट्राध्यक्ष निवडणुकीत दिसून आली आहे. 2008 साली युवा वर्गाचं मतदान लक्षणीयरित्या वाढलं मात्र इतर वर्गातील मतदान 2004 हून कमी आणि 2000 च्या निवडणुकीहून किंचित अधिक असं प्रमाण राहिलं (फाइल और क्रिसी, 2011). 1972 साली अमेरिकेतील राष्ट्राध्यक्ष निवडणुकीत स्त्री पुरुषांच्या मतदानाचं प्रमाण समान होतं. मात्र गेल्या 30 वर्षांमध्ये राष्ट्राध्यक्ष निवडणुकीत स्त्री-पुरुष मतदानांच्या टक्केवारीतील दरी वाढताना दिसत आहे. 1992 साली 18 ते 29 या वयोगटातील 54 टक्के युवतींनी मतदान केलं तर हेच प्रमाण युवकांमध्ये 50 टक्के इतकं होतं. 2008 मध्ये हा फरक वाढत जाऊन आठ टक्क्यांच्या आसपास पोहोचला मात्र 2000च्या निवडणुकीहून अधिक युवकांनी आणि युवतींनी मतदान केले. अमेरिकेच्या अगदी उलट भारतातील युवतींच्या मतदानाचं प्रमाण युवकांपेक्षा सातत्याने कमी राहिलेलं आहे. मात्र विविध लोकसभा निवडणुकांमध्ये युवक आणि युवती या दोहोंमधील मतदानाचं प्रमाण बदलत राहिल्याचं दिसतं. 1996 च्या लोकसभा निवडणुकीत युवक आणि युवती यांच्या मतदानाच्या टक्केवारीतील फरक 15 टक्के इतका होता. 1998 साली हा फरक एक टक्क्याने घटला. 1999 च्या लोकसभा निवडणुकीत हा फरक 18 टक्के इतका होता. 2004 साली हा फरक 12 टक्के इतका होता तर 2009 साली हा फरक अवघा 4 टक्के इतकाच राहिला. 2009 ही बहुधा एकमेव अशी निवडणूक असावी जिथे युवक आणि युवतींमधील मतदानाच्या प्रमाणातील फरक हा अगदीच कमी होता. (तक्ता 2.11)

विविध देशांमध्ये शहरीकरणासोबत मतदानाच्या टक्केवारीमध्ये फरक आहे. साधारण 1960 पर्यंत पाश्चात्त्य देशांमध्ये आणि भारतात, शहरीकरण आणि मतदानाची टक्केवारी यांचा सकारात्मक सहसंबंध आहे, असे मानले जायचे (मनरो, 1977). गेल्या अनेक वर्षात हा प्रवाह केवळ चुकीचाच ठरला नाही तर अगदी याच्या उलट प्रवाह नोंदवला गेला आहे.

तक्ता 2.11: युवकांच्या मतदानाचे प्रमाण युवतींपेक्षा अधिक आहे

लोकसभा निवडणुका	*युवक*	*युवती*
1996	63	48
1998	71	57
1999	70	52
2004	62	50
2009	59	55
2009*	56	50

स्रोतः युवा आणि राजकारण सर्वेक्षण (2011)

टीपः सर्व आकडे टक्केवारीमध्ये आहेत.

* 2011 साली सीएसडीएस-लोकनीति ने काही मतदारसंघात पार पाडलेल्या सर्वेक्षणातील मतदानाची टक्केवारी

तक्ता 2.12: ग्रामीण युवांच्या मतदानाची टक्केवारी शहरी युवांहून अधिक आहे

स्थान	1996	1998	1999	2004	2009
ग्रामीण युवा	59	67	62	59	58
शहरी युवा	49	54	54	52	55

स्रोतः युवा आणि राजकारण सर्वेक्षण (2011)
टीपः सर्व आकडे टक्केवारीमध्ये आहेत.

शहरी भागामध्ये ग्रामीण भागाहून मतदानाचे कमी प्रमाण नोंदवले गेले आहे. निवडणूक आणि निवडणूक-बाह्य कृती, मतदान, निवडणुकीय कृती आणि निषेध या साऱ्याच कृतींमध्ये शहरी भागात ग्रामीण भागाहून कमी राजकीय सहभाग नोंदवला गेला आहे. ग्रामीण आणि शहरी भागातील मतदानाच्या टक्केवारीतील फरक गेली अनेक वर्षे स्थिर राहिलेला आहे. मात्र 2009 मध्ये हा फरक कमी झाल्याचे दिसून येते. गेल्या काही वर्षात मात्र शहरी युवा वर्गाच्या मतदानाच्या टक्केवारीत वाढ झाली आहे. राजकारणाविषयी त्यांच्या आवडीशी हे सुसंगत आहे. (तक्ता 2.12)

15 व्या लोकसभेत विजेते किंवा उपविजेते ठरलेल्या युवा उमेदवारांच्या मतदारसंघात एकूण मतदानाचे प्रमाण 59 टक्के इतके होते. ज्या मतदारसंघामध्ये युवा उमेदवार विजेते ठरले तिथेही युवा वर्गाहून प्रौढांचा मतदानात अधिक राजकीय सहभाग होता. युवा नेता विजयी ठरला अशा मतदारसंघांमध्ये मतदानाचे प्रमाण 57 टक्के इतके होते. मात्र या 79 मतदारसंघांमध्ये एकुणात मतदानाचे प्रमाण हे देशातील युवा वर्गाच्या मतदानाच्या प्रमाणाहून कमी आहे आणि प्रौढांच्या मतदानाहून तर आणखी कमी आहे. या 79 मतदारसंघांमध्ये एकूण मतदानाचे प्रमाण 63 टक्के इतके आहे तर युवा वर्गाच्या मतदानाची टक्केवारी 36 टक्के इतकी आहे. इथं लक्षात घेण्याजोगी बाब ही आहे की राष्ट्रीय पातळीवरील इतरांच्या मतांच्या टक्केवारीहून इतर वयोगटातील मतदानाचे प्रमाण युवा उमेदवार विजेते असलेल्या मतदारसंघात लक्षणीयरित्या अधिक आहे. युवा उमेदवारांमुळे युवा मतदारांचे होणारे अभिसरण ही अधिक चर्चिली जाणारी आणि बऱ्याच अंशी स्वीकारलेली बाब अजून प्रत्यक्षात आलेली दिसत नाही.

युवा वर्गाचा राजकारणाविषयी वाढणारा रस आणि मतदानात त्यांची जाणवणारी अनुपस्थिती यातून एक अंतर्विरोधी चित्र समोर येते. यातून युवा वर्गाच्या राजकीय सहभागाचे सिद्धान्तन सूक्ष्म पातळीवरील गुंतागुंत समजून केले पाहिजे, हे लक्षात येते. मतदान न करण्याचं प्रमुख कारण मतदानाच्या दिवशी मतदारसंघात उपस्थित नसणं हे आहे. 35 टक्के युवा वर्ग हा मतदानाच्या दिवशी मतदारसंघात उपस्थित नव्हता आणि त्यामुळे मतदान करू शकला नाही. 19 टक्के युवा वर्ग ओळखपत्र/ओळखपत्र पुरावा नसल्याने मतदान करू शकला नाही. 10 टक्के युवा मतदारांना मतदान करावंसं वाटत

तक्ता 2.13: मतदान न करण्याची कारणं

मतदान न करण्याचे कारण	परगावी असल्यामुळे	ओळखपत्र/पुरावा नसल्याने
18–25 वर्षे	35	19
26–33 वर्षे	41	12
34+	31	9

स्रोतः युवा आणि राजकारण सर्वेक्षण (2011)
टीपः सर्व आकडे टक्केवारीमध्ये आहेत.
सीएसडीएस ने पार पाडलेल्या राष्ट्रीय निवडणूक अभ्यास 2009 मध्ये याविषयी प्रश्न विचारण्यात आला होता.

तक्ता 2.14: मताच्या परिणामकारकतेविषयी विश्वास कमी असेल तर मतदान करण्याची शक्यता कमी

मताचे मोल	2009 लोकसभा निवडणुकीत युवा वर्गाने मतदान केले	2009 लोकसभा निवडणुकीत युवा वर्गाने मतदान केले नाही
मताचा परिणाम होतो	64	35
मताचा काहीही परिणाम होत नाही.	51	49

स्रोतः युवा आणि राजकारण सर्वेक्षण (2011)
टीपः सर्व आकडे टक्केवारीमध्ये आहेत.

नव्हतं, इच्छा नव्हती म्हणून त्यांनी मतदान केलं नाही. केवळ 2 टक्के युवा मतदारांनी चांगल्या उमेदवाराचा पर्याय नाही, म्हणून मतदान केलं नाही. (तक्ता 2.13)

मताच्या परिणामकारकतेविषयी विश्वास आहे अथवा नाही याचाही मतदानावर परिणाम होतो. ज्यांना आपल्या मतामुळे काहीएक परिणाम घडेल असं वाटतं ते मतदान करण्याची शक्यता अधिक असते. एवढंच नाही तर, ज्यांना आपल्या मतामुळे काही परिणाम घडेल असं वाटत नाही ते मतदान न करण्याची शक्यता ही मतदान केलेल्या प्रतिसादकांइतकीच आहे. मात्र 50 टक्क्याहून अधिक प्रतिसादकांनी आपल्या मताची परिणामकारकता वाटत नव्हती तरीही त्यांनी 2009 च्या लोकसभेच्या निवडणुकीला मतदान केले. (तक्ता 2.14) मताच्या परिणामकारकेविषयीचा विश्वास हा घटक जरी निर्णायक असला तरी ज्यांचा मत परिणामाकरकतेविषयी विश्वास नाही त्यांनीही मतदान केल्याचे दिसून येते

2. निवडणुकीशी संबंधित कृतींमध्ये सहभाग

राजकीय सहभाग म्हणजे केवळ मतदान करणे नव्हे. राजकीय सहभाग याचं स्वरूप आणि व्याप्ती अधिक आहे. उमेदवारासाठी निधी संकलन करणे, निवडणुकीच्या सभा/बैठकांना हजर राहणे, निवडणुकीच्या प्रचार मोहिमेत सहभागी होणे किंवा पत्रकं वाटणं या सर्व कृतींमधील युवा आणि इतरांचा राजकीय सहभाग वाढतो आहे. सुमारे 28 टक्के भारतीय युवा मतदार मतदानाच्या पलीकडे निवडणुकीशी संबंधित कृतींमध्ये सहभागी होतात आणि हा सहभाग वाढतो आहे. (तक्ता 2.15)

तक्ता 2.15: लक्षणीय युवा वर्ग राजकारणात सहभाग नोंदवतो

	सहभाग नाही	*साधारण सहभाग*	*अधिक सहभाग*
युवा	73	11	17

स्रोतः युवा आणि राजकारण सर्वेक्षण (2011)

टीपः सर्व आकडे टक्केवारीमध्ये आहेत.

निवडणुकीय सहभागाच्या निर्देशांकाविषयी समाप्तीची नोंद पहा[3].

तक्ता 2.16: निवडणुकीशी संबंधित युवा वर्गाचा राजकीय सहभाग हा इतर वर्गाहून अधिक आहे

वयोगट	*निवडणुकीशी संबंधित कृतींमध्ये सहभाग नाही*	*निवडणुकीशी संबंधित कृतींमध्ये सहभाग**
18–25 वर्षे	72	28
26–33 वर्षे	73	27
34+	73	27

स्रोतः युवा आणि राजकारण सर्वेक्षण (2011)

टीपः सर्व आकडे टक्केवारीमध्ये आहेत.

* निवडणुकीशी संबंधित कृतींमधील सहभाग समजून घेण्यासाठी 'अधिक सहभाग' आणि 'साधारण सहभाग' यांची बेरीज केली गेली आहे.

युवा वर्ग आणि इतरांच्या निवडणुकीशी संबंधित सहभागात किंचित फरक आहे. युवा वर्गाचा याबाबतचा सहभाग तुलनात्मकदृष्ट्या अधिक आहे (तक्ता 2.16) निवडणुकीशी संबंधित कृतींमध्ये अधिक सहभाग घेणाऱ्यांची संख्या इतर वर्गात 14 टक्के इतकी आहे तर हेच प्रमाण युवा वर्गात 17 टक्के इतके आहे.

युवा वर्गाचा निवडणुकीशी संबंधित कृतींमधील सहभाग हा किंचित वाढताना दिसतो आहे. या सदर अभ्यासातून निवडणुकीशी संबंधित कृतींमधील सहभागाचे एकूण प्रमाण अचानक वाढल्याचे दिसते आहे. हेतुपूर्वक निवडलेल्या काही मतदारसंघांमध्ये हा अभ्यास पार पडला असल्याने या निरीक्षणाचे सर्वसामान्यीकरण करता येणार नाही. (तक्ता 2.17)

तक्ता 2.17: निवडणुकीशी संबंधित कृतींमधील युवा वर्गाचा सहभाग सावकाश वाढतो आहे

वर्ष	*साधारण सहभाग*	*अधिक सहभाग*
1998	21	9
1999	21	10
2004	24	9
2009	17	11
2011*	10	17

स्रोतः युवा आणि राजकारण सर्वेक्षण (2011)

टीपः सर्व आकडे टक्केवारीमध्ये आहेत.

*निवडणुकीशी संबंधित कृतींमधील 14 मतदासंघामधील सहभाग, युवा आणि राजकारण सर्वेक्षण 2011

असं असलं तरीही लोकसंख्यानिहाय सामाजिक घटकांनुसार राजकारणाच्या आवडीविषयी वेगवेगळे प्रवाह दिसून येतात. युवक प्रतिसादक हे निवडणुकीशी संबंधित कृतींमध्ये युवतींपेक्षा अधिक प्रमाणात सहभागी आहेत. केवळ 4 टक्के युवती या निवडणुकीशी संबंधित कृतींमध्ये सहभाग घेतात तर युवकांमध्ये हेच प्रमाण 27 टक्के इतकं आहे. स्थान हा घटक लक्षात घेतला तर अत्यंत रोचक आणि विरोधाभासी चित्र समोर उभं राहतं. 19 टक्के ग्रामीण युवा हा निवडणुकीशी संबंधित कृतींमध्ये सहभागी होतो हे प्रमाण शहरी युवांपेक्षा सात टक्क्यांनी अधिक आहे. मात्र एकुणात शहरी युवा वर्गाला राजकारणात अधिक रस असल्याचे दिसते. सहभागाच्या बाबत मात्र ग्रामीण भागातील युवा शहरी युवांपेक्षा लक्षणीयरित्या अधिक सहभाग नोंदवतो. राजकारणाविषयीचा रस हा प्रतिसादकाच्या स्थानानुसार वेगवेगळया पद्धतीने व्यक्त केला जातो. राजकारणातील रस हा ग्रामीण युवांमध्ये राजकीय सहभागाच्या माध्यमातून व्यक्त होतो तर शहरी भागात राजकारणातील रस राजकीय कृतींमध्ये मर्यादित स्वरूपात व्यक्त होतो. एकुणात या आधीच उल्लेखल्याप्रमाणे 28 टक्के युवा हा निवडणुकीशी संबंधित कृतींमध्ये सहभागी होतो. राजकारणात रस असलेला 41 टक्के ग्रामीण युवा वर्ग निवडणुकीशी संबंधित कृतींमध्ये सहभागी होतो. हे प्रमाण शहरी युवांच्या सहभाग पातळीपेक्षा लक्षणीयरित्या जास्त आहे. राजकारणात रस असलेला 25 टक्के युवा वर्ग हा निवडणुकीशी संबंधित कृतींमध्ये सहभागी होतो. (तक्ता 2.18) राजकारणातील आवडीचा राजकीय सहभागावर सारखाच परिणाम महिलांबाबत होतो, असे दिसते. एकुणात 7 टक्के स्त्रिया या निवडणुकीशी संबंधित कृतींमध्ये वेगवेगळया प्रमाणात सहभागी होतात. राजकारणात रस असलेल्या महिलांची संख्या मात्र 14 टक्के म्हणजे याच्या दुप्पट होते.

निवडणुकीय सहभागाबाबतच्या अनेक रोचक तथ्यांपैकी एक रोचक तथ्य हे आर्थिक वर्ग आणि स्थान यांच्या संबंधांविषयी आहे. ग्रामीण भागातील उच्चभ्रू वर्गातील 50 टक्क्याहून किंचित कमी युवा हा निवडणुकीशी संबंधित कृतींमध्ये सहभागी असल्याचे दिसते. याच्या उलट शहरी उच्चभ्रू युवा वर्गाचा निवडणुकीच्या संबंधित कृतींमधील सहभाग किमान असल्याचे दिसते. शहरी भागात मध्यम वर्ग निवडणुकीशी संबंधित कृतींमध्ये सर्वाधिक सहभागी आहे. साधारण 23 टक्के मध्यम वर्गातील युवा प्रतिसादक

तक्ता 2.18: शहरी युवा वर्गाच्या तुलनेत ग्रामीण युवा राजकारणात अधिक रस घेतो

स्थान	*निवडणुकीच्या संदर्भातील कृतींमध्ये सहभाग*
राजकारणात रस असलेला ग्रामीण युवा	41
राजकारणात रस असलेला शहरी युवा	25

स्रोतः युवा आणि राजकारण सर्वेक्षण (2011)

टीपः हे सर्व आकडे टक्क्यांमध्ये आहेत.

तक्ता 2.19: ग्रामीण युवा शहरी युवा वर्गाहून निवडणुकीशी संबंधित कृतींमध्ये अधिक सहभागी होतो

स्थान	*निवडणुकीय सहभाग*
ग्रामीण उच्चवर्गीय युवा	48
शहरी उच्चवर्गीय युवा	15
ग्रामीण गरीब युवा	20
शहरी गरीब युवा	17

स्रोतः युवा आणि राजकारण सर्वेक्षण (2011)
टीपः सर्व आकडे टक्केवारीमध्ये आहेत.

हे निवडणुकीशी संबंधित कृतींमध्ये सहभागी होतात, असे दिसून येते. शहरी गरिबांचा सहभाग शहरी उच्चभ्रूंपेक्षा अधिक आहे. सर्व आर्थिक वर्गात ग्रामीण भागातील सहभाग हा शहरी भागाहून अधिक आहे. (तक्ता 2.19) मात्र समान आर्थिक वर्गात शिक्षणाचा राजकीय सहभागावर सकारात्मक परिणाम आहे, असे दिसते. हा परिणाम उच्च वर्गात अधिक असल्याचे जाणवते. शिक्षणाचे प्रमाण वाढले की सहभागाचे प्रमाण वाढते हे सर्वच आर्थिक वर्गातील चित्र आहे, असे नाही. गरीब वर्गात शिक्षण वाढले तरी राजकीय सहभाग वाढलेलाच आहे, असे दिसत नाही. गरीब वर्गातील प्रतिसादकांमध्ये महाविद्यालयीन शिक्षणप्राप्त युवा पाठोपाठ अशिक्षित युवा वर्गाचा राजकीय सहभाग अधिक आहे. एकुणात मध्यम शिक्षणप्राप्त युवा हे अशिक्षितांपेक्षा राजकारणात कमी सहभागी होतात.

पुन्हा एकदा अधोरेखित करायचे तर एकुणात शिक्षणाचा निवडणुकीय सहभागावर सकारात्मक परिणाम होतो मात्र जेव्हा लिंगनिहाय पाहतो तेव्हा अगदी वेगळा प्रवाह दृष्टीस पडतो. शिक्षणामुळे पुरुषांच्या निवडणुकीच्या संदर्भातील सहभाग वाढतो, स्त्रियांमध्ये मात्र असे होताना दिसत नाही. उलट शिक्षणाचा नकारात्मक परिणाम स्त्रियांच्या राजकीय सहभागावर होतो असे दिसून येते. तक्ता 2.20 मधून सुस्पष्ट होते की महाविद्यालयीन शिक्षणप्राप्त स्त्रिया आणि अशिक्षित स्त्रिया यांच्या राजकीय सहभाग पातळीत वजा पाच

तक्ता 2.20: शिक्षण असूनही युवतींमधील निवडणुकीय सहभागाचे प्रमाण युवकांपेक्षा कमी आहे

शैक्षणिक अर्हता पातळी	*निवडणुकीशी संबंधित कृतींमधील सहभाग*
अशिक्षित युवक	28
अशिक्षित युवती	14
माध्यमिक शिक्षणप्राप्त युवक	40
माध्यमिक शिक्षणप्राप्त युवती	8
महाविद्यालयीन शिक्षणप्राप्त युवक	47
महाविद्यालयीन शिक्षणप्राप्त युवती	9

स्रोतः युवा आणि राजकारण सर्वेक्षण (2011)
टीपः सर्व आकडे टक्केवारीमध्ये आहेत.

टक्क्यांचा फरक आहे. शिक्षणामुळे पुरुषांच्या निवडणुकीय सहभागात होणारी वाढ आणि स्त्रियांच्या शिक्षणाच्या वाढीसह निवडणुकीय सहभागात होणारी घट यामुळे शिक्षणाचा विचार करता स्त्री-पुरुषांच्या राजकीय सहभागातील दरी वाढत जाते. अशिक्षित युवक आणि अशिक्षित युवती यांच्यातील निवडणुकीय सहभागात 14 टक्क्यांचा फरक आहे तर शिक्षित युवक-युवतींमध्ये हा फरक 38 टक्के इतका आहे.

निवडणुकीशी संबंधित कृतींचा विचार करता शिक्षणाचा स्थाननिहाय अंतर्विरोधी प्रवाह दिसून येतो. शिक्षणप्राप्त करताच ग्रामीण भागातील युवा वर्गाचा राजकीय सहभाग वाढताना दिसतो, शहरी भागात मात्र तसे चित्र दिसत नाही. शहरी भागात सर्वांत जास्त सहभाग नोंदवणारा वर्ग हा अशिक्षित आहे. शिक्षण आणि राजकीय सहभाग यांचे व्यस्त प्रमाण शहरी भागात आहे तर ग्रामीण भागातील राजकीय सहभाग आणि शिक्षण समप्रमाणात आहे. शहरी भागात निवडणुकीच्या संदर्भातील कृतींमध्ये सर्वाधिक सहभागी न होणारा वर्ग म्हणजे महाविद्यालयीन शिक्षणप्राप्त युवा. याचा परिणाम म्हणजे ग्रामीण आणि शहरी महाविद्यालयीन शिक्षणप्राप्त युवा वर्गाच्या सहभाग पातळीतील फरक सर्वाधिक आहे. (तक्ता 2.21)

माध्यमांशी संपर्क या घटकाचाही राजकीय सहभागात वेगवेगळ्या वर्गात सकारात्मक परिणाम आहे. राजकारणाविषयीच्या आवडीवर परिणाम लक्षात घेता हा परिणाम कमी आहे. हा मुद्दा विविध वर्गात आणि वेगवेगळ्या शैक्षणिक पातळीतील राजकीय अभिसरण/सहभाग या अर्थाने माध्यमांच्या संपर्काच्या मर्यादित परिणामकारकतेचा आहे. कुठल्याही प्रमाणात माध्यमांसोबतच्या संपर्कातून राजकारणाविषयीची आवड वाढते, मात्र निवडणुकीच्या संदर्भातील कृतींमध्ये सहभाग यातून व्यामिश्र चित्र उभे राहते. (तक्ता 2.22)

तक्ता 2.21: ग्रामीण शिक्षित युवा वर्ग शहरी शिक्षित युवा वर्गाहून निवडणूकसंबंधी कृतींमध्ये अधिक सहभाग नोंदवतो

स्थान	*निवडणुकीशी संबंधित कृतींमध्ये सहभाग*
ग्रामीण अशिक्षित युवा	18
शहरी अशिक्षित युवा	21
ग्रामीण प्राथमिक शाळा उत्तीर्ण युवा	21
शहरी अशिक्षित युवा	17
ग्रामीण माध्यमिक शिक्षणप्राप्त युवा	28
शहरी माध्यमिक शिक्षणप्राप्त युवा	24
ग्रामीण महाविद्यालयीन शिक्षणप्राप्त युवा	46
शहरी महाविद्यालयीन शिक्षणप्राप्त युवा	15

स्रोतः युवा आणि राजकारण सर्वेक्षण (2011)

टीपः सर्व आकडे टक्केवारीमध्ये आहेत.

तक्ता 2.22: माध्यमांच्या संपर्काचा राजकारणातील आवड आणि निवडणुकीय सहभाग यांवर सकारात्मक परिणाम होतो

आर्थिक वर्ग	*राजकारणात रस आहे*	*निवडणुकीय सहभाग*
माध्यमांशी संपर्क नसलेला उच्चवर्गीय युवा	8	8
माध्यमांशी संपर्क असलेला उच्चवर्गीय युवा	81	43
माध्यमांशी संपर्क नसलेला मध्यमवर्गीय युवा	26	6
माध्यमांशी संपर्क असलेला मध्यमवर्गीय युवा	77	37
माध्यमांशी संपर्क नसलेला कनिष्ठ वर्ग	29	16
माध्यमांशी संपर्क असलेला कनिष्ठ वर्ग	70	27

स्रोतः युवा आणि राजकारण सर्वेक्षण (2011)
टीपः सर्व आकडे टक्केवारीमध्ये आहेत.

तक्ता 2.23: आश्चर्यकारकरित्या विद्यार्थी अथवा युवा वर्ग हा निवडणुकीशी संबंधित कृतींमध्ये फारसा सहभागी होत नाही

...चा सदस्य आहे	*निवडणुकीशी संबंधित कृतींमध्ये सहभाग*
राजकीय पक्ष	68
विद्यार्थी/युवा संघटना	39
कुठलीही युनियन	59
गैरसरकारी संस्था	51

स्रोतः युवा आणि राजकारण सर्वेक्षण (2011)
टीपः सर्व आकडे टक्केवारीमध्ये आहेत.

तक्ता 2.22 माध्यमांच्या संपर्कातून राजकारणातील आवड आणि निवडणुकीय सहभाग यांवर सकारात्मक परिणाम होतो.

कुठल्याही राजकीय अथवा अ-राजकीय संघटनेच्या सदस्यत्वाचा परिणामही निवडणुकीय सहभागाच्या पातळीवर होतो. स्वाभाविकच राजकीय संघटनेच्या सदस्यत्वातून निवडणुकीशी संबंधित कृतींमध्ये अधिक सहभाग वाढतो. त्याच्या पाठोपाठ वेगवेगळया युनियनमधील सदस्यत्वामुळे निवडणुकीशी संबंधित कृतींमधील सहभाग वाढतो. मात्र रोचक बाब अशी आहे की विद्यार्थी संघटना/युवा संघटना यामधून मोठ्या प्रमाणावर राजकीय सहभाग निर्माण होताना दिसत नाही. (तक्ता 2.23)

2. निषेध आणि मोर्चे यांमधील सहभाग

लोक निवडणुकीय कृतींमध्ये अगदी निवडणूक सभा बैठकांना हजेरी लावण्यापासून ते उमेदवारास थेट प्रत्यक्ष पाठिंबा देण्यापर्यंत सहभागी होतात. या प्रकारचा सहभाग हा निवडणुकीपुरता आणि विशिष्ट काळापुरता मर्यादित असतो. या शिवाय निवडणूक-बाह्य

सहभागही महत्त्वाचा असतो जो निवडणुकीच्या वेळेस दृष्टीस पडेलच, असे नाही. सार्वजनिक निषेध, मोर्चे या प्रकारच्या बाबींचा त्यात समावेश होतो. या प्रकारच्या सहभागाने मागील वर्षी अकादमीक वर्तुळाचं लक्ष वेधून घेतलं आहे. जागतिक पटलावर, अनेक पश्चिम आशियायी देशांमध्ये लोकशाहीसाठी सुरु झालेला लढा ज्याला 'अरब स्प्रिंग' असे म्हटले जाते ती चळवळ आणि अमेरिकेत सुरू झालेली 'ऑक्युपाय' (Occupy) चळवळ ही काही समकालीन लक्षणीय उदाहरणं आहेत. भारतामध्ये या प्रकारची चळवळ ही 2011 मध्ये निर्माण झाल्याचे दिसले. भ्रष्टाचारविरोधी विधेयकाची परिणामकारक अंमलबजावणी व्हावी, यासाठी मोठ्या प्रमाणावर पाठिंबा दिला गेला. लोकपाल चळवळ असे या आंदोलनास म्हटले गेले आणि या आंदोलनाला समाजाच्या विविध कोपऱ्यातून पाठिंबा मिळाला. या आंदोलनाचे व्यवच्छेदक वैशिष्ट्य असे होते की ती मुख्यतः युवा वर्गाच्या प्रतिनिधित्वाने व्यापली होती (इंडिया टुडे, 2013).

तक्ता 2.24 असे दर्शवतो की 12 टक्के युवा वर्ग सामाजिक राजकीय मुद्द्यांसाठी निषेध आणि मोर्चामध्ये सामील झाला. युवा वर्ग आणि इतर यांच्या निषेध-मोर्चे-निदर्शनं यातील सहभागात केवळ एका टक्क्याचा फरक आहे.

अगदीच कमी ग्रामीण महिला या निषेध किंवा निदर्शनांमध्ये सामील झाल्या, असे दिसून येते. शहर/नागर भागात निवडणूक-बाह्य राजकीय सहभागाकरिता अवकाश उपलब्ध होतो कारण शहरात अधिक महिलांनी निषेध-निदर्शनं यांमध्ये सहभाग नोंदवल्याचे दिसते. ग्रामीण भागातील युवा हे शहरी भागातील युवांच्या तुलनेत सर्व प्रकारच्या राजकीय सहभागात आघाडीवर आहेत (तक्ता 2.25).

तक्ता 2.24: युवा आणि इतर या दोन्ही वर्गात मोर्चा आणि निदर्शनं यातील सहभाग कमी आहे

वयोगट	*निषेध/मोर्चा/निदर्शने यात सहभाग घेतला*
युवा	12
इतर	11

स्रोतः युवा आणि राजकारण सर्वेक्षण (2011)

टीपः सर्व आकडे टक्केवारीमध्ये आहेत.

तक्ता 2.25: मोर्चा निदर्शनांमध्ये युवकांचं प्रमाण युवतींपेक्षा अधिक आहे

स्थान	*मोर्चा/निदर्शनांमध्ये सहभाग*
ग्रामीण युवक	20
ग्रामीण युवती	3
शहरी युवक	12
शहरी युवती	8

स्रोतः युवा आणि राजकारण सर्वेक्षण (2011)

टीपः सर्व आकडे टक्केवारीमध्ये आहेत.

तक्ता 2.26: माध्यमांसोबतचा संपर्क अधिक असेल तर निषेध मोर्चांमधील सहभागही वाढतो

स्थान	*मोर्चा/निदर्शनांमध्ये सहभाग*
माध्यमांशी संपर्क नसलेला ग्रामीण युवा	3
माध्यमांशी अधिक संपर्क असलेला ग्रामीण युवा	27
माध्यमांशी संपर्क नसलेला शहरी युवा	10
माध्यमांशी अधिक संपर्क असलेला शहरी युवा	15

स्रोतः युवा आणि राजकारण सर्वेक्षण (2011)
टीपः सर्व आकडे टक्केवारीमध्ये आहेत.

ग्रामीण भागात माध्यमांशी संपर्कातून निषेध-मोर्चे यातील राजकीय सहभागावर सकारात्मक परिणाम होतो. माध्यमांच्या संपर्कातून शहरात होणारा राजकीय सहभागावरील परिणाम हा ग्रामीण भागाइतक्या तीव्रतेचा नसतो. माध्यमांशी संपर्क असलेल्या आणि नसलेल्या युवांच्या राजकीय सहभाग पातळीत फार मोठा फरक नाही. (तक्ता 2.26)

शिक्षणातून पुरुषांना असहमतीचं राजकारण करण्यासाठी राजकीय अवकाश उपलब्ध होतो. निवडणूक-बाह्य निषेध मोर्चा अशा राजकीय कृतींमध्ये पुरूषांचा सहभाग हा शिक्षणानुसार वाढतो, महिलांबाबत मात्र ही अवस्था अशा प्रकारची नाही. वेगवेगळ्या शैक्षणिक गटातील 5 टक्क्यांच्या आसपास महिला या अशा कृतींमध्ये सहभागी होतात. (तक्ता 2.27)

आमच्या अभ्यासानुसार, निवडणूकबाह्य राजकीय सहभागाचा अवकाश हा अभिजनवादी स्वरूपाचा आहे. यामध्ये सर्वाधिक सहभाग ग्रामीण भागातील श्रीमंतांचा तर शहरात मध्यमवर्गाचा आहे. गरिबांचा सर्वच ठिकाणचा सहभाग अगदीच कमी आहे आणि तो 5 टक्क्यांच्या खाली इतका कमी आहे. ग्रामीण भागातील आर्थिक वर्ग आणि निषेध मोर्चा यातील सहभाग एकरेषीय समप्रमाणात आहे. सामाजिक लोकसंख्यानिहाय गटांमधून स्थान, लिंग, वर्ग, शिक्षण यातून सक्रिय प्रतिसादकास स्थानांकित करता येते तसेच व्यक्तीचा राजकीय कल या संदर्भाने असणाऱ्या दृष्टीकोनातून युवा वर्गाच्या सहभागाविषयी

तक्ता 2.27: शिक्षणाच्या उच्च पातळीसोबत निषेध मोर्चातील सहभागाची पातळी वाढते

शैक्षणिक अर्हतेची पातळी	*मोर्चा निदर्शने यातील सहभाग*
अशिक्षित युवक	7
अशिक्षित युवती	6
महाविद्यालयीन शिक्षणप्राप्त युवक	22
महाविद्यालयीन शिक्षणप्राप्त युवती	5

स्रोतः युवा आणि राजकारण सर्वेक्षण (2011)
टीपः सर्व आकडे टक्केवारीमध्ये आहेत.

तक्ता 2.28: राजकारणात अधिक रस असेल तर निषेध-निदर्शनातील सहभाग वाढतो

राजकारणाविषयी आवड	*मोर्चा निदर्शनांमध्ये सहभाग*
राजकारणाविषयी अजिबात आवड नाही	4
राजकारणाविषयी सर्वसाधारण आवड	12
राजकारणाविषयी अधिक आवड	37

स्रोतः युवा आणि राजकारण सर्वेक्षण (2011)
टीपः सर्व आकडे टक्केवारीमध्ये आहेत.

अंतर्दृष्टी प्राप्त होते. राजकारणात अधिक रस असणाऱ्यांचा, राजकारणात अजिबात रस नसणाऱ्यांच्या तुलनेत विचार करता निषेध निदर्शनं यातील सहभाग नऊ पटींनी वाढतो. राजकारणात अजिबात रस नसलेल्यांपैकी अवघा 4 टक्के युवा वर्ग निषेध-निदर्शनं यात सामील झाल्याचे दिसले. याच्या उलट राजकारणात अधिक रस असलेल्या युवांपैकी 37 टक्के युवा वर्ग हा निषेध निदर्शनं यात सामील झाल्याचे दिसते. (तक्ता 2.28)

राजकीय पक्षांचे सदस्य हे निषेध-निदर्शनांमध्ये सहभागी होण्याची शक्यता अधिक असते. तक्ता 2.29 मध्ये दर्शवल्याप्रमाणे, राजकीय पक्षांचे सदस्य असलेला 42 टक्के युवा वर्ग हा निषेध निदर्शनांमध्ये सामील झालेला दिसून आला. युवा किंवा विद्यार्थी संघटनेचे सदस्य असलेल्या वर्गातील 25 टक्के युवा निषेध निदर्शनांमध्ये सामील झाल्याचे दिसून येते. कुठल्याही युनियनचा सदस्य असलेला युवा हा विद्यार्थी संघटना/पक्ष संघटना सदस्य यांच्याहून अधिक सहभाग नोंदवतो. अपेक्षेप्रमाणे गैर सरकारी संस्थांचे सदस्य निवडणुकीशी संबंधित कृतींमध्ये कमी सहभाग घेतात तर साधारण एक तृतीयांशहून किंचित अधिक सदस्य हे निषेध निदर्शनं यांमध्ये सहभागी होतात, असे दिसले.

निवडणुकीशी संबंधित कृतीतील सहभागातून निषेध-निदर्शनं यातील सहभाग वाढतो. निवडणुकीशी संबंधित कृतींमध्ये सहभागी झालेल्या व्यक्ती आणि निषेध निदर्शनांमध्ये सहभागी होणाऱ्या व्यक्ती यामध्ये बऱ्याच वेळा समान व्यक्ती दोन्हींकडे असल्याचे

तक्ता 2.29: राजकीय पक्ष आणि युनियन सदस्य यांचा निषेध निदर्शनं यातील सहभाग सर्वाधिक आहे त्या पाठोपाठ गैरसरकारी संस्थांच्या सदस्यांचा निषेध निदर्शनातील सहभाग

..चे सदस्य आहे	*मोर्चा निदर्शनं यातील सहभाग*
राजकीय पक्ष	42
विद्यार्थी/युवा संघटना	25
कुठलीही युनियन	41
गैर सरकारी संस्था	35

स्रोतः युवा आणि राजकारण सर्वेक्षण (2011)
टीपः सर्व आकडे टक्केवारीमध्ये आहेत.

तक्ता 2.30: निवडणुकीशी संबंधित कृतींमध्ये अधिक सहभाग असेल तर निषेध निदर्शनांमध्येही अधिक सहभाग असल्याचे दिसते

निवडणुकीशी संबंधित कृतींमधील सहभाग	*मोर्चा निदर्शनं यांमध्ये सहभाग*
निवडणुकीशी संबंधित कृतींमध्ये कधीही सहभाग घेतला नाही	4
निवडणुकीशी संबंधित कृतींमध्ये कमी सहभाग	24
निवडणुकीशी संबंधित कृतींमध्ये अधिक सहभाग	39

स्रोतः युवा आणि राजकारण सर्वेक्षण (2011)
टीपः सर्व आकडे टक्केवारीमध्ये आहेत.

दिसते. निवडणुकीशी संबंधित कृतींमध्ये सहभागी होणारा जवळपास 39 टक्के युवा वर्ग हा निषेध निदर्शनांमध्ये सर्वाधिक सहभाग नोंदवतो, असे दिसते. मात्र निवडणुकीशी संबंधित कृतींमध्ये सहभागी नसलेल्या युवांपैकी अवघे 4 टक्के युवाच निषेध निदर्शनांमध्ये सहभागी होतात. (तक्ता 2.30) हे चित्र काही आश्चर्यजनक नाही कारण भारतातल्या आणि जगभरातल्या युनियन्स यांचं मोठ्या प्रमाणावर राजकीयीकरण झालेलं आहे. केवळ राजकीय विचारधारेच्याच अर्थाने नव्हे तर विविध पक्षांशी त्यांची जवळीक असल्याचेही दिसते. त्यामुळे निषेध निदर्शनांमध्ये सर्वाधिक सहभाग नोंदवणाऱ्या व्यक्ती या एकतर युनियन किंवा राजकीय पक्ष यांच्या सदस्य आहेत.

निष्कर्ष

या प्रकरणाचा उद्देश हा लोकसंख्यानिहाय आणि दृष्टीकोनानुसार युवा वर्गाने स्वतः नोंदवलेला रस आणि राजकीय सहभाग यासह युवा वर्गाचे स्थाननिश्चितीकरण करणे हा होता. प्रकरणातील सामाजिक लोकसंख्यानिहाय निर्धारक घटक हे कदाचित युवा वर्गाचं राजकीय वर्तन पूर्णपणे स्पष्ट करू शकतील, असे नाही मात्र त्या घटकांसह निर्माण होणारे प्रवाह लक्षात घेऊन विश्लेषण केले गेले. या प्रकरणातील पद्धतशीर विश्लेषणातून राजकीय रस आणि राजकीय सहभाग यांच्यातील सहसंबंध सरळसोट नाहीत, हे सुस्पष्ट होते. या दोन्ही घटनांमधील राजकारणातील रस आणि राजकारणातील सहभाग व्यक्ती या भौगोलिक व सामाजिक-लोकसंख्यानिहाय भिन्न आहेत. मात्र अनेक वर्षात राजकीय रस आणि काही राजकीय कृतींमधील सहभाग या दोहोंमध्ये वाढ होत असल्याचे दिसते. दुसरा मुद्दा म्हणजे निवडणुकीतील युवा वर्गाचे मतदान ही युवा वर्गाच्या राजकारण-विषयक गुंतवणुकीतील एक कल्पित बाब आहे. युवा मतदान ही बाब युवा वर्गाच्या राजकारण विषयक गुंतवणुकीची उत्तम निदर्शक नाही. भारतीय युवा वर्गाचा राजकारणविषयक कल हा उदासीनतेच्या दिशेने नाही. अलमॉन्ड आणि व्हर्बा यांनी राजकीय गटांचे जे वर्गीकरण केले आहे त्यानुसार भारतीय युवा वर्ग हा राजकारणापासून अलिप्त असलेला गट म्हणून

वर्गीकृत करता येत नाही. मात्र युवा वर्गाची भारतीय राजकारणातील सहभागाची पातळी लक्षात घेता या वर्गास *सहभागी गट* असेही संबोधता येत नाही कारण सक्रियरित्या युवा वर्गाचा राजकारणात सहभाग नाही. भारतीय युवा वर्गाचे आपण *विषय गट* असे वर्गीकरण करू शकतो की जो गट हा राजकारणाविषयी जागरूक आहे आणि सरकारकडून अधिक अपेक्षा करतो आहे मात्र गटाचे मतदान आणि निवडणुकीशी संबंधित कृती यांमधील सक्रिय सहभाग इतर गटांहून कमी आहे. अधिक सहभाग म्हणता येईल इतका सहभाग या युवा वर्गाचा नाही. युवा वर्गाचं राजकीयीकरण आणि युवा वर्ग ही स्वतंत्र राजकीय वर्गवारी या दोन्ही बाबी अजून उदयाला यावयाच्या आहेत.

टिपा

1. मिल्ब्रॅथ यांच्यानुसार, राजकीय कृतींमध्ये उदासीन म्हणजे कमी सहभाग असणारे, प्रेक्षक म्हणजे मध्यम सहभाग असणारे आणि सक्रिय म्हणजे उच्च सहभाग असणारे होय.
2. एनईएस म्हणजे नॅशनल इलेक्शन स्टडीज, सीएसडीएस, दिल्ली तर्फे 1996, 1998, 1999, 2004, 2009 या वर्षांत आयोजित सर्वेक्षण मालिका होय.
3. **निवडणुकीशी संबंधित कृतींमधील सहभागाविषयीचा निर्देशांक**

   हा निर्देशांक प्र.9अ, प्र.9ब आणि प्र.9 क यांना दिलेल्या प्रतिसादांवर आधारलेला आहे. या प्रश्नांच्या द्वारे उमेदवारांसाठी निधी संकलन करणे, निवडणूक बैठका, सभा यांना हजेरी लावणे, निवडणूक प्रचारात सहभाग घेऊन पत्रकं वाटणे आदी बाबींविषयीचे प्रतिसाद संकलित केले गेले. प्रत्येक प्रश्नासाठी प्रतिसादकांना उपलब्ध करून दिलेले पर्याय 'हो', 'नाही', 'माहीत नाही' आणि 'कोणतेही मत नाही' असे होते. या तीनही प्रश्नांचे प्रतिसाद संकलित करून तीन संवर्गात वर्गीकृत केले- "सहभाग नाही", "साधारण सहभाग" आणि "अधिक सहभाग". तीनपैकी कोणत्याही दोन किंवा तीनही कृतींमध्ये सहभागी असलेल्या प्रतिसादकांचे वर्गीकरण 'अधिक सहभाग' या प्रकारे केले गेले. तीनपैकी एका कृतीत सहभागी असलेल्या प्रतिसादकांचे वर्गीकरण "साधारण सहभाग" या प्रकारे केले गेले. "सहभाग नाही" हा संवर्ग स्वयंस्पष्ट आहे. ज्यांनी सहभागा बाबतच्या प्रश्नांना नकारात्मक उत्तरं दिली किंवा ज्यांना या कृतीत सहभागी झाल्याचे आठवत नव्हते त्या सर्वांना "सहभाग नाही" या संवर्गात वर्गीकृत केले गेले.

संदर्भ

1. Almond, Gabriel, and Sidney Verba. (1963). 'The Civic Culture: Political Attitudes and Democracy in Five Nations' Princeton: Princeton University Press.
2. Milbrath, L.W. (1965). 'Political Participation: How and why do people get involved in Politics?' USA: Rand McNally & Company.
3. Cliff Zukin et al. (2006). 'A New Engagement? Political Participation, Civic Life, and the Changing American Citizens' New York: Oxford University Press.
4. 'World Development Report 2007: Development and the Next Generation' The World Bank: Washington, DC. [Online] Available from http://www-wds.worldbank.org/external/default/WDSContentServer/WDSP/IB/2006/09/13/000112742_20060913111024/Rendered/PDF/359990WDR0complete.pdf [Accessed on 4/11/2011].

5. Yadav, Yogendra. (2000). 'Understanding the Second Democratic Upsurge: Trends of Bahujan Participation in Electoral Politics in the 1990s' in Frankel, Francine R. (et al) *Transforming India: Social and Political Dynamics of Democracy* (pp. 120–145). New Delhi; New York: Oxford University Press.

6. International Institute for Democracy and Electoral Assistance. Available from http://www.idea.int/vt/countryview.cfm?id=77#pres [Accessed 17/10/2011]

7. 'Voter Engagement and Young People', The Electoral Commission, Research report, July 2002. [Online] Available from http://www.electoralcommission.org.uk/__data/assets/electoral_commission_pdf_file/0019/16093/youngpplvoting_6597-6188__E__N__S__W__.pdf [Accessed on 17/10/2011]

8. Kirby, Emily Hoban and Kei Kawashima-Ginsberg. 'The Youth Vote in 2008' CIRCLE, 2009. [Online] Available from http://www.civicyouth.org/PopUps/FactSheets/FS_youth_Voting_2008_updated_6.22.pdf [Accessed 17/10/2011]

9. CPS November. 'Voting and Registration Supplements, 1972–2008'. [Online] Available from http://www.civicyouth.org/PopUps/FactSheets/FS_youth_Voting_2008_updated_6.25.pdf [Accessed 18/10/2011]

10. Monroe, Alan D. (1977). 'Urbanism and Voter Turnout: A Note on Some Unexpected Findings', *American Journal of Political Science*, Vol. 21, No. 1 (Feb), pp. 71–78, Published by: Midwest Political Science Association.

11. 'Rage of Angels', India Today [Online] Available from http://indiatoday.intoday.in/story/anna-hazare-anti-corruption-movement-youth/1/165522.html [Accessed on 12/2/2013].

3 मतदानाचा प्रवाह

संजय कुमार

भारतामध्ये असा कोणता पक्ष आहे का जो तरुणांचा पक्ष म्हणून ओळखला जातो? युवा वर्ग विशिष्ट पक्षाला इतर पक्षांपेक्षा अधिक मतदान करतो असे घडते काय? युवा वर्गाची लक्षणीय संख्या लक्षात घेऊन सर्व राजकीय पक्ष अलीकडच्या काळात युवा वर्गास संघटित करण्याचा प्रयत्न करत आहेत मात्र एखादा विशिष्ट पक्ष युवा वर्गाचा आहे, असे म्हणणे अवघड आहे. युवा वर्गाचा राजकीय सहभाग वाढवण्याच्या स्पर्धेत, काँग्रेस पक्षाने राहुल गांधींना पुढे आणण्याचा प्रयत्न केला. राहुल गांधी यांनी जबाबदारी दिली जाताच केवळ युवा वर्गाला आवाहनच केलं नाही तर वेगवेगळ्या राज्यात युवा काँग्रेस निवडणुका घेऊन युवा वर्गाने राजकारणात प्रवेश करावा, यासाठी प्रोत्साहन दिले. 2009 लोकसभा निवडणुकीपर्यंत काँग्रेस पक्षाचा राष्ट्रीय विरोधक पक्ष भारतीय जनता पक्षाने युवा वर्गाची मतं मिळवण्यासाठी विशेष प्रयत्न केलेले दिसत नाहीत; मात्र अलीकडे नरेंद्र मोदी यांच्या नेतृत्वाखाली पक्षाने धोरण बदलून युवा वर्गाच्या मतांसाठी विशेष प्रयत्न करण्याच्या दिशेने पावलं उचलली असल्याचे दिसते. गुजरातचे मुख्यमंत्री भाषणांमध्ये युवा वर्गाला आवाहन करतात आणि युवा वर्गच देशाचे भवितव्य आहे, असा संदेश देतात. प्रादेशिक पक्षही युवा वर्गाच्या मतांवर लक्ष केंद्रित करून युवा वर्गाचे संघटन करण्याचा प्रयत्न करत आहेत. समाजवादी पक्षाने उत्तर प्रदेशचे मुख्यमंत्री म्हणून अखिलेश यादव यांची निवड करणे हा या धोरणाचा भाग म्हणून पाहता येऊ शकते. मात्र या साऱ्या प्रयत्नांमधून युवा वर्गाचा राजकीय सहभाग वाढला आहे का आणि त्यातून राजकीय पक्षांसाठी प्राधान्यक्रम निर्धारित झाला आहे का? या प्रश्नांची उत्तरं शोधण्यासाठी गेल्या दीड दशकात युवा वर्गाने कशा प्रकारे मतदान केले, हे पाहावे लागेल.

काँग्रेस पक्ष हा युवकांचा पक्ष आहे अशी प्रतिमा निर्माण करण्यात बऱ्यापैकी यशस्वी झालेला असला तरीही युवा वर्गाचा काँग्रेस पक्षाकडे सुस्पष्ट कल आहे, असे दिसत नाही. इतर पक्षांहून काँग्रेसला अधिक प्राधान्य युवा वर्गाने दिले आहे अथवा भूतकाळातील युवा वर्गाच्या मतदानसंख्येहून अधिक युवा वर्ग मतदान करतो आहे, असेही दिसत नाही. 1990 च्या आसपास आणि अलीकडे काँग्रेस पक्षाने युवा वर्गाची मतं गमावली आहेत असेही खात्रीशीररित्या म्हणता येत नाही, मात्र 1996 च्या लोकसभा निवडणुकीपासून इतर वर्गाच्या तुलनेत युवा वर्गाने काँग्रेसला अधिक प्रमाणात मतदान केले नाही, हे सुस्पष्ट दिसते. काँग्रेस पक्षाला प्राप्त झालेला युवा मतदानाचा टक्का हा युवा वर्गाच्या राष्ट्रीय मतदानाच्या टक्केवारीच्या आसपास राहिल्याचे दिसून येते. काही वेळा पक्षाला 34 वर्षे

वय असलेल्या गटामधून युवा वर्गाच्या तुलनेत अधिक मतं मिळाली. भाजप हा जरी युवा वर्गाचा पक्ष म्हणून ओळखला जात नसला तरी विशेषतः गेल्या दशकात उच्चवर्गीय आणि शहरी युवा वर्गाचा भाजपच्या निवडणुकीय यशात मोलाचा वाटा राहिला आहे. भाजपच्या एकूण मतांची टक्केवारी ही 20 टक्क्याच्या खाली (18.8 टक्के) गेली असली तरी इतर वर्गाच्या तुलनेत युवा वर्गाचा भाजपला अधिक पाठिंबा प्राप्त होतो आहे. महाविद्यालयात आणि विद्यापीठात युवा वर्ग डाव्या पक्षांकडे आकृष्ट होतो (भारतीय कम्युनिस्ट पक्ष, मार्क्सवादी कम्युनिस्ट पक्ष). त्यातील बहुसंख्य विद्यार्थी हे या पक्षांच्या विद्यार्थी संघटनांचे सभासद होतात, मात्र काही राज्यांचा अपवाद वगळता, राष्ट्रीय अथवा राज्य पातळीवरील निवडणुकांमध्ये मोठ्या संख्येने डाव्या पक्षांना मतं प्राप्त होत नाहीत. या अभ्यासातून समोर आलेल्या तथ्यांनुसार प्रौढांच्या तुलनेत युवा वर्गाची अधिक मतं डाव्या पक्षांना प्राप्त होत नाहीत. डाव्या पक्षांना प्राप्त होणाऱ्या इतर आणि युवा वर्ग या दोहोंच्या मतांमध्ये फारसा फरक नाही. बहुजन समाजवादी पक्षाच्या मताचा टक्का राज्य पातळीवर आणि देश पातळीवरील निवडणुकांमध्ये (उत्तर प्रदेशमध्ये) वाढला आहे; मात्र हा टक्का युवा मतदानामुळे वाढलेला नाही. या अभ्यासातील तथ्यांनुसार, युवा आणि इतर दोन्ही वर्गात बसपासाठीच्या मतदानाचा टक्का वाढतो आहे. इतर जातींच्या तुलनेत दलित युवा वर्गातून अधिक मतदान बसपास प्राप्त होते. (तक्ता 3.1) गेल्या दीड दशकात काही रोचक प्रवाह दिसून येत आहेत. सदर प्रकरणातून या अलीकडच्या प्रवाहांचे आणि विविध लोकसभेच्या निवडणुकीत युवा वर्गाच्या मतपसंतीचे तपशीलवार विश्लेषण केले आहे.

गेल्या पाच लोकसभा निवडणुकांमध्ये काँग्रेसला युवा वर्गाच्या तुलनेत वय वर्षे 34 हून अधिक वय असलेल्या गटातून अधिक मतं प्राप्त झालेली आहेत मात्र युवा मतदारांचे काँग्रेसला मतदान करण्याचे प्रमाण इतर वयोगटाहून किंचित अधिक आहे. परंतु काँग्रेसला मतदान करणाऱ्या युवा वर्गात लिंगनिहाय मोठा फरक आहे. राष्ट्रीय निवडणूक अभ्यासांमधील तथ्यांनुसार, काँग्रेस युवकांपेक्षा युवतींमध्ये अधिक लोकप्रिय आहे. वेगळ्या भाषेत सांगायचे तर, युवतींनी युवकांहून किंचित अधिक प्रमाणात काँग्रेसला मतदान केले आहे. काँग्रेसला मिळालेला हा लाभ 2009 लोकसभा निवडणुकीत गमावला असल्याचे दिसते. भारतीय जनता पक्षाला नेहमीच युवतींपेक्षा युवकांची अधिक मतं प्राप्त झालेली आहेत. (तक्ता 3.3) काँग्रेसने युवकांच्या तुलनेत युवतींचा पाठिंबा गमावला तर भाजपने युवतींच्या तुलनेत युवकांचा पाठिंबा गमावला आहे. 1996 च्या लोकसभा निवडणुकीत भाजपला मिळालेल्या युवा वर्गाच्या टक्केवारीनुसार युवक आणि युवती यांच्या टक्केवारीत 6 टक्क्यांचा फरक होता. 2004 साली हा फरक 2 टक्क्यांवर आला, तर 2009 लोकसभा निवडणुकीत हा फरक आणखी 1 टक्क्याने वाढला.

काँग्रेसला युवकांच्या तुलनेत युवतींकडून अधिक मतदान प्राप्त झाले. तसेच युवतींचा विचार करता भाजपहून काँग्रेसला अधिक युवतींचे मतदान होत असल्याचे दिसते. तसेच

तक्ता 3.1: 'युवा मतदारांचा' कुठल्याही विशिष्ट पक्षास विशेष फायदा झालेला नाही

	1996			*1998*			*1999*			*2004*			*2009*		
पक्ष	*सर्व मतदार*	*युवा*	*इतर*	*सर्व मतदार*	*युवा*	*इतर*	*सर्व मतदार*	*युवा*	*इतर*	*सर्व मतदार*	*युवा*	*इतर*	*सर्व मतदार*	*युवा*	*इतर*
काँग्रेस	28.8	28	30	25.8	25	26	28.3	27	29	26.5	27	26	28.6	28	29
भाजप	20.3	22	19	25.6	26	26	23.8	26	23	22.2	23	22	18.8	20	18
डावे	9.1	9	9	7.79	9	7	7.6	8	8	7.9	8	8	7.5	7	8
बसप	4	4	3	4.7	4	5	4.2	5	4	5.3	5	6	6.2	6	6

स्रोतः सीएसडीएस ने लोकसभा निवडणुकांच्या दरम्यान पार पाडलेला राष्ट्रीय निवडणूक सर्वेक्षण अभ्यास

टीपः मतदानाचा टक्का- भारयुक्त माहितीसंच.

सर्व आकडे टक्केवारीत आहेत.

तक्ता 3.2: युवकांच्या तुलनेत अधिक युवतींनी काँग्रेसला मतदान केले

	1996		*1998*		*1999*		*2004*		*2009*	
पक्ष	*युवक*	*युवती*	*युवक*	*युवती*	*युवक*	*युवती*	*युवक*	*युवती*	*युवक*	*युवती*
काँग्रेस	27	29	24	28	24	30	26	28	27	28
भाजप	25	19	28	24	28	23	24	22	21	18
डावे	9	9	8	10	7	9	7	8	7	8
बसप	5	4	5	4	6	3	5	5	7	5

स्रोतः सीएसडीएस ने लोकसभा निवडणुकांच्या दरम्यान पार पाडलेला राष्ट्रीय निवडणूक सर्वेक्षण अभ्यास
टीपः मतदानाचा टक्का- भारयुक्त माहितीसंच.
सर्व आकडे टक्केवारीत आहेत.

1998 आणि 1999 लोकसभा निवडणुकांचा अपवाद वगळता, युवक मतदारांमध्येही काँग्रेसला भाजपहून अधिक मतदान झाले असल्याचे दिसून येते. या दोन लोकसभा निवडणुकांमध्ये भाजपला युवकांची काँग्रेसहून अधिक मतं प्राप्त झाली; मात्र 1999 निवडणुकीत एकुणात काँग्रेसला भाजपहून अधिक मतदान झाले. डाव्या पक्षांना युवतींकडून किंचित अधिक मतदान झाले. तसेच किंचित अधिक युवकांनी बसपाला मतदान केले (तक्ता 3.2).

स्थान किंवा रहिवासी ठिकाणाचा प्रकार या घटकाचा युवा वर्गाच्या मतदानाच्या प्रवाहावर मोठा प्रभाव पडतो. ग्रामीण किंवा छोट्या शहरांमध्ये राहणाऱ्या युवा वर्गाचे मतदान शहरी भागातील युवा वर्गाहून भिन्न आहे. ग्रामीण व शहरी युवा वर्गाच्या मतदानातील प्रवाहात युवक आणि युवती यांच्या मतदान प्रवाहातील फरक ठळक दिसून येतो. 1996 पासून मतदानाच्या प्रवाहाच्या अभ्यासातून असे दिसून येते की ग्रामीण युवा हा काँग्रेसकडे अधिक झुकलेला आहे तर शहरी युवा भाजपच्या बाजूने कौल देतो आहे. गेल्या अनेक निवडणुकांमध्ये शहरी युवा वर्गाचा भाजपला अधिक पाठिंबा आहे तर काँग्रेसला शहरी व ग्रामीण भागात कमी-अधिक प्रमाणात समान पाठिंबा आहे. ग्रामीण भागापेक्षा शहरी भागातून भाजपला अधिक पाठिंबा मिळतो, हे तथ्य काही

तक्ता 3.3: काँग्रेसला भाजपच्या तुलनेत अधिक युवतींचा पाठिंबा प्राप्त झाला मात्र युवकांमध्ये अधिक पाठिंबा मिळाला नाही

लिंग	*1996*	*1998*	*1999*	*2004*	*2009*
पुरुष	2	–4	–4	2	6
स्त्रिया	10	4	7	6	10

स्रोतः सीएसडीएस ने लोकसभा निवडणुकांच्या दरम्यान पार पाडलेला राष्ट्रीय निवडणूक सर्वेक्षण अभ्यास
टीपः मतदानाचा टक्का- भारयुक्त माहितीसंच.
सर्व आकडे टक्केवारीत आहेत.

आश्चर्यचकित करणारे नाही. 1990च्या आसपास भाजपला मिळालेल्या निवडणुकीय यशामध्ये शहरी युवा वर्गाचा मोठा वाटा आहे. शहरी युवा वर्गाने भाजपला 1996, 1998 आणि 1999 च्या लोकसभा निवडणुकीत मोठ्या प्रमाणावर मतदान केले. शहरी युवा वर्गाच्या मतदानाचा फायदा भाजपला 2004 पर्यंत झाला, त्यानंतर पक्षाने शहरी युवा मतदारांमधील आपली लोकप्रियता गमावली. भाजपकडून गमावली गेलेली शहरी युवा मतं ही प्रादेशिक पक्षांकडे संक्रमित झाली. 2009 लोकसभा निवडणुकीत राहुल गांधींसारखा युवा नेता युवा मतांचं संघटन करूनही फार काही शहरी मतं काँग्रेसला खेचून आणता आली नाहीत. 2004 लोकसभा निवडणुकीचा अपवाद वगळता डाव्या पक्षांनी शहरी युवांच्या तुलनेत ग्रामीण युवांचा अधिक पाठिंबा मिळवला. 2004 लोकसभा निवडणुकीत डाव्या पक्षांच्या उल्लेखनीय विजयाचे श्रेय शहरी युवांना द्यावे लागेल. बसपाचा विचार करता, गेल्या दशकात त्यांच्या मतदानाचा पाया, आधार विस्तारत चालला असला तरीही ग्रामीण युवांचा पक्षाला शहरी युवांपेक्षा सातत्याने अधिक पाठिंबा राहिलेला आहे. (तक्ता 3.4)

गेल्या दशकभरात युवा वर्गाच्या मतदानाचा प्रवाह निश्चित करण्यात भारतीय युवा वर्गाची शैक्षणिक अर्हता पातळी महत्त्वाची राहिलेली दिसते. निवडणुकीय यश अपयश यांच्या पलीकडे, नेहमीच निरक्षर युवा वर्गाचा भाजपपेक्षा काँग्रेसला अधिक पाठिंबा प्राप्त झालेला आहे. महाविद्यालयीन शिक्षणप्राप्त युवा वर्गाचा भाजपला काँग्रेसहून अधिक पाठिंबा प्राप्त झालेला आहे. 1998 आणि 1999 लोकसभा निवडणुकांच्या वेळी काँग्रेसची कामगिरी खराब होती, पक्षाच्या मतदानाची टक्केवारी एकदम कमी झाली, मात्र तरीही निरक्षर युवा वर्गाचा काँग्रेसला भाजपहून अधिक पाठिंबा होता. तसेच, भाजपचा 1998 मधील 25.6 टक्के ही मतदानाची टक्केवारी 2004 च्या निवडणुकीत 22.2 टक्के इतकी खाली आली मात्र तरीही महाविद्यालयीन शिक्षित युवा वर्गाचा काँग्रेसहून भाजपला

तक्ता 3.4: भाजपला असलेला शहरी युवा वर्गातील पाठिंबा कमी झाला

	1996		1998		1999		2004		2009	
पक्ष	ग्रामीण युवा	शहरी युवा	ग्रामीण युवा	शहरी युवा	ग्रामीण युवा	शहरी युवा	ग्रामीण युवा	शहरी युवा	ग्रामीण युवा	शहरी युवा
काँग्रेस	27	29	25	26	27	28	26	30	27	28
भाजप	20	28	24	32	25	28	22	26	20	20
डावे	10	6	10	6	9	3	7	10	8	5
बसप	5	3	5	3	5	3	6	3	7	5

स्रोतः सीएसडीएस ने लोकसभा निवडणुकांच्या दरम्यान पार पाडलेला राष्ट्रीय निवडणूक सर्वेक्षण अभ्यास
टीपः मतदानाचा टक्का- भारयुक्त माहितीसंच.
सर्व आकडे टक्केवारीत आहेत

अधिक पाठिंबा होता. महाविद्यालयीन शिक्षित युवा वर्गातून अधिक मिळणारा पाठिंबा भाजपने 2009 च्या लोकसभा निवडणुकीत गमावला. तो फरक कमीच होता. (तक्ता 3.6)

गेल्या पाच लोकसभा निवडणुकांमध्ये काँग्रेसला महाविद्यालयीन शिक्षणप्राप्त युवा वर्गाच्या तुलनेत अधिक मतं ही निरक्षर युवा वर्गाकडून प्राप्त झाली. मतदानाचा हाच प्रवाह वय वर्षे 34 हून अधिक वय असलेल्या प्रतिसादकांमध्ये दिसून आला. निरक्षर असलेल्या प्रौढांचा भाजपच्या तुलनेत अधिक पाठिंबा काँग्रेसला होता. काँग्रेस पक्ष आजही निरक्षर युवा वर्गातून अधिक मतं प्राप्त करत असला तरीही महाविद्यालयीन शिक्षणप्राप्त आणि निरक्षर युवा या दोहोंच्या मतांमधील फरक कमी होतो आहे कारण महाविद्यालयीन शिक्षणप्राप्त युवा वर्गात काँग्रेसला असलेला पाठिंबा किंचित वाढला आहे. 1999 लोकसभा निवडणूक वगळता, 1996 ते 2009 या काळात निरक्षर युवा वर्गातून काँग्रेसला मिळणाऱ्या पाठिंब्यात सकारात्मक बदल झाला आहे, असे दिसत नाही. गेल्या पाचही लोकसभा निवडणुकांमध्ये भाजपला अशिक्षित युवांच्या तुलनेत शिक्षित युवांकडून अधिक पाठिंबा प्राप्त होतो आहे. 1998 साली भारतीय जनता पक्षाला शिक्षित युवा वर्गातील 40 टक्के युवांनी मतदान केले मात्र हाच आकडा 2009 साली 24 टक्के इतका खाली आला. बसपाचा विचार करता, हा पक्ष शिक्षित वर्गाच्या तुलनेत अशिक्षित वर्गात अधिक लोकप्रिय आहे. पक्षास प्राप्त होणाऱ्या शिक्षित आणि अशिक्षित युवांच्या मतांमधील फरक कमी होतो आहे. (तक्ता 3.5)

1996 पासून झालेल्या पाचही लोकसभा निवडणुकांमध्ये, भाजप अशिक्षित युवा वर्गाहून शिक्षित युवा वर्गात अधिक लोकप्रिय राहिली आहे. याचं मुख्य कारण शैक्षणिक पात्रतेहून मतदारांचं वय हे आहे. 1996 आणि 1998 लोकसभा निवडणुकांमध्ये समान शैक्षणिक पात्रता असलेल्या युवा आणि इतर गटाचा विचार करता, युवा वर्गात भाजप अधिक लोकप्रिय आहे. याचा अर्थ असा की युवा आणि प्रौढ या दोहोंची शैक्षणिक पात्रता समान असली तरीही अधिक युवा वर्गाचा कल हा भाजपकडे असल्याचे दिसते. हा लाभ पक्षाने 1998 नंतरच्या लोकसभा निवडणुकांपासून गमावला. 2004 आणि 2009 लोकसभा निवडणुकांमध्ये शिक्षित प्रौढांनी शिक्षित युवा वर्गाहून अधिक प्रमाणात भाजपला मतदान केले. (तक्ता 3.7)

गेल्या पाच लोकसभा निवडणुकांमध्ये सर्व उच्चजातीयांप्रमाणे, उच्चजातीय युवा वर्गाने मोठ्या प्रमाणात भाजपला मतदान केले. भाजपला निवडणुकीय यश किंवा अपयश प्राप्त झाले तरीही काँग्रेसच्या तुलनेत युवा वर्गाचा भाजपला अधिक पाठिंबा राहिला. वय काहीही असलं तरी उच्चजातीय वर्गात याच प्रकारचा मतदानाचा प्रवाह दिसून आला आहे. इथं महत्त्वाची नोंद घेण्याजोगी बाब म्हणजे उच्चजातीय युवा वर्गाने वय वर्षे 33 हून अधिक वय असलेल्या उच्चजातीयांच्या तुलनेत अधिक प्रमाणात भाजपला मतदान केले. भाजपला काँग्रेसवर आघाडी मिळवण्यात उच्चजातीय प्रौढांच्या तुलनेत उच्चजातीय युवा वर्गाची अधिक मदत

तक्ता 3.5: शिक्षित युवा वर्गातून भाजपला मिळणारा पाठिंबा कमी होत आहे

	1996		*1998*		*1999*		*2004*		*2009*	
	अशिक्षित युवा	*महाविद्यालयीन शिक्षणप्राप्त युवा*	*अशिक्षित युवा*	*महाविद्यालयीन शिक्षणप्राप्त युवा*	*अशिक्षित युवा*	*महाविद्यालयीन शिक्षणप्राप्त युवा*	*अशिक्षित युवा*	*महाविद्यालयीन शिक्षणप्राप्त युवा*	*अशिक्षित युवा*	*महाविद्यालयीन शिक्षणप्राप्त युवा*
काँग्रेस	30	23	28	21	35	23	29	25	29	25
भाजप	19	38	21	40	18	36	21	30	18	24
डावे	10	8	7	7	7	6	6	6	7	6
बसप	7	2	6	3	6	3	9	3	8	5

स्रोतः सीएसडीएस ने लोकसभा निवडणुकांच्या दरम्यान पार पाडलेला राष्ट्रीय निवडणूक सर्वेक्षण अभ्यास

टीपः मतदानाचा टक्का- भारयुक्त माहितीसंच.

सर्व आकडे टक्केवारीत आहेत

तक्ता 3.6: अशिक्षित युवा वर्गात काँग्रेसला भाजपहून अधिक मतं प्राप्त झाली तर महाविद्यालयीन शिक्षणप्राप्त युवा वर्गात भाजपला काँग्रेसहून अधिक मतं प्राप्त झाली

शैक्षणिक पात्रतेची पातळी	*1996*	*1998*	*1999*	*2004*	*2009*
अशिक्षित	11	7	17	8	11
महाविद्यालयीन	–15	–19	–13	–5	1

स्रोतः सीएसडीएस ने लोकसभा निवडणुकांच्या दरम्यान पार पाडलेला राष्ट्रीय निवडणूक सर्वेक्षण अभ्यास
टीपः मतदानाचा टक्का- भारयुक्त माहितीसंच.
सर्व आकडे टक्केवारीत आहेत

झाली. दोन लोकसभा निवडणुकांच्या दरम्यान (1998 आणि 1999) भाजपच्या मतदानाचा टक्का वाढला. यामध्ये उच्चजातीय युवा वर्गाने भाजपला अधिक प्रमाणात मतदान केले. 1996 च्या लोकसभा निवडणुकीच्या तुलनेत या दोन निवडणुकांमधून वय वर्षे 33 हून अधिक असलेल्या उच्चजातीय मतदारांचा कल भाजपकडे असल्याचे दिसून आले. उच्चजातीय युवा वर्गाची भाजपला असलेली पसंती फार काळ टिकली नाही कारण 2004 च्या लोकसभा निवडणुकीत उच्चजातीय युवा वर्गाचा भाजपला असलेला पाठिंबा कमी होत असलेला दिसून आला. 2009 लोकसभा निवडणुकीत उच्चजातीय युवा वर्गाच्या पाठिंब्यात आणखी घट झाली. भाजपला उच्चजातीय युवा आणि 33 हून अधिक वय असलेले उच्चजातीय प्रौढ या दोन्ही वर्गातून काँग्रेसहून अधिक पाठिंबा असला तरी गेल्या दशकात दोन्ही वर्गातून हा पाठिंबा कमी होत असलेला दिसतो. भाजपसाठी ही चिंताजनक बाब आहे कारण 1990 च्या मध्यापासून भाजपच्या वाढत्या लोकप्रियतेत या उच्चजातीय युवा वर्गाचा पाठिंबा निर्णायक होता. (तक्ता 3.8)

इतर मागास वर्गीय युवांमध्ये प्रादेशिक पक्ष अधिक लोकप्रिय आहेत. काँग्रेस आणि भाजप दोहोंना इतर मागास वर्गातील युवांची एक चतुर्थांशहून कमी मतं मिळाली आहेत. केवळ 1998 आणि 1999 च्या लोकसभा निवडणुकीत भाजपला इतर मागास वर्गातील युवा वर्गाची एक चतुर्थांशहून किंचित अधिक मतं मिळाली होती. मंडलोत्तर कालखंडात इतर मागास वर्गीय मतदारांची मतं ही अधिक प्रमाणात बिहारमधील राष्ट्रीय जनता दल आणि जनता दल (सं), उत्तर प्रदेशातील समाजवादी पक्ष आणि राष्ट्रीय लोक दल, कर्नाटकातील जनता दल (धर्मनिरपेक्ष), हरियाणातील इंडियन नॅशनल लोक दल यांसारख्या प्रादेशिक पक्षांना मिळू लागली. (तक्ता 3.9)

1990 च्या आसपास आणि त्यानंतरच्या निवडणुकांमध्ये काँग्रेसला असलेल्या दलित पाठिंब्यातही लक्षणीय फरक पडला.1996 पासून झालेल्या गेल्या पाच लोकसभा निवडणुकांमध्ये एक चतुर्थांशहून किंचित अधिक दलित युवांनी काँग्रेसला मतदान केले आहे.1990 च्या आसपास दलित युवा वर्गाच्या काँग्रेससाठीच्या मतदानात घट झालेली

तक्ता 3.7: भाजपला महाविद्यालयीन शिक्षणप्राप्त युवा वर्गाकडून मिळणारी मतं ही महाविद्यालयीन शिक्षणप्राप्त प्रौढांहून कमी झाली

	1996			*1998*			*1999*			*2004*			*2009*		
	महा-विद्यालयीन शिक्षणप्राप्त युवा	महा-विद्यालयीन शिक्षणप्राप्त इतर	भाजपला महा-विद्यालयीन शिक्षणप्राप्त युवा वर्गाचा इतरांच्या तुलनेत लाभ	महा-विद्यालयीन शिक्षणप्राप्त युवा	महा-विद्यालयीन शिक्षणप्राप्त इतर	भाजपला महा-विद्यालयीन शिक्षणप्राप्त युवा वर्गाचा इतरांच्या तुलनेत लाभ	महा-विद्यालयीन शिक्षणप्राप्त युवा	महा-विद्यालयीन शिक्षणप्राप्त इतर	भाजपला महा-विद्यालयीन शिक्षणप्राप्त युवा वर्गाचा इतरांच्या तुलनेत लाभ	महा-विद्यालयीन शिक्षणप्राप्त युवा	महा-विद्यालयीन शिक्षणप्राप्त युवा	भाजपला महा-विद्यालयीन शिक्षणप्राप्त युवा वर्गाचा इतरांच्या तुलनेत लाभ	महा-विद्यालयीन शिक्षणप्राप्त युवा	महा-विद्यालयीन शिक्षणप्राप्त इतर	भाजपला महा-विद्यालयीन शिक्षणप्राप्त युवा वर्गाचा इतरांच्या तुलनेत लाभ
भाजप	38	31	7	39	34	5	36	36	0	30	31	–1	24	25	–1

स्रोतः सीएसडीएस ने लोकसभा निवडणुकांच्या दरम्यान पार पाडलेला राष्ट्रीय निवडणूक सर्वेक्षण अभ्यास

टीपः मतदानाचा टक्का- भारयुक्त माहितीसंच.

सर्व आकडे टक्केवारीत आहेत

तक्ता 3.8: उच्चजातीय युवा वर्गाने भाजपास मतदान केले; मात्र गेल्या काही वर्षात भाजपची या वर्गातील लोकप्रियता कमी होते आहे

भाजपला काँग्रेसहून अधिक लाभ होणारा वर्ग	*1996*	*1998*	*1999*	*2004*	*2009*
उच्चवर्गीय युवा	11	29	25	11	5
उच्चवर्गीय इतर	8	22	16	12	2

स्रोतः सीएसडीएस ने लोकसभा निवडणुकांच्या दरम्यान पार पाडलेला राष्ट्रीय निवडणूक सर्वेक्षण अभ्यास
टीपः मतदानाचा टक्का- भारयुक्त माहितीसंच.
सर्व आकडे टक्केवारीत आहेत

तक्ता 3.9: इतर मागासवर्गीय युवा मतदारांचे विभाजन

इतर मागास वर्गीय (ओबीसी) युवाने मतदान केले	*1996*	*1998*	*1999*	*2004*	*2009*
काँग्रेस	22	24	22	23	22
भाजप	22	26	27	24	23

स्रोतः सीएसडीएस ने लोकसभा निवडणुकांच्या दरम्यान पार पाडलेला राष्ट्रीय निवडणूक सर्वेक्षण अभ्यास
टीपः मतदानाचा टक्का- भारयुक्त माहितीसंच.
सर्व आकडे टक्केवारीत आहेत.

नाही. तसेच दलित युवा वर्गात काँग्रेसची लोकप्रियताही वाढली नाही. भाजप हा युवा दलित वर्गात कधीच लोकप्रिय नव्हता. दलित वर्गातील अगदी अल्प समूह भाजपला मतदान करतो, ही बाब सुस्पष्ट आहे. एकुणात युवा वर्गातील लोकप्रियता भाजपने गमावली आहे, तसेच दलित युवा वर्गाचा भाजपला असणारा पाठिंबाही पक्षाने गमावला आहे. 1996 च्या लोकसभा निवडणुकीत भाजपला दलित युवा वर्गाची 17 टक्के मतं प्राप्त झाली. 1998 आणि 1999 च्या लोकसभा निवडणुकांमध्ये हे प्रमाण 15 टक्क्यांवर आले. 2004 साली हाच आकडा 14 टक्के इतका होता तर 2009 लोकसभा निवडणुकीत 13 टक्के दलित युवा वर्गाने भाजपला मतदान केले. बसपचा विचार करता, 1996 ची निवडणूक वगळता काँग्रेसच्या खालोखाल दुसऱ्या क्रमांकाची युवा दलित मतं पक्षाला प्राप्त झाली आहेत.1996 साली लोकसभा निवडणुकीत बसपला 10 टक्क्यांहून कमी दलित युवा वर्गाने बसपला मतदान केले. दलित युवा आणि वय वर्षे 33 हून अधिक वय असलेले दलित यांच्या बसपला पाठिंबा देण्यात फारसा फरक नसला तरीही, अलीकडे दलित युवा वर्गातून बसपला अधिक पाठिंबा प्राप्त होतो आहे. डाव्या पक्षांची लोकप्रियता ही बहुतांश दलित युवा वर्गाच्या पाठिंब्यावर अवलंबून आहे. गेल्या दशकात साधारण 10 टक्के दलित युवा वर्गाने डाव्या पक्षांना मतदान केलेले आहे. (तक्ता 3.10)

तक्ता 3.10: दलित मतदारांचा बसपकडील उल्लेखनीय कल

पक्ष	1996	1998	1999	2004	2009
काँग्रेस	32	27	28	28	28
भाजप	17	15	15	14	13
बसप	8	25	18	22	21
डावे	10	5	11	10	11

स्रोत: सीएसडीएस ने लोकसभा निवडणुकांच्या दरम्यान पार पाडलेला राष्ट्रीय निवडणूक सर्वेक्षण अभ्यास
टीप: मतदानाचा टक्का- भारयुक्त माहितीसंच.
सर्व आकडे टक्केवारीत आहेत

वाढत्या वयानुसार राजकीय पसंती बदलणाऱ्या आदिवासी मतदारांचे प्रमाण लक्षणीय आहे. एकुणात आदिवासी युवा वर्गात आणि 33 हून अधिक वय असलेल्या आदिवासी वर्गात काँग्रेस भाजपहून अधिक लोकप्रिय आहे. भाजपला मिळणाऱ्या आदिवासी पाठिंब्यात 33 वर्षांहून जास्त वय असलेल्या वर्गाहून युवा वर्गाचा अधिक पाठिंबा आहे, ही बाब इथे नोंदवली पाहिजे. याच्या उलट काँग्रेसला मिळणाऱ्या पाठिंब्यात प्रौढ आदिवासी मतदारांचा युवा आदिवासी वर्गाहून अधिक पाठिंबा आहे. गेल्या दशकात भाजपला प्रौढ आदिवासी मतदारांच्या तुलनेत प्रौढ युवा मतदारांच्या वर्गातून अधिक पाठिंबा प्राप्त झाला आहे. मात्र अलिकडील निवडणुकांमध्ये भाजप हा लाभ गमावत असल्याचे दिसते आहे. भाजपला मिळणाऱ्या आदिवासी युवा आणि प्रौढ मतांच्या टक्क्यांमधील फरक 2004 साली 9 टक्क्यांहून 2 टक्के इतका कमी झाला. 2009 लोकसभा निवडणुकीत हा फरक 5 टक्क्यांवर आला. प्रौढ आदिवासी मतदारांच्या तुलनेत युवा आदिवासी मतदारांचा काँग्रेसला नेहमीच तोटा होत आलेला आहे. प्रौढ आदिवासींच्या तुलनेत युवा आदिवासी कमी प्रमाणात काँग्रेसला मतदान करतात असे दिसून येते. असाच प्रवाह गेल्या अनेक निवडणुकांमध्ये सुस्पष्ट दिसतो आहे. (तक्ता 3.11 आणि तक्ता 3.12)

तक्ता 3.11: आदिवासींची भाजपला मतः युवा आणि इतर

वयोगट	1996	1998	1999	2004	2009
युवा	26	24	26	30	27
इतर	17	19	20	28	22
फरक	9	5	6	2	5

स्रोत: सीएसडीएस ने लोकसभा निवडणुकांच्या दरम्यान पार पाडलेला राष्ट्रीय निवडणूक सर्वेक्षण अभ्यास
टीप: मतदानाचा टक्का- भारयुक्त माहितीसंच.
सर्व आकडे टक्केवारीत आहेत

तक्ता 3.12: आदिवासींचे काँग्रेसला मतः युवा आणि इतर

वयोगट	*1996*	*1998*	*1999*	*2004*	*2009*
युवा	38	34	44	37	35
इतर	46	32	46	37	40
फरक	–8	2	–2	0	–5

स्रोतः सीएसडीएस ने लोकसभा निवडणुकांच्या दरम्यान पार पाडलेला राष्ट्रीय निवडणूक सर्वेक्षण अभ्यास
टीपः मतदानाचा टक्का- भारयुक्त माहितीसंच.
सर्व आकडे टक्केवारीत आहेत

निष्कर्ष

युवा वर्गाची संख्या लक्षणीय प्रमाणात असल्याने युवा मत हे कोणत्याही पक्षासाठी अत्यंत महत्त्वाचे आणि निर्णायक आहे. 2009 लोकसभा निवडणुकीत युवा मतं आपल्या बाजूने वळवण्याकरिता राजकीय पक्षांकडून सर्वाधिक प्रयत्न झाले. जवळपास सर्वच राजकीय पक्ष युवा मतं मिळवण्याकरिता नवे डावपेच आणि नव्या तंत्रज्ञानाचा वापर करत आहेत. 35 वर्षांहून कमी वय असलेल्या युवा वर्गाचे भारताच्या लोकसंख्येतील लक्षणीय प्रमाण लक्षात घेता कोणताही राजकीय पक्ष युवा वर्गाकडे दुर्लक्ष करू शकत नाही. पण प्रश्न असा आहे की युवा वर्ग मोठ्या प्रमाणावर विशिष्ट पक्षास मतदान करतो आहे काय? उत्तर आहे: नाही. त्यांचं मत हे विविध राजकीय पक्षांमध्ये विभागलं गेलं आहे. 1996 पासून पार पाडण्यात आलेल्या राष्ट्रीय निवडणूक अभ्यासानुसार, युवा वर्गातून कुठल्याही एका पक्षाला लक्षणीय प्रमाणात लाभ होताना दिसत नाही. सर्व प्रमुख पक्षांसाठीचे युवा मतदान हे 2 टक्क्यांच्या आसपास आहे. युवा वर्ग हा समाज-आर्थिक भेदांनुसार विभागला गेला आहे. हे युवा वर्ग एक स्वतंत्र गट म्हणून एकाच प्रकारे मतदान का करत नाही याच्या अनेक कारणांपैकी एक कारण आहे. युवा वर्गाच्या सामाजिक आर्थिक उपगटांनुसार त्यांचे राजकीय प्राधान्यक्रम भिन्न आहेत. उदाहरणार्थ, युवती या युवकांहून अधिक प्रमाणात काँग्रेसला मतदान करतात. भाजपबाबत मात्र हे चित्र उलटं आहे. युवक हे युवतींहून अधिक प्रमाणात भाजपला मतदान करतात. युवती मतदारांमध्ये काँग्रेसला लाभदायक चित्र असले तरी युवक मतदारांमध्ये भाजप आघाडीवर आहे. भाजपला शहरी युवा वर्गाचा अधिक पाठिंबा आहे. मात्र गेल्या काही वर्षांमध्ये या पाठिंब्यामध्ये मोठ्या प्रमाणावर घट झालेली आहे. याच प्रकारचा प्रवाह शिक्षणाबाबत आहे. पक्षास अशिक्षित युवांच्या तुलनेत महाविद्यालयीन शिक्षित युवा वर्गातून अधिक पाठिंबा आहे; मात्र गेल्या दशकभरात शिक्षित युवा वर्गातील पाठिंबा घटतो आहे. तरीही असा निष्कर्ष काढता येतो की गेल्या काही लोकसभा निवडणुकांमध्ये भाजपला शहरी आणि शिक्षित युवा वर्गाच्या मिळणाऱ्या पाठिंब्यात घट होते आहे. गेल्या दोन निवडणुकांमध्ये या युवा घटकांमधील घटत्या मतदानाचा सामना कसा करायचा, हे पक्षाला ठरवायला हवे.

4 युवा उमेदवार आणि युवा मतदार

ज्योती मिश्रा

2009 लोकसभा निवडणुकीपासून युवा वर्गाचा राजकारणाविषयीचा रस वाढला आहे. काहींच्या मते, राजकारणाविषयीचा हा रस कमालीचा वाढलेला असून राजकारणात 'युवा घटक' म्हणून त्याचे वर्णन केले जावे. 2009 लोकसभा निवडणुकीनंतर छापील आणि इलेक्ट्रॉनिक माध्यमांनी लोकसभेतील युवा उमेदवारांविषयी मोठ्या प्रमाणात वृत्तांकन केले, त्यावर अधिक भर दिला. राजकीय विश्लेषकांनी आणि पत्रकारांनी युवा नेत्यांचं आगमन झालेलं आहे, या प्रकारे मांडणी केली. ही मांडणी करत असताना काँग्रेस नेते राहुल गांधींच्या आवाहनाला मोठ्या प्रमाणावर प्रतिसाद मिळतो आहे, असेही विश्लेषण केले गेले. तसेच, भारतातील 65 टक्के लोकसंख्या वय वर्षे 35 हून कमी वयाची आहे, या तथ्याकडेही निर्देश केला गेला. यात गृहीतक असे होते की एवढ्या मोठ्या प्रमाणावर असलेल्या युवा पिढीने युवा उमेदवारास अधिक प्राधान्य दिले. हे स्पष्टीकरण सरधोपट सुलभीकरण होते तसेच हे स्पष्टीकरण सदोष होते. हे खरं होतं की 2009 लोकसभेत वय वर्षे 40 हून कमी वय असलेले 79 उमेदवार निवडून आले आणि पंधराव्या लोकसभेचे सरासरी वय 53 वर्षे इतके होते. सरासरी वय वर्षे 53 हे वय हे आजवरच्या लोकसभांच्या तुलनेत ज्येष्ठतेच्या क्रमानुसार तिसऱ्या क्रमांकावर होते. याशिवाय आणखी माहितीचा तपशील जोडायचा तर, सीएसडीएस ने पार पाडलेल्या राष्ट्रीय निवडणूक अभ्यासानुसार 1996 पासूनच्या प्रत्येक लोकसभेत प्रमुख राजकीय पक्षांना प्राप्त झालेल्या मतात युवा मतदानाची टक्केवारी ही दोन टक्क्यांच्या आसपास राहिलेली आहे. तथ्यं आणि धारणा यातील हा विरोधाभास पाहून आम्ही असं ठरवलं की सीएसडीएस च्या अभ्यासाच्या माध्यमातून या विषयाची सखोल तपासणी करावी. उमेदवार तरुण आहे ही मतदारांसाठी महत्त्वाची मूल्यात्मक बाब आहे काय? ज्येष्ठ, वृद्ध मतदार तरुण उमेदवारास नाकारतात काय? युवा मतदार युवा उमेदवारांच्या बाजूने अधिक कौल देतात काय? उमेदवाराच्या अनेक सामर्थ्यांपैकी, गुणांपैकी तरुण वय हा घटक राजकीय नेत्यास निवडणुकीत जिंकून येण्यास पुरेसा प्रभावी आहे काय? तरुण वयातून केवळ तरुण वयाचीच प्रतीकात्मकता संक्रमित होते की आश्वासक उत्साह, उच्च शिक्षण आणि आधुनिकता या साऱ्या बाबींचा अर्थबोध होतो? आणि शेवटी, या उमेदवारांच्या यशापाठीमागे वय हा घटक निर्णायक आहे की राजकीय वारसा? या प्रकरणातून यासारख्या काही प्रश्नांना संबोधित करण्याचा प्रयत्न केला गेला आहे. युवा मतदार आणि युवा नसलेले मतदार यांच्यात अधिक प्रमाणात तुलना करून युवा मतदार वर्गाची व्यवच्छेदकता शोधण्याचा प्रयत्न आम्ही केला आहे.

नेतृत्व प्राधान्य

उमेदवाराचा अनुभव, पक्ष, काम आणि वय या अनुक्रमे चार घटकांच्या महत्त्वानुसार आपण त्याची क्रमवारी कशी ठरवता असा प्रश्न प्रतिसादकांना विचारला गेला. तक्ता 4.1 मधून कोणत्या घटकांना किती टक्के प्रतिसादकांनी महत्त्व दिले हे दिसून येते. अनुभव, पक्षाचा कल, काम या तीन घटकांच्या तुलनेत युवा वर्गाने उमेदवाराचे तरुण वय या घटकास सर्वांत कमी महत्त्व दिल्याचे दिसते. बहुसंख्य लोकांना पक्षाचा कल आणि काम या दोन बाबी सर्वाधिक महत्त्वाच्या वाटतात. वय या घटकाहूनही किंचित अधिक महत्त्व अनुभवास दिले गेले असल्याचे दिसते. 50 टक्क्यांहून किंचित अधिक युवा वर्गाने उमेदवाराचे तरुण वय हा घटक सर्वांत कमी महत्त्वाचा मानला. 34 वर्षाहून अधिक वय असलेल्या मतदारांपैकी दोन तृतीयांश मतदारांनी अनुभव, पक्ष कल, काम या घटकांच्या तुलनेत तरुण वय हा घटक सर्वांत कमी महत्त्वाचा मानला. युवा मतदार आणि ज्येष्ठ मतदारांच्या प्रतिसादात समान प्रवाह दिसून येतो. ते सर्वांत अधिक महत्त्व कामाला देतात तर किमान महत्त्व वयाला देतात. तुलनेने युवा मतदारांना युवा वय हे ज्येष्ठ मतदारांहून कमी महत्त्वाचे वाटते.

मात्र जेव्हा त्यांना विचारण्यात आलं की प्रथमच 50 वर्षे आणि 28 वर्षे वय असलेले दोन उमेदवार निवडणूक लढवत असल्यास आपण कोणाला मतदान कराल, तेव्हा बहुसंख्य युवा वर्गाने ज्येष्ठ उमेदवाराच्या तुलनेत युवा उमेदवारास पसंत केले. (तक्ता 4.2)

तक्ता 4.1: युवा वर्गासाठी उमेदवाराचे काम हा घटक सर्वाधिक महत्त्वाचा आहे

उमेदवाराची गुणवैशिष्ट्ये	
अनुभव	13
पक्ष कल	33
काम	40
युवा वय	12

स्रोतः युवा आणि राजकीय सर्वेक्षण (2011)
टीपः सर्व आकडे टक्केवारीत आहेत. इतर 'मत नाही'

तक्ता 4.2: युवा आणि ज्येष्ठ, दोन्ही वर्गातून युवा नेत्याला अधिक प्राधान्य प्राप्त होते

	युवा नेता	ज्येष्ठ नेता
युवा	62	25
इतर	44	37

स्रोतः युवा आणि राजकीय सर्वेक्षण (2011)
टीपः सर्व आकडे टक्केवारीत आहेत. इतर 'मत नाही'

केवळ एक चतुर्थांश युवा वर्गाने ज्येष्ठ उमेदवारास पसंती दिली. तर दोन तृतीयांश युवा मतदारांनी युवा उमेदवारास पसंती दिली. ज्येष्ठ मतदारांच्या मतात युवा वर्गाच्या तुलनेत फार मोठे विभाजन आढळले नाही. युवा मतदारांहून कमी प्रमाणात ज्येष्ठ मतदार युवा उमेदवारास पसंती देतात. मात्र तरीही प्रौढांमध्येही युवा उमेदवारांना ज्येष्ठ उमेदवाराहून अधिक पसंती देण्याचा प्रवाह दिसतो.

तक्ता 4.2, 4.3 आणि 4.4 मध्ये दोन प्रवाह दिसून येतात. तीनही प्रश्नांमध्ये युवा वर्गाला असणारा पाठिंबा युवा आणि इतर दोन्ही वर्गात अधिक आहे. दुसरी बाब म्हणजे इतरांच्या तुलनेत युवा वर्ग युवा उमेदवारास अधिक प्रमाणात मतदान करतो. ज्येष्ठ उमेदवाराहून युवा उमेदवारास अधिक प्राधान्य देतो.

उपरोक्त दिसून आलेल्या प्रवाहाची खातरजमा करण्यासाठी आणि एकुणात दिसणाऱ्या चित्रात सातत्य आहे अथवा नाही हे पाहण्यासाठी चार प्रश्नांच्या आधारे एक निर्देशांक तयार केला गेला (पहा टीप 1). मतदान करताना उमेदवाराच्या तरुण वयाला दिलेलं महत्त्व लक्षात घेता, युवा आणि ज्येष्ठ नेत्याबाबत इतर बाबींबाबत सातत्य आढळून येते. अधिक चांगला विकास करावयाचा असेल तर युवा नेत्यांच्या हाती धुरा सोपवली पाहिजे याबाबतचे एकमत आणि युवा नेते इतरांपेक्षा अधिक चांगल्या प्रकारे शासन करू शकतात या विषयीचा प्रतिसाद या दोन्हींचं संकलन करून चार पर्यायात त्यांचे वर्गीकरण केले गेलेः युवा नेत्यांना विरोध, युवा नेत्यांना अल्प पाठिंबा, युवा

तक्ता 4.3: अधिक चांगल्या प्रकारे विकास होण्याकरिता युवा नेत्यांच्या हातात देशातील शासनाचा कारभार सोपवला पाहिजेः युवा आणि ज्येष्ठ दोन्ही वर्ग सहमत

	सहमत	*असहमत*
युवा	63	15
इतर	53	18

स्रोतः युवा आणि राजकीय सर्वेक्षण (2011)
टीपः सर्व आकडे टक्केवारीत आहेत. इतर 'मत नाही'

तक्ता 4.4: युवा नेते ज्येष्ठ नेत्यांहून अधिक चांगल्या प्रकारे शासन चालवू शकतातः युवा आणि ज्येष्ठ दोन्ही वर्ग सहमत

	सहमत	*असहमत*
युवा	60	18
इतर	45	27

स्रोतः युवा आणि राजकीय सर्वेक्षण (2011)
टीपः सर्व आकडे टक्केवारीत आहेत. इतर 'मत नाही'

तक्ता 4.5: इतरांच्या तुलनेत युवा वर्गातून युवा नेतृत्वास अधिक पाठिंबा

	अधिक पाठिंबा	साधारण पाठिंबा	अल्प पाठिंबा	विरोध
युवा	30	29	23	18
इतर	18	23	27	31

स्रोतः युवा आणि राजकीय सर्वेक्षण (2011)
टीपः सर्व आकडे टक्केवारीत आहेत.

नेत्यांना साधारण पाठिंबा आणि युवा नेत्यांना अधिक पाठिंबा. दोन तृतीयांशहून किंचित कमी युवा साधारण आणि अधिक पाठिंबा युवा नेत्याला देतात. ज्येष्ठ प्रतिसादकांपैकी 58 टक्के लोक हे युवा नेत्यांना विरोध तरी करतात किंवा त्यांचा युवा नेत्यांना अल्प पाठिंबा आहे. युवा मतदार बव्हंशी युवा नेत्याला पाठिंबा देताना दिसतात तर बव्हंशी ज्येष्ठ व्यक्ती या युवा नेत्याच्या कल्पनेला विरोध करतात (तक्ता 4.5).

सर्वच ठिकाणचे पुरुष स्त्रियांच्या तुलनेत युवा नेत्यास अधिक पाठिंबा देतात. हाच प्रवाह विविध शैक्षणिक संवर्गांमध्ये दिसून येतो. समान शैक्षणिक पात्रता असलेल्या स्त्री-पुरुषांमध्ये, अधिक पुरुषांचा युवा नेत्यास पाठिंबा असल्याचे दिसते. एकुणात शिक्षणाचा युवा नेत्याच्या पाठिंब्याच्या संदर्भात सकारात्मक परिणाम होतो. लिंगनिहाय आणि ग्रामीण-शहरी संवर्गात सर्वत्र हा सकारात्मक परिणाम दिसून येतो. ग्रामीण भागाच्या तुलनेत शहरी भागात युवा नेत्याला अधिक पाठिंबा आहे. महाविद्यालयीन शिक्षित शहरी युवा वर्गाचा युवा नेत्याला सर्वाधिक पाठिंबा आहे. या वर्गातून युवा नेत्यांना सर्वांत कमी विरोध आहे.

माध्यमांच्या संपर्काचाही एकुणात सकारात्मक परिणाम आहे मात्र त्याचा परिणाम किंचित गुंतागुंत निर्माण करणारा आहे. माध्यमांशी अजिबात संपर्क नसलेल्या युवा वर्गाचा युवा नेत्यास किमान पाठिंबा आहे तर साधारण माध्यमांच्या संपर्कात असणाऱ्या युवा वर्गाचा युवा नेत्यास कमाल पाठिंबा आहे. सर्वाधिक माध्यमांच्या संपर्कात असलेल्या युवा वर्गात युवा नेत्याला असणारा पाठिंबा एकदम घटतो. साधारण माध्यमांच्या संपर्कात असलेल्या जवळपास 40 टक्के युवा वर्गाचा युवा नेत्याला अधिक पाठिंबा आहे. सर्वाधिक माध्यमांच्या संपर्कात असलेल्या युवा वर्गापैकी 32 टक्के युवा वर्ग युवा नेत्यास पाठिंबा देतो. वस्तुतः युवतींबाबत हा प्रवाह अधिक ठळक होतो. किमान अथवा साधारण माध्यम संपर्क असलेल्या युवतींच्या तुलनेत सर्वाधिक माध्यम संपर्क असलेल्या युवतींचा युवा नेत्यांना पाठिंबा फारच कमी आहे. अजिबात माध्यम संपर्क नसलेल्या युवती आणि सर्वाधिक माध्यम संपर्क असलेल्या युवती या दोन्ही वर्गात युवा नेत्याला असणाऱ्या विरोधाची पातळी समान आहे. (तक्ता 4.6)

तक्ता 4.6: साधारण संपर्क असलेल्या युवतींचा युवा नेत्यास सर्वाधिक पाठिंबा आहे

	अधिक पाठिंबा	विरोध
माध्यमांशी अजिबात संपर्क नसलेल्या स्त्रिया	14	27
माध्यमांशी अल्प संपर्क असलेल्या स्त्रिया	24	20
माध्यमांशी साधारण संपर्क असलेल्या स्त्रिया	35	18
माध्यमांशी अधिक संपर्क असलेल्या स्त्रिया	19	26

स्रोतः युवा आणि राजकीय सर्वेक्षण (2011)
टीपः सर्व आकडे टक्केवारीत आहेत.

तक्ता 4.7: राजकीय पक्षांच्या युवा आणि विद्यार्थी संघटनांमधून युवा नेतृत्वास अधिक पाठिंबा आहे

	युवा राजकीय नेत्यांना पाठिंबा	
	अधिक पाठिंबा	साधारण पाठिंबा
राजकीय पक्षाचे सदस्य	34	38
विद्यार्थी/युवा संघटनेचे सदस्य	56	21
यूनियनचे सदस्य	34	39

स्रोतः युवा आणि राजकीय सर्वेक्षण (2011)
टीपः सर्व आकडे टक्केवारीत आहेत.

विद्यार्थी/युवा संघटनांचे सदस्य असलेल्यांचा युवा नेत्यांना पाठिंबा सर्वसाधारण पाठिंब्याहून बराच अधिक आहे. युनियन किंवा राजकीय पक्षाच्या सदस्यांहून या विद्यार्थी/युवा संघटना सदस्यांचा युवा नेत्यास अधिक पाठिंबा आहे. या सर्वच संघटनांमध्ये सहभागी असलेल्यांचा युवा नेतृत्वास पाठिंबा एकुणात सर्वसाधारण पाठिंब्याहून अधिक आहे. (तक्ता 4.7)

यात नोंदवून घेण्याजोगी रोचक बाब ही आहे की या विभागाच्या सुरुवातीला असलेलं उमेदवाराचं वय, पक्ष कल, उमेदवाराचं काम, कामाचा अनुभव याविषयीच्या क्रमवारीचं ग्राफिक एकुणात युवा नेत्याला असलेल्या पाठिंब्यासोबत जोडलं गेलंय. काम, अनुभव, पक्ष कल आणि वय या चार वैशिष्ट्यांपैकी उमेदवाराचं वय हा सर्व वयोगटात अलोकप्रिय मुद्दा होता. व्यापक अर्थाने, युवा नेतृत्वाच्या कल्पनेला युवा वर्गात बऱ्या पैकी स्वीकारार्हता आहे तर ज्येष्ठ वर्गात काही प्रमाणात ही स्वीकारार्हता आहे; मात्र युवा वय हे मतदानाचे स्वतंत्र कारण म्हणून अजून उदयाला यावयाचे आहे.

प्राधान्याची कारणं

आम्ही या अभ्यासादरम्यान ज्या युवांच्या मुलाखती घेतल्या त्यातील बहुतांश युवा वर्गाने ज्येष्ठ नेत्यांहून युवा नेत्यांना अधिक प्राधान्य दिले. या भागात युवा वर्ग युवा नेत्यांना

तक्ता 4.8: युवा नेते त्यांच्या उत्साहामुळे अधिक चांगल्या प्रकारची कामगिरी बजावतात

	सहमत	*असहमत*
युवा	62	21
इतर	47	29

स्रोतः युवा आणि राजकीय सर्वेक्षण (2011)
टीपः सर्व आकडे टक्केवारीत आहेत.

प्राधान्य का देत असावा याची शक्य ती कारणं शोधण्याचा प्रयत्न केला आहे. ही कारणं तरुण वयाच्या पलीकडेही आहेत. युवा वर्गाचं राजकीय नेतृत्व, युवा वर्गाच्या उत्साहातून कार्यक्षम शासन आणि उच्च शिक्षणातून अधिक विकास यासंदर्भाने हे मुद्दे होते. या अभ्यासादरम्यान आम्ही प्रश्न विचारला की युवा वर्गाकडील उत्साह आणि नवा विचार यामुळे ते अधिक चांगल्या प्रकारे शासन करू शकतात असे वाटते की युवा नेत्यांमध्ये उमेद उत्साह असतो पण अनुभव नसल्याने ते चांगल्या प्रकारे शासन करू शकणार नाहीत, असं वाटतं. (तक्ता 4.8) या आधी युवा नेतृत्वाविषयी पाहिलेल्या प्रवाहात सातत्य आहे. युवा नेतृत्व किंवा वैशिष्ट्यं याबाबत इथेही या आधीप्रमाणेच प्रवाह दिसून आला. याशिवाय, युवा वर्गातील अधिकांना युवा नेतृत्वातील उत्साहामुळे, नव्या विचारामुळे ज्येष्ठ लोकांच्या तुलनेत ते अधिक चांगल्या प्रकारे शासन करू शकतात, असे वाटते.

ज्येष्ठ नेत्याहून युवा नेत्यास प्राधान्य देण्याचं आणखी एक कारण हे उमेदवाराच्या शैक्षणिक पात्रतेचं आहे. आम्ही आमच्या अभ्यासातून युवा नेते हे उच्च शिक्षणाच्या सार्वत्रिकीकरणाच्या सामूहिक आकांक्षेविषयी बोलतात का, हे शोधण्याचा प्रयत्न केला. तरुणांना प्रश्न अशा पद्धतीने विचारला गेला की त्यांच शिक्षण आणि प्रत्यक्ष क्षेत्रीय कार्य यातील अंतर स्पष्ट होऊन त्याच्या परिणामातून निर्माण होणाऱ्या समस्येची ते कशी सोडवणूक करतात, यावर प्रकाश पडेल. या आधी उत्साह, उमेद यामुळे युवा नेतृत्वास मिळणाऱ्या पाठिंब्याच्या तुलनेत या प्रश्नास युवा नेत्यांना कमी पाठिंबा मिळाला. आतापर्यंत युवा नेतृत्वाविषयीच्या विधानांपैकी या विधानाविषयी फार कमी लोक सहमत होते (तक्ता 4.9).

तक्ता 4.9: युवा नेते शिक्षित असल्याने अधिक चांगल्या प्रकारे शासन करू शकतात

	अधिक शिक्षित असल्याने अधिक चांगल्या प्रकारे प्रश्न सोडवतात	*तळागाळातील वास्तवाविषयी जागरूकता नसल्याने प्रश्न सोडवता येत नाही*
युवा	51	30
इतर	40	35

स्रोतः युवा आणि राजकीय सर्वेक्षण (2011)
टीपः सर्व आकडे टक्केवारीत आहेत.

तक्ता 4.10: अधिक युवा प्रतिसादकांनी युवा नेत्यांचे सकारात्मक मूल्यांकन केले आहे

	युवा नेते ज्येष्ठ नेत्यांहून अधिक चांगले आहेत.	*ज्येष्ठ नेते युवा नेत्यांहून अधिक चांगले आहेत.*	*फरक नाही*	*मिश्र पाठिंबा*
युवा	44	16	25	15
इतर	32	24	29	15

स्रोतः युवा आणि राजकीय सर्वेक्षण (2011)
टीपः सर्व आकडे टक्केवारीत आहेत.

या अभ्यासात, शासन करण्याच्या विविध बाबींच्या संदर्भाने लोकांना युवा नेते आणि ज्येष्ठ/ज्येष्ठ नेते यांची तुलना करण्याविषयी विचारले गेले. शासन करतानाच्या विचारलेल्य बाबी पुढीलप्रमाणेः उमेदवारांनी त्यांच्या संबंधित मतदारसंघास नियमित भेटी देणे, मतदारांसोबतचा संपर्क, पक्ष कार्यकर्त्यांसोबतचा संपर्क, मतदारसंघाचा विकास आणि प्रामाणिकपणे काम करणे (पहा टीप 2). युवा नेत्यांचं मूल्यांकन हे ज्येष्ठ नेत्यांहून अधिक सकारात्मक राहिलेले दिसले. शासनाच्या पाच बाबींपैकी, संबंधित मतदारसंघास नियमित भेटी देण्याबाबत युवा नेते अधिक कार्यक्षम असल्याचे युवा आणि इतर प्रतिसादकांनी नोंदवले. पक्ष कार्यकर्त्यांसोबत संपर्क ठेवण्याच्या कामाबाबत युवा नेते फारसे कार्यक्षम नसल्याचे युवा मतदारांना वाटते तर मतदारसंघात विकासकामं पार पाडण्याच्या कामात युवा नेत्यांची कामगिरी सुमार आहे असे ज्येष्ठ प्रतिसादकांना वाटते. वर उल्लेख केलेल्या पाचही बाबींविषयीचे प्रतिसाद एकत्र करून केलेल्या मूल्यांकनातून युवा नेते हे ज्येष्ठ नेत्यांहून अधिक कार्यक्षम असल्याचे दिसून आले. तक्ता 4.10 मधून स्पष्ट दिसून येते की, वर उल्लेखलेल्या शासनाच्या पाचही बाबीविषयी, एक चतुर्थांशपेक्षा किंचित कमी ज्येष्ठ प्रतिसादकांना ज्येष्ठ नेते युवा नेत्यांपेक्षा अधिक चांगले आहेत, असे वाटते तर एक तृतीयांशहून किंचित कमी ज्येष्ठ प्रतिसादकांना युवा नेते ज्येष्ठ नेत्यांपेक्षा अधिक चांगले आहेत, असे वाटते. युवा वर्ग युवा नेत्यांचे अधिक प्रमाणात सकारात्मक मूल्यांकन करतो. त्या तुलनेत फार कमी प्रमाणात युवा वर्ग ज्येष्ठ नेत्यांचे सकारात्मक मूल्यांकन करताना दिसतो. एकुणात आतापर्यंत दिसून आलेल्या प्रवाहाशी हे सुसंगत आहे.

राजकारणातील घराणेशाही

भारतातील राजकारण आणि युवा यांचा प्रश्न हा घराणेशाहीच्या राजकारणाशी संबंधित आहे. अलिकडील काही वर्षात भारतीय संसदेतील आणि राज्य विधानसभांमधील बहुतांश खासदार-आमदार हे राजकीय पार्श्वभूमीतून आले असल्याबाबत चिंता व्यक्त केली गेली. भारतीय लोकशाहीतील घराणेशाहीच्या राजकारणाच्या शिरकावास साहाय्यभूत होणारी परिस्थिती शोधण्याचा संशोधक, बुद्धिवादी प्रयत्न करत आहेत. आपण जर जगातील प्रमुख लोकशाही देशांमधील नेत्यांच्या वांशिक पार्श्वभूमीकडे दृष्टिक्षेप टाकला तर, घराणेशाहीचं

राजकारण हा पूर्व आधुनिक कालखंडातील विकसनशील समाजातील घटक नाही; उलट विकसनशील आणि विकसित दोन्ही समाजात घराणेशाहीचं राजकारण ठळक दिसून येते. जगातील सर्वांत मोठा लोकशाहीचा पुरस्कर्ता असणाऱ्या अमेरिकेतही हे दिसून येते. याचं ठळक उदाहरण म्हणजे केनेडी कुटुंब. या कुटुंबास एखाद्या राजेशाही कुटुंबाप्रमाणे स्थान प्राप्त झालेलं होतं. काही देशांमध्ये घराणेशाहीचं राजकारण इतक्या प्रमाणात सर्वत्र दिसून येत आहे की ती एक समस्या निर्माण झाली आहे आणि लोक त्या विरोधात कायद्याची मागणी करत आहेत. या संदर्भ परिप्रेक्ष्यात पॅट्रिक फ्रेंच यांनी उल्लेखनीय अभ्यास केला आहे. 'इंडियाः अ बुक पोर्ट्रेट' या आपल्या पुस्तकात फ्रेंच यांनी सध्याच्या 15व्या लोकसभेच्या 545 सदस्यांच्या कौटुंबिक पार्श्वभूमीची माहिती संकलित केली.[1] संकलित केलेल्या माहितीतून फ्रेंच यांना असे दिसून आले की, निम्मे खासदार हे कुठल्याही कौटुंबिक पार्श्वभूमीशिवाय निवडून आलेले होते. वय वर्षे 40 किंवा त्याहून कमी वय असलेल्या खासदारांपैकी दोन तृतीयांश खासदार राजकीय पार्श्वभूमीतून आलेले होते. त्यातही वय वर्षे 30 हून कमी असलेला प्रत्येक खासदार हा राजकीय कुटुंबातून आलेला होता. संसदेतील 38 सर्वाधिक तरुण खासदारांपैकी 33 खासदारांचा राजकारणातील प्रवेश आणि निवडणुकीतील विजय या दोन्ही बाबी राजकीय कौटुंबिक पार्श्वभूमी असल्याने शक्य झाल्या असल्याचे दिसले. देशातील सत्ताधीश सर्वांत मोठ्या पक्षातील वय वर्षे 35 हून कमी असलेले सर्व खासदार हे राजकीय कौटुंबिक पार्श्वभूमीतून आलेले आहेत. फ्रेंच म्हणतात, जर या प्रवाहात बदल झाला नाही तर लोकसभेचे रूपांतर 'वंशसभेत' व्हायला वेळ लागणार नाही.

या भागात युवा वर्गाच्या भारतीय राजकीय व्यवस्थेतील घराणेशाहीविषयीची मतांचं विश्लेषण केलं आहे. प्रतिसादकांना विचारलं गेलं की इतर व्यवसायाप्रमाणे राजकारणात राजकीय नेत्यांच्या मुलांनी राजकारणात प्रवेश केला तर त्यास स्वीकारार्हता प्राप्त होते काय. 'राजकारण्यांच्या मुलांनी राजकारणी होणे हे गैर आहे' असं म्हणणारे 53 टक्के तरुणांना वाटतं तर 48 टक्के ज्येष्ठांचे असे मत आहे (तक्ता 4.11).

तक्ता 4.11: घराणेशाहीच्या राजकारणास प्रत्येकाचा विरोध नाही

	घराणेशाहीच्या राजकारणास विरोध	घराणेशाहीच्या राजकारणास संमती
युवा	53	25
इतर	48	25

स्रोतः युवा आणि राजकीय सर्वेक्षण (2011)
टीपः सर्व आकडे टक्केवारीत आहेत. इतर 'मत नाही'

[1] *The full dataset for family politics in the Lok Sabha is available at* https://docs.google.com/spreadsheet/ccc?key=0Aln3g-urfIWhdHhiNzVOTS04MGk5c1gxVEFCYVlGelE&authkey=CKfZv_IG&hl=en&authkey=CKfZv_IG#gid=0 [Accessed on 28/10/2011]

शिक्षित युवांच्या तुलनेत अशिक्षित युवा वर्गात घराणेशाहीच्या राजकारणास किंचित अधिक संमती आहे. मात्र दोन्ही वर्गात घराणेशाहीच्या राजकारणास अधिक प्रमाणात विरोध आहे. अशिक्षित युवांच्या तुलनेत महाविद्यालयीन शिक्षणप्राप्त युवा घराणेशाहीच्या राजकारणास अधिक विरोध करतो. युवती आणि ग्रामीण युवा यांच्या तुलनेत युवक आणि शहरी युवा अधिक प्रमाणात घराणेशाहीच्या राजकारणास विरोध करतो.

आणखी एक म्हणजे वर चर्चिलेल्या बाबीविषयीचे विरोधाभास निर्माण करणारे तथ्य. सध्या सत्तारूढ असलेले वय वर्ष 50 चे खासदार आणि माजी खासदाराचा 28 वर्षांचा मुलगा यापैकी कोणाची निवड तुम्ही कराल, असा प्रश्न विचारला असता, घराणेशाहीतील असूनही 28 वर्षांच्या मुलाच्या बाजूने सर्व सामाजिक पार्श्वभूमीतून आलेल्या प्रतिसादकांनी कौल दिला. घराणेशाहीतून आलेला युवा नेता हा घराणेशाहीतून न आलेल्या ज्येष्ठ नेत्याहून निवडला जाण्याची शक्यता तरुण आणि ज्येष्ठ दोन्ही वर्गात अधिक आहे. युवा वर्ग जरी घराणेशाहीचा विरोध करत असला तरी जेव्हा युवा वर्गाच्या मतदानाची वेळ येते तेव्हा युवा उमेदवाराचं वय हा घटक घराणेशाहीहून अधिक महत्त्वाचा ठरतो, असे दिसते. म्हणजे युवा उमेदवार निवडणे म्हणजे घराणेशाहीतून आलेला युवा उमेदवार निवडणे होय. घराणेशाहीतून न आलेल्या ज्येष्ठ उमेदवाराहून अशा उमेदवारास अधिक प्राधान्य दिले जाते. (तक्ता 4.12)

युवतींच्या तुलनेत युवक अधिक प्रमाणात घराणेशाहीतून आलेल्या नेत्यास पाठिंबा देतात तर घराणेशाहीतून आलेल्या युवा नेत्यास शहरी भागातून अधिक पाठिंबा प्राप्त होताना दिसतो. शैक्षणिक पातळी वाढत जाते तसतसा घराणेशाहीतून आलेल्या युवा नेत्यास अधिक पाठिंबा मिळतो. याआधीच्या प्रश्नाचा विचार करता हे विरोधाभासी चित्र आहे. या आधी शैक्षणिक पातळी वाढते त्यानुसार घराणेशाहीविषयी नकारात्मक मत तयार होते, असे दिसून आले आहे. जेव्हा आपण घराणेशाहीच्या विरोधात असलेल्या मतांचा विचार करतो तेव्हा या विसंगतीत केवळ सातत्यच नाही तर ती विसंगती खोलवर रुजलेली आहे, असे दिसून येते. राजकारण्यांच्या मुलांनी राजकारणात येऊ नये असे म्हणणारा युवा वर्ग घराणेशाहीतून आलेल्या युवा उमेदवारास घराणेशाहीतून न आलेल्या ज्येष्ठ उमेदवाराहून

तक्ता 4.12: घराणेशाहीतील युवा उमेदवारास घराणेशाहीतून न आलेल्या ज्येष्ठ उमेदवाराहून अधिक प्राधान्य दिले जाते

	घराणेशाहीतील युवा उमेदवार	*ज्येष्ठ खासदार*
युवा	53	30
इतर	39	39

स्रोतः युवा आणि राजकीय सर्वेक्षण (2011)

टीपः सर्व आकडे टक्केवारीत आहेत. इतर 'मत नाही'

तक्ता 4.13: घराणेशाही राजकारणास विरोध करणाऱ्यां मधूनही घराणेशाहीतून येणाऱ्या युवा उमेदवारास पाठिंबा मिळतो

	ज्येष्ठ खासदारास प्राधान्य देतात	*घराणेशाहीतून आलेल्या उमेदवारास प्राधान्य देतात*
घराणेशाहीच्या राजकारणास विरोध करणारा युवा वर्ग	29	61
घराणेशाहीचे राजकारण मान्य असणारा युवा वर्ग	38	54
घराणेशाहीच्या राजकारणास विरोध करणारे इतर	46	43
घराणेशाहीच्या राजकारणास मान्य असणारे इतर	43	47

स्रोत: युवा आणि राजकीय सर्वेक्षण (2011)
टीप: सर्व आकडे टक्केवारीत आहेत. इतर 'मत नाही'

अधिक प्राधान्य देतो. ज्येष्ठ प्रतिसादकांबाबत अगदी याच स्वरूपाचं चित्र नाही. मात्र ज्येष्ठ प्रतिसादकांपैकी बहुतेक लोक घराणेशाहीच्या राजकारणाला विरोध करतात आणि 28 वर्षीय घराणेशाहीतील उमेदवारास घराणेशाहीतून न आलेल्या 50 वर्षीय उमेदवाराहून अधिक प्राधान्य देतात. (तक्ता 4.13)

अपेक्षेप्रमाणे, मतदान करताना ज्यांना युवा वर्गाचं वय महत्त्वाचं वाटतं ते आणि युवा नेते राजकारणाचे सूत्रधार असावेत असं ज्यांना वाटतं ते, हे दोन्ही वर्ग घराणेशाहीतील असला तरीही युवा नेत्यास पाठिंबा देण्याची शक्यता अधिक आहे. ज्या युवा वर्गास उमेदवाराचं काम, अनुभव, पक्ष कल याहून अधिक त्याचं वय महत्त्वाचं वाटलं तो वर्ग हा घराणेशाहीतून आलेल्या युवा नेत्यास निवडण्याची शक्यता अधिक आहे. ज्यांना युवा उमेदवारांचं वय महत्त्वाचं वाटतं अशा वर्गापैकी 72 टक्के युवांनी घराणेशाहीतून आलेल्या युवा नेत्याची निवड केली. याच्या उलट, ज्यांना युवा वर्गाचे वय महत्त्वाचे वाटत नव्हते, त्या वर्गातील 46 टक्के युवांनी घराणेशाहीतील युवा उमेदवार निवडला. युवा नेत्यांना जे विरोध करतात आणि युवा नेत्यांना जे पाठिंबा देतात या दोहोंची तुलना करता, युवा प्रतिसादकांमधून घराणेशाहीतून आलेल्या युवा उमेदवारास असणारा पाठिंबा काही पटींनी वाढतो. (तक्ता 4.14)

तक्ता 4.14: युवा वर्ग युवा उमेदवाराच्या वयास राजकीय घराणेशाहीच्या वारशाहून अधिक महत्त्व देतो

	सत्तारूढ ज्येष्ठ खासदारास पाठिंबा	*घराणेशाहीतून आलेल्या युवा उमेदवारास पाठिंबा*
युवा नेत्यांना विरोध	55	12
युवा नेत्यांना पाठिंबा	13	80

स्रोत: युवा आणि राजकीय सर्वेक्षण (2011)
टीप: 1. सर्व आकडे टक्केवारीत आहेत. इतर 'मत नाही'
2. पाठिंबा याचा अर्थ जे 'अधिक पाठिंबा' संवर्गात आहेत ते सर्व. (पहा टीप 1)

त्यामुळे जेव्हा घराणेशाही आणि वय यांची तुलना होते, तेव्हा उमेदवाराच्या वयामुळे राजकीय वंशावळ झाकोळून जाते. तसेच युवा नेतृत्व आणि घराणेशाहीतून आलेलं नेतृत्व याची तुलना करताना, लोक युवा राजकीय नेता घराणेशाहीतून आलेला असला तरीही त्याला घराणेशाहीतून न आलेल्या राजकीय नेत्याहून अधिक प्राधान्य देतात.

निष्कर्ष

विविध वयोगटांमधून युवा राजकीय नेत्यास अधिक पाठिंबा मिळतो, असा निष्कर्ष काढता येतो. युवा, शहरी वर्ग आणि शिक्षित वर्ग यांमधून युवा नेत्यांना अधिक पाठिंबा आहे. राजकीय नेतृत्वाच्या निवडीबाबत युवा आणि ज्येष्ठ यांच्या मतांमध्ये फारसा फरक नाही. ज्येष्ठ वर्गाहून अधिक संख्येने युवा वर्ग युवा नेतृत्वास पाठिंबा देतो. युवा वर्गाला विविध मुद्द्यांवरून असणाऱ्या पाठिंब्याचं रूपांतर केवळ उमेदवाराच्या युवा वयाच्या आधारे मतांमध्ये होत नाही. युवा आणि ज्येष्ठ प्रतिसादकांची घराणेशाहीच्या राजकारणाविषयी सारखंच मत आहे. घराणेशाहीचं राजकारण आणि युवा वय यातून निवड करताना, युवा वयास अधिक प्राधान्य दिले जाते.

टिपा

1. **युवा नेत्यांच्या पाठिंब्याचा निर्देशांक**

   युवा राजकीय नेत्यांच्या कल्पनेस एकुणात असणारा पाठिंबा आणि विरोध समजून घेण्याच्या उद्देशाने हा निर्देशांक तयार केला गेला. सीएसडीएस च्या युवा आणि राजकारण याविषयीच्या सर्वेक्षणातील प्र.12ड, प्र.25ब, प्र.27, प्र.35 या आधारे हा निर्देशांक तयार केला गेला. मतदान करताना उमेदवाराचे युवा वय हा महत्त्वाचा घटक होता काय, असे प्र. 12 ड मधून विचारले गेले तर अधिक चांगला विकास साधण्यासाठी देशाच्या शासनाची सूत्रं युवा वर्गाच्या हाती असावीत, या विधानाविषयीची मतं प्र. 25 ब मधून विचारली गेली. लोकसभा निवडणुकीत युवा आणि ज्येष्ठ नेता यातून आपण कोणाला निवडून द्याल, असा प्रश्न प्र.27 मध्ये विचारला गेला. इतर नेत्यांहून युवा नेते चांगले शासन करू शकतात काय, हे प्र. 35 मध्ये विचारले गेले. हे सर्व प्रश्न एकत्रित केले गेले आणि त्यावरील प्रतिसादांचे वर्गीकरण हे चार संवर्गात केले- विरोध, अल्प पाठिंबा, साधारण पाठिंबा, अधिक पाठिंबा. हा निर्देशांक दोन टप्प्यांमध्ये पार पडला. प्र. 12 ड आणि प्र. 25 ब दोन्ही एकत्र करून त्याचे प्रतिसाद पाच संवर्गात विभागले: विरोध, अल्प, साधारण, अधिक आणि मत नाही. ज्यांनी उमेदवाराचे वय हा सर्वांत शेवटचा किंवा शेवटून दुसरा महत्त्वाचा मुद्दा मानला आणि 'अधिक चांगला विकास साधण्यासाठी युवा वर्गाची हाती देशाच्या शासनाची धुरा असायला हवी' या विधानाशी असहमत असणारे अशा दोहोंची गणना ही 'विरोध' या संवर्गात केली गेली. याच्या उलट या विधानाशी सहमत असणारे आणि युवा वय ही प्रथम प्राधान्याची किंवा द्वितीय प्राधान्याची बाब मानणाऱ्यांची गणना 'अधिक पाठिंबा' या संवर्गात केली गेली. अधिक पाठिंबा वर्गात युवा वय महत्त्वाचे वाटणाऱ्यांना आणि प्र. 25 ब ला 'काही प्रमाणात सहमत' असणाऱ्यांचीही गणना केली आहे. वर उल्लेखलेल्या विधानाशी असहमत असणारे आणि युवा वय हा दुसरा किंवा तिसरा प्राधान्याचा मुद्दा मानणारे तसेच प्र.25 ब विधानाशी काही प्रमाणात सहमत असणारे, या सर्वांची गणना 'अल्प पाठिंबा' या संवर्गात केली गेली. कोणतेही मत नाही हा स्वतंत्र संवर्ग होता. तर इतर सर्वांची गणना ही साधारण पाठिंबा संवर्गात केली गेली.

2. युवा आणि ज्येष्ठ राजकीय नेत्यांनी केलेल्या कामाच्या तुलनात्मक मूल्यांकनाचा निर्देशांक

हा निर्देशांक प्रतिसादकांना युवा आणि ज्येष्ठ राजकीय नेत्यांच्या तुलनेबाबत विचारलेल्या पाच प्रश्नांमधून तयार केला गेला. मतदारसंघास भेट देण्यातील नियमितता, मतदारांसोबतचा संपर्क, पक्ष कार्यकर्त्यांसोबतचा संपर्क, मतदारसंघाचा विकास आणि प्रामाणिक काम या अनुषंगाने हे प्रश्न विचारले गेले. प्र. 26अ, प्र.26ब, प्र.26क, प्र26ड आणि प्र.26इ यातून यासंबंधी प्रश्न विचारले गेले. यासाठी दिलेले पर्याय होते: युवा नेता, ज्येष्ठ नेता, फरक नाही आणि मत नाही/सांगता येत नाही. या पाचही प्रश्नांना दिले गेलेले प्रतिसाद एकत्रित केले गेले आणि त्यांचे वर्गीकरण चार संवर्गात करण्यात आले: ज्यांनी युवा नेतृत्वाचे सकारात्मक मूल्यांकन केले, ज्यांनी ज्येष्ठ नेत्यांचे सकारात्मक मूल्यांकन केले, ज्यांना युवा आणि ज्येष्ठ नेत्यांमध्ये फारसा फरक वाटत नाही आणि ज्यांचे सुस्पष्ट मत नाही असे मिश्र प्रतिसाद. ज्यांचे या पाचही प्रश्नांविषयी 'काहीही मत नाही' असं उत्तरं होतं त्यांचा विचार या विश्लेषणात केला गेला नाही. ज्यांनी पाचपैकी तीन प्रश्नांना ज्येष्ठ नेत्यांहून युवा नेते अधिक चांगले काम करतात, असे उत्तर दिले त्यांची गणना युवा वर्गाचे सकारात्मक मूल्यांकन करणाऱ्यांमध्ये केली गेली. ज्यांनी पाचपैकी तीन प्रश्नांना युवा नेत्यांहून ज्येष्ठ नेते अधिक चांगले काम करतात, असे उत्तर दिले त्यांची गणना ज्येष्ठ वर्गाचे सकारात्मक मूल्यांकन करणाऱ्यांमध्ये केली गेली. पाचपैकी तीन प्रश्नांमध्ये युवा आणि ज्येष्ठ नेत्यांची कामगिरी समान वाटलेल्यांचा समावेश युवा आणि ज्येष्ठ नेतृत्वात फारसा फरक नाही, या संवर्गात केला गेला. ज्यांनी प्रश्नांना वेगवेगळी उत्तरं दिली आणि युवा, ज्येष्ठ नेत्यास प्रमुख प्राधान्य दिलं नाही अशा सर्वांचा समावेश मिश्र प्रतिसाद या संवर्गात केला गेला.

संदर्भ

French, Patrick. (2011). India: A Portrait – An Intimate Biography of 1.2 Billion People; Allen Lane/Penguin

5 निवडणूक सुधारणांचे मुद्दे

श्रेयस सरदेसाई

बऱ्याच काळापासून भारतीय संसद, सरकार, न्यायमंडळ, निवडणूक आयोग, माध्यमं, नागरी समाज या सर्व ठिकाणी निवडणूक सुधारणांविषयी चर्चा होते मात्र या साऱ्या बाबी कागदावरच राहतात, अजून त्या प्रत्यक्षात यावयाच्या आहेत. गेल्या दोन दशकात निवडणूक सुधारणांविषयी किमान सात महत्त्वाचे शासन-नियुक्त अहवाल आले.[1] अद्यापही या विविध अहवालांपैकी कोणतीही शिफारस, सूचना अमलात आणण्याची प्रमुख चिन्हं दिसत नाहीत. अलीकडच्या काही वर्षांत भ्रष्टाचारविरोधी आंदोलनातील निर्वाचित नेत्यांना परत बोलावण्याचा अधिकार आणि मतदानावेळी उमेदवारांना नाकारण्याचा अधिकार असावा, या मागणीने निवडणूक सुधारणांची पुन्हा चर्चा सुरू झाली आहे. या दोन्ही मागण्या निवडणूक सुधारणांच्या मूलगामी सुधारणांपैकी आहेत आणि या सुधारणांनी युवा मतदार वर्गाचं लक्ष खेचून घेतलं आहे. इतर महत्त्वाची सुचवलेली सुधारणा म्हणजे मतदान सक्तीचे करावे आणि वय वर्षे 65 हून अधिक वय असलेल्यांना निवडणूक लढवण्यास अपात्र ठरवावे. या प्रकरणातून या सुधारणांविषयी तपशीलवार चर्चा केली आहे. या सुधारणांचा अर्थ, सीएसडीएस च्या अभ्यासानुसार युवा वर्गाच्या व इतरांच्या लोकसंख्यानिहाय या सुधारणांविषयीच्या धारणा या साऱ्याचा ऊहापोह या प्रकरणात केला आहे.

1. निर्वाचित प्रतिनिधींना परत बोलावण्याचा अधिकार

आधुनिक लोकशाही व्यवस्थेत निर्वाचित प्रतिनिधींना अधिकाधिक उत्तरदायी कसे बनवावे, हा मूलभूत आणि महत्त्वाचा प्रश्न आहे. नियमित घेतल्या जाणाऱ्या निवडणुकांमधून मतदारांना त्यांचे प्रतिनिधी निवडण्याचा अधिकार आहे, मात्र निर्वाचित प्रतिनिधींनी असमाधानकारक काम किंवा वर्तन केल्यास त्यांना परत बोलावण्याच्या अधिकाराची तरतूदही भारतीय संविधानात नाही. सध्याच्या व्यवस्थेनुसार, प्रादेशिक आणि राष्ट्रीय निवडणुकांमध्ये दर पाच वर्षांनी किंवा जेव्हा निवडणुका घेतल्या जातील तेव्हा मतदान करण्याची संधी भारतीय मतदारांना प्राप्त होते. आमदार किंवा खासदार यांचा कार्यकाल पाच वर्षे असा निश्चित केलेला आहे आणि या आमदारांना किंवा खासदारांना पक्षांतरबंदीच्या तरतुदींनुसार अपात्र ठरवले जाऊ शकते किंवा त्यांनी लाभाचे पद स्वीकारल्यास त्यांचे सदस्यत्व रद्द होऊ शकते. तसेच उमेदवाराकडून गैरवर्तन होत असल्याचे संबंधित न्यायालयात सिद्ध झाल्यास उमेदवाराचे सदस्यत्व रद्द होते. (कलम 102 आणि 191)[2]

मात्र भारतीय संविधानात किंवा लोकांचे प्रतिनिधित्व कायदा, 1951 यामध्ये कोणतीही अशी तरतूद नाही ज्याद्वारे मतदार निर्वाचित आमदार किंवा खासदार यांची पाच वर्षांची मुदत संपण्यापूर्वी अपात्र ठरवून परत बोलावू शकतात. निर्वाचित प्रतिनिधींना परत बोलावण्याचा अधिकार ही लोकशाही प्रक्रिया आहे जिच्याद्वारे जनमानसात रुजलेली विसंगती दूर करता येऊ शकते. ही अशी प्रक्रिया आहे ज्याद्वारे निर्वाचित प्रतिनिधी सक्षम नसल्याने अथवा जनतेच्या अपेक्षा पूर्ण न केल्याने मुदत संपण्यापूर्वी त्याला/तिला अपात्र ठरवून परत बोलावण्याचा अधिकार या प्रक्रियेतून प्राप्त होतो. उमेदवारांना परत बोलावण्याच्या अधिकाराची मागणी केवळ सामाजिक आणि राजकीय कार्यकर्त्यांनीच केलेली आहे असे नाही तर दस्तुरखुद्द संसदपटूंनीही केली आहे.[3] 2007 साली लोकसभा अध्यक्ष सोमनाथ चटर्जी यांनी खासदारांना अपात्र ठरवून परत बोलावण्याचा अधिकार जनतेला असावा या संदर्भात मांडणी केलेली होती. "जर खासदार अक्षम, असंवेदनशील, भ्रष्टाचारी अथवा कर्तव्यच्युत आढळले किंवा खासदाराच्या पात्रतेला संसदेत अथवा बाहेर न शोभणारे वागले" तर चटर्जींच्या मते, "त्यांना परत बोलावण्याचा अधिकार" जनतेला असायला हवा. निर्वाचित प्रतिनिधी त्यांच्या पूर्ण कार्यकालात जबाबदार आणि उत्तरदायी राहण्यासाठी हे आवश्यक आहे, असे चटर्जींनी मांडले होते.[4]

परत बोलावण्याचा अधिकार ही प्रत्यक्ष लोकशाहीतील प्रक्रिया आहे. फार कमी देशांमध्ये या प्रक्रियेचा अवलंब केला जातो. या प्रक्रियेची सुरुवात ही 19 व्या शतकाच्या अखेरीस स्वित्झर्लंडमध्ये झाली आणि आजही 26 स्विस कॅन्टॉनपैकी 6 स्विस कॅन्टॉनमध्ये आजही अवलंबली जाते. (संघराज्यीय पातळीवर नसली तरीही) अमेरिकेतील लॉस एन्जेलीस येथील नगरपालिकेत ही पद्धत 1903 मध्ये लागू झाली.[5] सध्याच्या घडीला, अमेरिकेतील 19 राज्यांमधील राज्य पातळीवरील अधिकाऱ्यांना परत बोलावण्याचा अधिकार आहे तसेच किमान 29 राज्यात (काही स्रोतांच्या मते 36) स्थानिक पातळीवरील अधिकाऱ्यांना परत बोलावण्याचा अधिकार आहे. अमेरिकेच्या इतिहासात केवळ दोनदा या पद्धतीचा अवलंब करत राज्यपालांना पदावरून काढण्यात आले. 1921 मध्ये लेयन जे फ्रेझियर (नॉर्थ डाकोटा) यांना आणि 2003 मध्ये ग्रे डेव्हिस (कॅलिफोर्निया) या दोघांना या पद्धतीचा अवलंब करत पदच्युत केले गेले होते.[6] ब्रिटिश कोलंबियातील कॅनडेयीन प्रांतात निर्वाचित प्रतिनिधींना परत बोलावण्याचा अधिकार 1995 मध्ये लागू केला गेला. व्हेनेझुएला आणि अर्जेंटिना या दोन्ही देशात परत बोलावण्याच्या अधिकाराची तरतूद आहे. व्हेनेझुएलामध्ये राज्याच्या प्रमुखासही परत बोलावण्याचा अधिकार आहे तर अर्जेंटिनामध्ये तो केवळ स्थानिक निर्वाचित अधिकाऱ्यांपुरता मर्यादित आहे. युनायटेड किंगडममध्ये या प्रकारची तरतूद नाही मात्र 2010 मध्ये सत्तारूढ झालेले कॉन्झर्वेटीव लिबरल डेमोक्रॅट आघाडी सरकारने या प्रकारची कायदेशीर तरतूद करून अमलात आणण्यासंबंधी विधान केले आहे.

भारतामध्ये मध्य प्रदेश, छत्तीसगढ, राजस्थान आणि बिहार या राज्यात स्थानिक स्वराज्य संस्थांमध्ये स्थानिक निर्वाचित प्रतिनिधींना परत बोलावण्याचा अधिकार आहे.[7] 2000 साली मध्य प्रदेश नगर पंचायत कायदा, 1956 यातील अनुच्छेद 24 आणि मध्य प्रदेश नगरपालिका कायदा, 1961 यातील अनुच्छेद 47 यांमध्ये दुरुस्ती करून अनुक्रमे महापौर अथवा नगरपालिकांच्या अध्यक्षांना अकार्यक्षमतेच्या कारणास्तव परत बोलावण्याचा अधिकार दिला गेला.[8] छत्तीसगढ नगर पालिका कायदा, 1961 मधील अनुच्छेद 47 मध्ये दुरुस्ती करून निर्वाचित अध्यक्षांना अकार्यक्षमतेच्या कारणास्तव परत बोलावण्याचा अधिकार देण्यात आला. या प्रक्रियेची सुरुवात ही नगरपालिकेने दोन वर्ष पूर्ण केल्यानंतरच आणि तीन चतुर्थांश सदस्यांनी जिल्हाधिकार्‍याकडे परत बोलावण्याच्या अधिकाराची लिखित मागणी केल्यानंतरच होऊ शकते. याचिकेची तपासणी केल्यानंतर जिल्हाधिकारी ती राज्य सरकारकडे पाठवू शकतात. अहवालाची दखल घेतल्यानंतर राज्य सरकार राज्य निवडणूक आयोगाला न्यायपालिका अध्यक्षांना परत बोलावण्याच्या अनुषंगाने निवडणूक घेण्याबाबत शिफारस करू शकते. राजस्थानमध्ये राजस्थान नगरपालिका कायद्यामध्ये मार्च 2011 मध्ये दुरुस्ती करून थेट निवडलेल्या महापौर अथवा अध्यक्षास परत बोलावण्याचा अधिकार देण्यात आला.[9] बिहारमध्ये बिहार नगरपालिका कायद्यामध्ये दुरुस्ती होऊन नगर परिषद आणि नगर पंचायत यांसारख्या शहरी स्थानिक स्वराज्य संस्थांमध्ये निर्वाचित प्रतिनिधींना दोन तृतीयांश मतदारांच्या स्वाक्षरीसह नगर विकास विभागाकडे याचिका दिल्यास परत बोलावता येऊ शकेल.[10] बिहार प्रारूपामध्ये, निर्वाचित प्रतिनिधींना परत बोलावण्याचा अधिकार हा थेट मतदाराच्या हातात आहे. मध्य प्रदेश आणि छत्तीसगढमध्ये स्वराज्य संस्थांच्या सदस्यांच्या हातात अधिकार आहे त्यामुळे त्याचा वापर राजकीयदृष्ट्या प्रेरित असू शकतो. छत्तीसगढमध्ये जून 2008 मध्ये गुंडेरदेही, नवागढ आणि राजपूर या नगर पंचायतमध्ये स्थानिक शहरी संस्थांच्या अध्यक्षांच्या परत बोलावण्याच्या संदर्भातील निवडणुका यशस्वी ठरल्या.[11] मध्य प्रदेशमध्ये 2000 ते 2011 या कालखंडात उमेदवारांना परत बोलावण्याच्या संदर्भात 27 याचिका दाखल झाल्या, पैकी 13 याचिकांमधून आधी निर्वाचित झालेले अध्यक्ष पुन्हा निवडून आले तर 14 याचिकांमध्ये निर्वाचित प्रतिनिधींना पदच्युत व्हावे लागले. मध्य प्रदेश हे असं पहिलं राज्य आहे जिथे ग्रामसभांना पंचायत प्रमुखांनी गैरकृत्य केल्यास त्यांना परत बोलावण्याचा अधिकार बहाल केला गेला.[12] तसेच पंजाबमध्ये पंच (निर्वाचित प्रतिनिधी) हे अविश्वासाचा ठराव पारित करून सरपंचास पदच्युत करू शकतात. मे 2011 मध्ये सर्वोच्च न्यायालयाने ही तरतूद रद्दबातल करण्याच्या प्रयत्नास नकार दिला.[13]

सीएसडीएस च्या अभ्यासात 2009 लोकसभेत युवा उमेदवार विजेते अथवा उपविजेते ठरले अशा मतदारसंघात युवा मतदारांच्या मुलाखती घेण्यात आल्या. यापैकी दोन तृतीयांशहून अधिक (69 टक्के) युवा मतदार "आमदार अथवा खासदारांनी समाधानकारक काम न केल्यास त्यांना परत बोलावण्याचा अधिकार जनतेला असावा" या विधानाशी

सहमत आहेत. जनता निर्वाचित प्रतिनिधी नेत्यांच्या कामगिरीवर नाखूश असली तरीही नेत्यांना त्यांचा पाच वर्षांचा कार्यकाल पूर्ण करू द्यावा असे 16 टक्के युवा वर्गास वाटते. 'निर्वाचित प्रतिनिधींना परत बोलावण्याचा अधिकार' गेल्या दोन वर्षात या मागणीला अधिक पाठिंबा मिळतो आहे. 2009 लोकसभा निवडणुकीच्या वेळी सीएसडीएस ने पार पाडलेल्या राष्ट्रीय निवडणूक अभ्यासात 62 टक्के युवा वर्गाने या अधिकाराच्या मागणीस होकार दिला होता. मात्र त्याचसोबत या मागणीला विरोध करणाऱ्याचं प्रमाणही 2009 पासून वाढलं आहे. 'निर्वाचित प्रतिनिधींना परत बोलावण्याचा अधिकार' याला ज्येष्ठ प्रतिसादकांचा पाठिंबा वाढला असला तरी युवा वर्गाच्या तुलनेत तो कमीच आहे. युवा वर्गात या अधिकाराच्या मागणीस विरोध करणाऱ्या एका व्यक्तीमागे चार व्यक्ती या समर्थन करणाऱ्या आहेत. ज्येष्ठ प्रतिसादकांमध्ये हे गुणोत्तर कमी होते. त्यांच्यात विरोध करणाऱ्या एका व्यक्तीमागे समर्थन करणाऱ्या तीन व्यक्ती आहेत. (तक्ता 5.1)

खासदार/आमदार यांना परत बोलावण्याचा अधिकार असण्याच्या संदर्भात स्थाननिहाय विश्लेषण केल्यास या अधिकाराच्या मागणीस ग्रामीण भागाच्या (खेडेगाव) तुलनेत अधिक पाठिंबा शहरी भागात (शहरं आणि छोटी शहरं) असल्याचे दिसून येते. ग्रामीण आणि शहरी, दोन्ही भागात युवा वर्गाचा या मागणीस (18–25 वयोगट आणि 26–33 वयोगट) इतरांच्या (वय वर्षे 34+) तुलनेत अधिक पाठिंबा आहे. ग्रामीण भागात वय वर्षे 18 ते 25 वयोगटातील युवा वर्गाचा सर्वाधिक पाठिंबा या मागणीस आहे. या मागणीच्या ग्रामीण आणि शहरी भागातील 18 ते 25 वयोगटातील पाठिंब्यात केवळ 5 टक्क्यांचा फरक आहे, 26 ते 33 वयोगटात हा फरक वाढत जाऊन 14 टक्के इतका होतो. (तक्ता 5.2)

तक्ता 5.1: निर्वाचित प्रतिनिधींना परत बोलावण्याच्या मागणीस अधिक पाठिंबा, विशेषतः युवा वर्गात अधिक पाठिंबा

	निर्वाचित प्रतिनिधींना परत बोलावण्याचा अधिकार	
	पाठिंबा	*विरोध*
युवा 2009	62	14
युवा 2011	69	16
इतर 2009	54	13
इतर 2011	57	18

स्रोतः राष्ट्रीय निवडणूक अभ्यास (2009) युवा आणि राजकारण सर्वेक्षण (2011)

टीपः सर्व आकडे टक्केवारीत आहेत. इतर 'मत नाही' 2009 चा आकडा हा सीएसडीएस ने 2009 च्या लोकसभा निवडणुकीच्या वेळेस पार पाडलेल्या राष्ट्रीय निवडणूक अभ्यासावर आधारित आहे. 2011 चा आकडा हा सीएसडीएस ने सध्या पार पाडलेल्या सर्वेक्षणावर आधारित आहे. 2009 मध्ये प्रश्नातील शब्दरचना थोडीशी वेगळी होती. "जर लोक आमदार/खासदार यांच्या कामगिरीवर समाधानी नसतील तर त्यांना त्यांनी निवडून दिलेल्या प्रतिनिधींना पाच वर्षांचा कालावधी पूर्ण होण्यापूर्वी परत बोलावण्याचा अधिकार असावा. तुम्ही सहमत आहात की असहमत, ते सांगा" अशी ही शब्दरचना होती.

तक्ता 5.2: शहरी युवा वर्गाचा निर्वाचित उमेदवारांना परत बोलावण्याच्या अधिकारास अधिक पाठिंबा. ग्रामीण युवा वर्गाचाही शहरी युवाच्या खालोखाल पाठिंबा

	निर्वाचित प्रतिनिधींना परत बोलावण्याचा अधिकार	
	पाठिंबा	विरोध
ग्रामीण 18–25	69	13
ग्रामीण 26–33	63	18
ग्रामीण 34+	56	17
शहरी 18–25	74	19
शहरी 26–33	77	16
शहरी 34+	60	20

स्रोतः राष्ट्रीय निवडणूक अभ्यास (2009) युवा आणि राजकारण सर्वेक्षण (2011)
टीपः सर्व आकडे टक्केवारीत आहेत. इतर 'मत नाही'

आमदार आणि खासदार यांच कार्यकाल समाप्त होण्यापूर्वी त्यांना परत बोलावण्याचा अधिकार असला पाहिजे असं म्हणणाऱ्या समाधानी ज्येष्ठांची संख्या ही आमदार खासदारांवर असमाधानी असलेल्या ज्येष्ठांच्या संख्येहून कमी आहे. निर्वाचित प्रतिनिधींवर समाधानी असूनही या प्रकारचा भेद युवा वर्गात दिसत नाही. याचा अर्थ असा निघू शकतो की खासदाराच्या, आमदाराच्या कामगिरीवरील समाधानाचा विचार न करता, युवा वर्गास निर्वाचित उमेदवारास परत बोलावण्याचा अधिकार मान्य आहे. यासोबतच हे सांगितलं पाहिजे की जेव्हा या मागणीला विरोध करण्याची वेळ येते तेव्हा युवा वर्ग आणि इतर यांच्यात समान प्रकारचं वर्तन दिसून येतं. म्हणजे जो युवा वर्ग आमदार, खासदार यांच्या कामगिरीविषयी समाधानी आहे त्याचा असमाधानी असणाऱ्या वर्गाहून या मागणीला अधिक विरोध आहे. (तक्ता 5.3 आणि तक्ता 5.4)

तक्ता 5.3: खासदाराच्या कामगिरीविषयी समाधानी असूनही परत बोलावण्याच्या अधिकारास युवा वर्गाचा अधिक पाठिंबा आहे

	निर्वाचित प्रतिनिधींना परत बोलावण्याचा अधिकार	
	पाठिंबा	विरोध
खासदारांच्या कामगिरीवर समाधानी युवा	71	18
खासदारांच्या कामगिरीवर असमाधानी युवा	71	11
खासदारांच्या कामगिरीवर समाधानी इतर	58	21
खासदारांच्या कामगिरीवर असमाधानी इतर	66	16

स्रोतः राष्ट्रीय निवडणूक अभ्यास (2009) युवा आणि राजकारण सर्वेक्षण (2011)
टीपः सर्व आकडे टक्केवारीत आहेत. इतर 'मत नाही'

तक्ता 5.4: आमदाराच्या कामगिरीवर समाधानी असल्यास निर्वाचित उमेदवारांना परत बोलावण्याच्या अधिकारास अधिक प्रमाणात विरोध होतो

	निर्वाचित प्रतिनिधींना परत बोलावण्याचा अधिकार	
	पाठिंबा	विरोध
आमदारांच्या कामगिरीवर समाधानी युवा	69	19
आमदारांच्या कामगिरीवर असमाधानी युवा	70	13
आमदारांच्या कामगिरीवर समाधानी इतर	56	24
आमदारांच्या कामगिरीवर असमाधानी इतर	69	13

स्रोतः राष्ट्रीय निवडणूक अभ्यास (2009) युवा आणि राजकारण सर्वेक्षण (2011)
टीपः सर्व आकडे टक्केवारीत आहेत. इतर 'मत नाही'

तक्ता 5.5: अल्प अथवा साधारण शिक्षण असलेल्या युवा वर्गाचा उच्च शिक्षित युवा वर्गाहून निर्वाचित प्रतिनिधींना परत बोलावण्याच्या अधिकाराच्या मागणीस अधिक पाठिंबा आहे

	निर्वाचित प्रतिनिधींना परत बोलावण्याचा अधिकार	
	पाठिंबा	विरोध
अशिक्षित युवा	55	18
प्राथमिक शाळा उत्तीर्ण युवा	72	14
माध्यमिक शाळा उत्तीर्ण युवा	72	16
महाविद्यालयीन शिक्षित युवा	68	17

स्रोतः युवा आणि राजकारण सर्वेक्षण (2011)
टीपः सर्व आकडे टक्केवारीत आहेत. इतर 'मत नाही'

युवा अशिक्षितांची तुलना करता, शिक्षित युवा वर्गाचा या मागणीस अधिक पाठिंबा आहे. मात्र शिक्षित युवा वर्गात, कमी किंवा साधारण शिक्षण घेतलेल्या (प्राथमिक शाळा उत्तीर्ण आणि माध्यमिक शाळा उत्तीर्ण) युवांचा महाविद्यालयीन शिक्षणप्राप्त युवांहून अधिक पाठिंबा आहे. युवा अशिक्षित वर्गातही निर्वाचित प्रतिनिधींना परत बोलावण्याच्या अधिकाराच्या मागणीस मोठा पाठिंबा आहे. (तक्ता 5.5)

तक्ता 5.6 मधून माध्यमांचा अल्प, साधारण आणि अधिक संपर्क असलेल्या युवा वर्गाच्या निर्वाचित उमेदवार परत बोलावण्याच्या अधिकाराच्या मागणीच्या पाठिंब्याबाबत आहे. (माध्यमांशी संपर्काचा अर्थ म्हणजे जे नियमित वर्तमानपत्रं वाचतात, टीव्ही, रेडिओ नियमित पाहतात, ऐकतात आणि नियमितपणे इंटरनेटचा वापर करतात.) माध्यमांशी अजिबातच संपर्क नसलेल्यांपेक्षा माध्यमांशी अल्प, साधारण, अधिक संपर्क असलेल्यांचा निर्वाचित प्रतिनिधींना परत बोलावण्याच्या अधिकारास अधिक पाठिंबा आहे. माध्यमांशी संपर्क वाढतो तसतसा निर्वाचित प्रतिनिधींना परत बोलावण्याच्या मागणीस पाठिंबा वाढत

तक्ता 5.6: माध्यमांशी अधिक संपर्क असलेला युवा हा निर्वाचित प्रतिनिधींना परत बोलावण्याच्या अधिकाराच्या मागणीस माध्यमांशी काहीच संपर्क नसलेल्या युवा वर्गाहून अधिक पाठिंबा देतो

	निर्वाचित प्रतिनिधींना परत बोलावण्याचा अधिकार	
	पाठिंबा	*विरोध*
माध्यमांशी अधिक संपर्क असलेला युवा	74	18
माध्यमांशी साधारण संपर्क असलेला युवा	74	14
माध्यमांशी अल्प संपर्क असलेला युवा	72	14
माध्यमांशी काहीच संपर्क नसलेला युवा	53	19

स्रोतः युवा आणि राजकारण सर्वेक्षण (2011)
टीपः सर्व आकडे टक्केवारीत आहेत. इतर 'मत नाही'

जातो. या मागणीच्या विरोधाचा आपण विचार करतो तेव्हा मात्र हा बदल एकरेषीय स्वरूपाचा नाही.

निर्वाचित प्रतिनिधींना परत बोलावण्याचा अधिकार हे लोकशाहीपूर्ण साधन असू शकते तसेच परत बोलावण्याचा अधिकार हा प्रतिनिधींच्या वर्तन आणि कामगिरीवरील वचक असू शकतो. याशिवाय काही चिंताही व्यक्त केली जाते जसं की एखादा निर्णय अलोकप्रिय आहे म्हणून प्रतिनिधी तो निर्णय घेण्यास कचरतील. सप्टेंबर 2011 मध्ये राज्यशास्त्रज्ञ सुहास पळशीकर यांनी इंडियन एक्सप्रेसमधील लेखात लिहिले होते निर्वाचित प्रतिनिधींना परत बोलावण्याच्या अधिकारातून "लोकप्रिय पूर्वग्रहांना आणि भावनांना खतपाणी मिळेल ज्याचं अंतिम पर्यवसान हे आश्रयाच्या आश्रित –आश्रितदाता यानुसार विभाजनात होईल"[14] भारताचे काही माजी निवडणूक आयुक्त आहेत ज्यांना ही कल्पना 'अव्यवहार्य'आणि 'अप्रस्तुत' वाटते. लाखो मतदारांच्या स्वाक्षऱ्या कशा पडताळणार, असा सवालही त्यांनी उभा केल्याचे दिसून येते.[15] भारताचे माजी महाधिवक्ता सोली सोराबजी यांनी निर्वाचित प्रतिनिधींना परत बोलावण्याच्या अधिकाराच्या संदर्भात महत्त्वाचे प्रश्न उपस्थित केले आहेत. सप्टेंबर 2011 मध्ये हिंदुस्थान टाईम्समध्ये प्रसिद्ध झालेल्या लेखात त्यांनी लिहिले होते,[16] "निर्वाचित प्रतिनिधींना परत बोलावण्याचा अधिकार हा कोणाकडे असावा? जर हा अधिकार संबंधित मतदारसंघातील नोंदणीकृत मतदारांकडे असेल तर निर्वाचित उमेदवारांना परत बोलावणाऱ्या याचिकेवर किती नोंदणीकृत मतदारांच्या स्वाक्षऱ्या असणे अपेक्षित आहे? ज्या मतदारांनी निर्वाचित प्रतिनिधीला मत दिले नव्हते, स्वाभाविकपणे ते त्याला परत बोलावण्याच्या याचिकेशी सहमत असतील. त्यामुळे निर्वाचित प्रतिनिधींना परत बोलावण्यासाठी याचिकेवर स्वाक्षरी करणाऱ्या मतदारांची पुरेशी संख्या ठरवणे क्रमप्राप्त आहे. ती पुरेशी संख्या काय आहे?" यापुढेही ते प्रश्न विचारतात, "ज्या उमेदवारास परत बोलवायचे आहे त्याच्यासोबत गंभीर परिणाम या

कृतीतून होणार आहेत. कथित आरोपित उमेदवारास परत बोलावणारी याचिका समर्थनीय आहेत अथवा नाही हे कोण ठरवणार? नागरी न्यायालयं की निवडणूक आयोग की इतर कोणती मान्यताप्राप्त अधिसंस्था? त्यामुळे जेव्हा या मुद्द्याबाबत कायदेशीर प्रक्रिया पूर्ण होईल तेव्हा हा प्रस्ताव राजकीय समस्या निर्माण करणारा राहील. या विशिष्ट निवडणूक सुधारणेस या अभ्यासातील प्रतिसादकांमध्ये मोठ्या प्रमाणावर पाठिंबा आहे, असे कोणी प्रस्तावित करू शकते. या सुधारणेस विरोध असणाऱ्यांची संख्या ही सर्व संवर्गात 1/5 हून कमी आहे.

2. सक्तीच्या मतदानाचा विचार

भारतामध्ये राष्ट्रीय निवडणुकांमधील मतदानाची टक्केवारी 55 ते 59 टक्क्यांच्या दरम्यान राहिलेली आहे. मतदानाच्या टक्केवारीने पाच निवडणुकांमध्ये (1967, 1977, 1984, 1989 आणि 1998) 60 टक्क्यांचा आकडा पार केलेला होता. 2004 आणि 2009 च्या लोकसभा निवडणुकांमध्ये नोंदणीकृत मतदारांपैकी 58 टक्के मतदारांनी मतदान केले. तर 2014 लोकसभा निवडणुकीत मतदानाची टक्केवारी 66% इतकी होती (तक्ता 5.7).

तक्ता 5.7: लोकसभा निवडणुकीत मतदानाची टक्केवारी (1952–2014)

निवडणुकीचं वर्ष	मतदानाची टक्केवारी (%)
1952	44.9
1957	45.4
1962	55.4
1967	61.0
1971	55.3
1977	60.5
1980	56.9
1984	64.1
1989	62.0
1991	55.9
1996	57.9
1998	62.0
1999	60.0
2004	58.1
2009	58.2
2014	66.4

स्रोत: भारतीय निवडणूक आयोगाकडील लोकसभा निवडणुकांबाबतचा सांख्यिकीय अहवाल

इतर लोकशाहींसोबत तुलना करता, आपल्या शेजारच्या आणि पश्चिमेकडील देशांच्या सोबत तुलना करता आणि अगदी जिथे सक्तीचे मतदान नाही अशा देशांसोबत तुलना करता, राष्ट्रीय निवडणुकांमधील मतदानाच्या टक्केवारीच्या क्रमवारीमध्ये भारताचा क्रमांक बराच खालचा लागतो (पाकिस्तान आणि बांगला देश वगळून) (तक्ता 5.8).

मतदानाची टक्केवारी कमी असण्याची अनेक कारणं असू शकतात. संसाधनांच्या अभावामुळे किंवा लोकांनी कामाच्या शोधात स्थलांतर केल्यास किंवा मतदार यादीतील त्रुटींमुळेही टक्केवारी कमी होऊ शकते. राजकीय व्यवस्थेत नागरिकांमध्ये अधिमान्यता निर्माण करण्याचा अभाव असल्यानेही मतदानाची टक्केवारी कमी असू शकते किंवा उपलब्ध पर्यायांविषयी मतदार असहमत आहेत म्हणूनही ही टक्केवारी कमी असू शकते. मतदानाच्या अल्प टक्केवारीच्या समस्येस तोंड देण्यासाठी अनेक उपाययोजना अलीकडे सुचवल्या गेल्या आहेत. मतदान सक्तीचे करावे, हा उपायही त्यापैकी एक आहे. मतदान

तक्ता 5.8: *जगभरातील मतदानाची टक्केवारी*

देश	निवडणुकीचं वर्ष	निवडणुकीचा प्रकार	मतदानाची टक्केवारी*	*VAP* टक्केवारी**	सक्तीचं मतदान?
भारत	2014	संसदीय	66%	70%	नाही
पाकिस्तान	2013	संसदीय	54%	39%	नाही
अर्जेंटिना	2015	अध्यक्षीय	81%	81%	होय
ब्राझील	2014	अध्यक्षीय	79%	75%	होय
फ्रान्स	2017	अध्यक्षीय	75%	68%	नाही
अमेरिका	2016	अध्यक्षीय	65%	56%	नाही
युके	2017	संसदीय	69%	63%	नाही
कॅनडा	2015	संसदीय	68%	62%	नाही
रशिया	2018	अध्यक्षीय	68%	65%	नाही
ऑस्ट्रेलिया	2016	संसदीय	91%	79%	होय
जर्मनी	2017	संसदीय	76%	69%	नाही
श्रीलंका	2015	अध्यक्षीय	82%	80%	नाही
बांगला देश	2014	संसदीय	51%	49%	नाही
थायलंड	2014	संसदीय	47%	39%	होय
स्पेन	2016	संसदीय	70%	61%	होय

स्रोतः इन्स्टिट्यूट फॉर डेमोक्रसी ॲन्ड इलेक्टोरल असिस्टंस http://www.idea.int/data-tools/country-view/137/40; [ऑनलाइन] [30/04/2018 रोजी तपासले].

टीपः अपूर्णांकातील आकड्यांचं पूर्णांकात रूपांतर केले आहे.

*मतदानाची टक्केवारी म्हणजे मतदान केलेल्या मतदारांची संख्या भागिले मतदार यादीतील एकूण नावांची संख्या. टक्केवारीत व्यक्त केली जातात.

**VAP चा अर्थ मतदान झालेली संख्या भागिले मतदान वयाची लोकसंख्या. टक्केवारीत व्यक्त.

सक्तीचे केल्यास लोकशाही प्रक्रियेत लोकांचा सहभाग सर्वाधिक असेल, असे म्हटले जाते. सक्तीचे मतदान ही अशी व्यवस्था आहे की जर मतदार मतदान करू शकला नाही तर त्याला/तिला दंड ठोठावला जाईल. सध्याच्या घडीला भारतात, मतदानाचा हक्क हा मूलभूत हक्क नाही. हा एक कायदेशीर हक्क आहे. मतदान सक्तीचे नाही. वय वर्षे 18 किंवा त्याहून अधिक वय असलेल्यांना ऐच्छिकरित्या मतदान करता येते. सक्तीच्या मतदानातून लोकशाहीच्या दृष्टिकोनाला वेगळा आयाम मिळतो. त्याचा अर्थ असा की मतदान हा हक्क नाही तर ते कर्तव्य आहे. राज्यशास्त्रज्ञ आर डब्ल्यू जॅकमॅन यांनी 'अमेरिकन पॉलिटिकल सायन्स रिव्ह्यु' यामध्ये 1987 साली लिहिले होते की तीन संस्था मतदानाची टक्केवारी वाढवू शकतात: सक्तीचे मतदान, निवडणूक व्यवस्था (प्रमाणशीर प्रतिनिधित्व, राष्ट्रीयदृष्ट्या स्पर्धात्मक जिल्हे, इत्यादी) आणि एकल राजकीय रचना.[17] मतदानाच्या टक्केवारी संदर्भातील जॅकमॅन, जीबी पॉवेल, एम फ्रॅन्कलीन यांच्या तुलनात्मक साहित्याचा आढावा घेताना, ॲन्ड्रे ब्लायस यांनी सारांशरूपात असे लिहिले, "सक्तीच्या मतदानातून मतदानाची टक्केवारी वाढते हे विशिष्ट प्रकारे विश्लेषण केलेले विधान आहे.[18] पाश्चात्त्य लोकशाहींमध्ये या प्रकारचा प्रवाह अनेकदा अनुभवास आला आहे. परिणाम झाल्याचं अंदाजे प्रमाण हे 10 ते 15 टक्क्यांच्या आसपास आहे." यापुढे ॲन्ड्रे ब्लायस म्हणतात, "सक्तीच्या मतदानातून मतदानाची टक्केवारी वाढते हे आपल्याला ठाऊक आहे त्याचा परिणाम सक्तीचे मतदान कशा प्रकारे राबविले जाते यावर अवलंबून आहे. आपल्याला हे ठाऊक नसते की किती काटेकोरपणे ही सक्तीच्या मतदानाची अंमलबजावणी झाली. आपल्याला लोकांच्या जागरूकतेविषयी आणि कायदा, अंमलबजावणी यासंदर्भातल्या धारणांविषयी काहीच माहीत नसते. सक्तीचं मतदान असलेल्या आणि नसलेल्या देशांमधील मतदानाच्या टक्केवारीच्या निर्धारक घटकांचे तुलनात्मक विश्लेषण उपलब्ध नाही."

सक्तीच्या मतदानाच्या समर्थनार्थ असलेल्या व्यक्ती म्हणतात की नियमित नागरी कर्तव्य लादल्यामुळे नागरिकांमध्ये राजकारणाविषयी आणि शासनाविषयी रस निर्माण होतो. अधिक लोकसंख्येने मतदानाच्या प्रक्रियेत सहभाग घेतल्यास लोकशाही मार्गाने निवडलेल्या सरकारचे निर्णय अधिक अधिमान्यताप्राप्त ठरतात, असेही म्हटले जाते. दुसऱ्या शब्दांत सांगायचे तर, मतदानाची टक्केवारी वाढल्यास शासनाची अधिमान्यता वाढते. सक्तीच्या मतदानाच्या समर्थनार्थ असलेल्यांचा असा दावा आहे की त्यामुळे निवडणुकांचा खर्च कमी होईल. मतदान करावं यासाठी राजकीय पक्षांना कमी पैसे खर्च करावे लागतील. अखेरीस, ते म्हणतात की जर लोकशाही म्हणजे लोकांचं राज्य आहे तर सर्व लोकांचा त्यामध्ये सहभाग असणे गरजेचे आहे आणि ही आपले प्रतिनिधी निवडून देणं ही प्रत्येक नागरिकाची जबाबदारी आहे.

सक्तीच्या मतदानाच्या विरोधातील मांडणीतील प्रमुख मुद्दा हा हे मतदान सक्तीचे, बळजबरीचे आहे, हा आहे. लोकशाहीतील स्वातंत्र्याशी ते सुसंगत नाही. टीकाकारांच्या

मते, लोकांवर मतदान लादणे योग्य नाही. लोकशाहीमध्ये जसे व्यक्तीला निवडणुकीय प्रक्रियेत सहभागी होण्याचे स्वातंत्र्य हवे तसेच या प्रक्रियेपासून अलिप्त राहण्याचेही स्वातंत्र्य हवे. त्यांच्या मते, मतदान हे मुळातच सक्तीचे नसते, नसावे आणि अशा प्रकारे सक्ती करून लोकशाहीपूर्ण निवडणुकांमधील नागरिकांच्या स्वातंत्र्याच्या तत्त्वाचेच उल्लंघन होते. त्यांच्या मते, मतदान केले नाही म्हणून शिक्षा देण्याऐवजी लोकांना मतदान करण्यासाठी प्रोत्साहन द्यायला हवे. मतदान करण्याबाबत अनुत्सुक आणि नीरस असलेल्या मतदारांवर सक्ती केल्याने त्यातून त्यांनी दिलेले मत हे अल्प माहितीवर आधारित आणि अविवेकी असण्याची शक्यता अधिक आहे. मतदान सक्तीचे करण्यातून मतदानाची टक्केवारी वाढेल पण राजकीय ज्ञान आणि रस वाढणार नाही. आर्थिक मुद्द्याच्या संदर्भाने ते म्हणतात, अनेक विकसनशील देशांना सक्तीच्या मतदानाची अंमलबजावणी करणं आर्थिकदृष्ट्या शक्य, व्यवहार्य नसेल.[19]

अजूनही असे काही जण आहेत जे म्हणतात की जर मतदान सक्तीचे करायचे असेल तर मतदारांना त्यांची नापसंती व्यक्त करण्याकरिता सर्व उमेदवार नाकारण्याचा पर्याय हवा. या मांडणीतून सक्तीचे मतदान आणि नाकारण्याचा अधिकार या दोहोंना जोडले गेले आहे. या प्रकरणात नाकारण्याच्या अधिकाराविषयी पुढे तपशीलवार लिहिले आहे.

सक्तीचे मतदान ही काही नवी कल्पना नाही. किमान 31 देशांनी कोणत्या ना कोणत्या रूपात सक्तीचे मतदान सुरू केले आहे. अगदी सुरुवातीला सक्तीचे मतदान करणाऱ्या देशांपैकी काही देश म्हणजे बेल्जियम, अर्जेंटिना आणि ऑस्ट्रेलिया. बेल्जियममध्ये 1893 साली, अर्जेंटिनामध्ये 1914 साली आणि ऑस्ट्रेलियात 1924 मध्ये या प्रकारच्या कायदेशीर तरतुदी झाल्या. व्हेनेझुएला आणि नेदरलॅन्ड हे असे देश आहेत जिथे एकदा सक्तीचे मतदान झाले नि त्यानंतर सक्तीचे मतदान रद्दबातल ठरवले गेले. सक्तीच्या मतदानाची अंमलबजावणी कशी करायची याविषयी मतभेद आहेत. ऑस्ट्रेलियात अत्यंत काटेकोर पद्धतीची अंमलबजावणी आहे. मतदारांना मतदान केंद्रावर जाऊन उपस्थिती नोंदवणे अनिवार्य आहे. मतदान केंद्रावर जाऊन मतदान न करता ते परत येऊ शकतात. मात्र अनुपस्थित राहिल्यास ऑस्ट्रेलियन $20–$50 एवढा दंड होऊ शकतो. हा दंड भरता आला नाही तर तुरुंगवासही होऊ शकतो. पेरु या देशामध्ये निवडणुकीनंतर काही सेवा, वस्तू प्राप्त करण्यासाठी नागरिकांना शिक्का मारलेले मतदान ओळखपत्र जवळ बाळगावे लागते. ग्रीसमध्ये मतदान न केल्यास नागरिकांना नवा पासपोर्ट किंवा ड्रायव्हरला लायसन्स मिळण्यास अडचणी निर्माण होतात. मेक्सिको किंवा इटलीमध्ये औपचारिक दंड, निर्बंध नसले तरी सामाजिक अर्थाने आहेतच. इटलीमध्ये मतदान न केल्यास मुलाला पाळणाघरात प्रवेश मिळणेही अवघड बनते. सिंगापूरमध्ये मतदान न केल्यास मतदान यादीतून नाव वगळले जाते आणि जोपर्यंत व्यक्ती अनुपस्थितीचे कारण सांगून पुन्हा अर्ज करत नाही तोवर मतदार यादीत नाव जोडले जात नाही.[20]

भारतात, गुजरातमध्ये स्थानिक पातळीवर मतदान सक्तीचे करण्यात आले होते. डिसेंबर 2009 मध्ये गुजरात विधानसभेने गुजरात स्थानिक अधिसंस्था कायदा (दुरुस्ती) विधेयक 2009 याद्वारे भारतात प्रथमच स्थानिक पातळीवरील मतदान सक्तीचे केले. या विधेयकास आव्हान दिले गेले. संविधानाच्या कलम 19(1) (अ) चे उल्लंघन होत असल्याबाबत याचिका केली गेली. यात म्हटले होते, कलम 19(1) (अ) नुसार, मतदान न करणे हा सुद्धा अभिव्यक्ती स्वातंत्र्याचा भाग आहे. एप्रिल 2010 मध्ये राज्यपालांनी हे विधेयक गुजरात विधानसभेत पुनर्विचारासाठी पाठवले.[21] गुजरात विधानसभेने हे विधेयक पुन्हा एकदा स्वीकारले आणि फेब्रुवारी 2011 मध्ये गुजरात विधानसभेने ते त्या विधेयकाच्या मूळ रूपात संमत केले.[22] गुजरातचे हे विधेयक राज्यातील स्थानिक स्वराज्य संस्था-नगरपरिषद, महानगरपालिका आणि जिल्हा, तालुका आणि ग्रामपंचायत यांच्यापुरते मर्यादित होते. याद्वारे मतदान न केलेल्या 'अपराधी' व्यक्तीस नोटीस पाठवण्यात येई; पण मतदान न केलेल्या व्यक्तीस काय शिक्षा द्यावी, याची नेमकी तरतूद केलेली नव्हती. जर मतदारांना कोणताही उमेदवार पसंत नसेल तर यापैकी नाही असा पर्याय उपलब्ध करून देण्यात आलेला होता. रिसर्च फाउंडेशन फॉर गव्हर्नन्स इन इंडिया यांनी 2010 मध्ये गुजरातमध्ये केलेल्या अभ्यासानुसार, मुलाखत घेतलेल्या 260 लोकांपैकी 76 टक्के व्यक्ती या सक्तीच्या मतदानाच्या समर्थक होत्या. जेव्हा त्यांना विचारण्यात आलं की सक्तीच्या मतदानास पाठिंबा का आहे, तेव्हा 57 टक्के लोक म्हणाले यामधून 'अधिक चांगले शासन' निर्माण होईल तर 27 टक्के लोक म्हणाले हे 'नागरी कर्तव्य' आहे.[23]

त्यामुळे प्रश्न असा आहे की राष्ट्रीय असो वा स्थानिक निवडणुकांच्या वेळी मतदान सक्तीचे असावे का? मोठ्या प्रमाणावर लोकांना मतदान सक्तीचं असावं, असं वाटतं. मुलाखत घेतलेल्या युवा आणि इतर वर्गापैकी निम्म्याहून अधिक लोकांना "सर्व पात्र मतदारांना मतदान सक्तीचे करावे जेणेकरून लोकशाही बळकट होईल" असे वाटते. साधारणपणे एक चतुर्थांश व्यक्तींना "लोकशाहीमध्ये लोकांना मतदान करावे की करू नये हे ठरवण्याचा अधिकार असायला हवा" असे वाटते. मतदान सक्तीचे करण्याबाबत इतर वर्गाहून युवा वर्ग अधिक उत्साही आहे, सक्तीच्या मतदानाचा खंदा समर्थक आहे. सक्तीच्या मतदानाच्या विरोधाबाबत दोन्ही वयोगटांमध्ये सारखेच प्रमाण आहे (तक्ता 5.9).

तक्ता 5.10 मधून दिसून येते की सक्तीच्या मतदानास शहरी भागात ग्रामीण भागाहून अधिक पाठिंबा आहे. शहरी भागात 26 ते 33 या वयोगटात सक्तीच्या मतदानास सर्वाधिक पाठिंबा आहे त्यानंतर 18 ते 25 वयोगटाचा पाठिंबा आहे. ग्रामीण भागात जिथे शहरी भागाइतका सक्तीच्या मतदानास पाठिंबा नाही, तिथेही सर्वाधिक पाठिंबा हा 18 ते 25 वय असलेल्या युवा वर्गातून आहे. आपण या आधी निर्वाचित प्रतिनिधींना परत बोलावण्याच्या अधिकारासंदर्भात पाहिले तसेच या मुद्द्यावरही ग्रामीण आणि शहरी भागातील 18 ते

तक्ता 5.9: बहुसंख्य लोकांना सक्तीचे मतदान हवे आहे. युवा वर्गाचा सक्तीच्या मतदानास इतर वर्गाहून अधिक पाठिंबा आहे.

	सक्तीच्या मतदानाचा विचार	
वयोगट	*पाठिंबा*	*विरोध*
युवा	60	26
इतर	52	26

स्रोतः युवा आणि राजकारण सर्वेक्षण (2011)

टीपः सर्व आकडे टक्केवारीत आहेत. इतर 'मत नाही'

तक्ता 5.10: शहरी युवा वर्गातून सक्तीच्या मतदानास सर्वाधिक पाठिंबा

	सक्तीच्या मतदानाचा विचार	
	पाठिंबा	*विरोध*
ग्रामीण18–25	59	25
ग्रामीण 26–33	52	28
ग्रामीण 34+	50	25
शहरी 18–25	70	25
शहरी 26–33	73	23
शहरी 34+	57	27

स्रोतः युवा आणि राजकारण सर्वेक्षण (2011)

टीपः सर्व आकडे टक्केवारीत आहेत. इतर 'मत नाही'

25 वयोगटातील पाठिंबा आणि विरोध यातील फरक 11 टक्क्यांचा आहे. 26 ते 33 या वयोगटात हा फरक दुपटीने वाढून 23 टक्के इतका होतो. ग्रामीण आणि शहरी दोन्ही भागात वय वर्षे 34 हून अधिक वय असलेले मतदार मतदान सक्तीबाबत अल्प प्रमाणात समर्थक आहेत.

शिक्षणाच्या संदर्भात जर आपण मतदान सक्तीचा विचार केला तर सक्तीच्या मतदानास शिक्षित युवा वर्गाचा अल्प किंवा अशिक्षित युवांहून अधिक पाठिंबा आहे. वस्तुतः शिक्षणाची पातळी वाढत जाईल तसं सक्तीच्या मतदानास अधिक पाठिंबा मिळतो असे दिसते. मात्र सक्तीच्या मतदानास असणारा विरोधही शिक्षण वाढते त्यानुसार वाढत जातो. अशिक्षित युवा वर्गापैकी अनेकांचं याविषयी काही मत नाही. (तक्ता 5.11) उच्च वर्गातील महाविद्यालयीन शिक्षित युवा वर्गात मतदानाची टक्केवारी 70 चा आकडा पार करते, असं सखोल विश्लेषणातून दिसून येतं.

2009 लोकसभा निवडणुकीत ज्यांनी सक्तीच्या मतदानाविषयी मत व्यक्त केले आणि ज्यांनी मतदान केले नाही यांचा विचार करता, 20 टक्के युवा वर्गाने मतदान केले नाही

तक्ता 5.11: शैक्षणिक पातळी वाढते त्यानुसार युवा वर्गाचा सक्तीच्या मतदानास पाठिंबा वाढतो

	सक्तीच्या मतदानाचा विचार	
	पाठिंबा	*विरोध*
अशिक्षित युवा	45	19
प्राथमिक शाळा उत्तीर्ण युवा	56	25
माध्यमिक शाळा उत्तीर्ण युवा	62	24
महाविद्यालय शिक्षणप्राप्त युवा	64	30

स्रोत: युवा आणि राजकारण सर्वेक्षण (2011)
टीप: सर्व आकडे टक्केवारीत आहेत. इतर 'मत नाही'

त्यांचं मत होतं की लोकशाहीमध्ये मतदान करायचे अथवा नाही, याचं स्वातंत्र्य लोकांना हवं. त्याच्या तीनपटीहून जास्त (62 टक्के) युवा वर्गाचा सक्तीच्या मतदानास पाठिंबा होता. सक्तीच्या मतदानाच्या समर्थनार्थ असणारी टक्केवारी ही आश्चर्यकारकरित्या युवा वर्गाच्या मतदानाच्या टक्केवारीहून अधिक आहे. आपण जर ज्यांनी मतदान केले नाही याचे निरीक्षण केले तर मतदान करणाऱ्या युवांचे प्रमाण इतरांपेक्षा अधिक आहे. ज्येष्ठ वयोगटात या प्रवाहात सातत्य राहिलेले दिसत नाही. त्यांच्यात 14 टक्क्यांचा मोठा फरक दिसतो (तक्ता 5.12).

आपल्या मताचा परिणाम देश कसा चालतो, यावर होतो, असं ज्यांना वाटते त्या वर्गात सक्तीच्या मतदानास अधिक पाठिंबा आहे (तक्ता 5.13). मतांच्या परिणामकारकतेवर विश्वास असणाऱ्या युवा आणि इतर दोन्ही वर्गात सक्तीच्या मतदानास मोठ्या आणि समान प्रमाणात पाठिंबा आहे. दोन्ही वयोगटांमधील मतांच्या परिणामकारतेवर विश्वास नसणाऱ्यांमधील सक्तीच्या मतदानाच्या पाठिंब्यातील फरक वाढताना दिसतो. मतांच्या परिणामकारकतेवर विश्वास नसणाऱ्या युवा वर्गातही सक्तीच्या मतदानास मोठ्या प्रमाणावर पाठिंबा आहे. ज्येष्ठ वर्गाबाबत मात्र असं म्हणता येत नाही.

तक्ता 5.12: ज्या युवा वर्गाने 2009 लोकसभा निवडणुकीत मतदान केले नाही त्या वर्गातही सक्तीच्या मतदानास अधिक पाठिंबा दिसून येतो

	सक्तीच्या मतदानाचा विचार	
	पाठिंबा	*विरोध*
2009 लोकसभा निवडणुकीत युवा वर्गाने मतदान केले	60	27
2009 लोकसभा निवडणुकीत युवा वर्गाने मतदान केले नाही	62	20
2009 लोकसभा निवडणुकीत इतरांनी मतदान केले	54	26
2009 लोकसभा निवडणुकीत इतरांनी मतदान केले नाही.	40	30

स्रोत: युवा आणि राजकारण सर्वेक्षण (2011)
टीप: सर्व आकडे टक्केवारीत आहेत. इतर 'मत नाही'

तक्ता 5.13: मताच्या परिणामकारकतेवर विश्वास असणाऱ्या वर्गात मतदानाच्या सक्तीस अधिक पाठिंबा आहे

	सक्तीच्या मतदानाचा विचार	
	पाठिंबा	*विरोध*
ज्या युवा वर्गाचा मताच्या परिणामकारकतेवर विश्वास आहे.	71	23
ज्या युवा वर्गाचा मताच्या परिणामकारकतेवर विश्वास नाही.	60	26
ज्या इतरांचा मताच्या परिणामकारकतेवर विश्वास आहे	69	22
ज्या इतरांचा मतांच्या परिणामकारतेवर विश्वास नाही	50	28

स्रोतः युवा आणि राजकारण सर्वेक्षण (2011)
टीपः सर्व आकडे टक्केवारीत आहेत. इतर 'मत नाही'

तक्ता 5.14: राजकारणात रस असलेल्यांचा सक्तीच्या मतदानास अधिक पाठिंबा आहे

	सक्तीच्या मतदानाचा विचार	
	पाठिंबा	*विरोध*
राजकारणात रस असलेला युवा	66	31
राजकारणात रस नसलेला युवा	49	26
राजकारणात रस असलेले इतर	61	25
राजकारणात रस नसलेले इतर	42	26

स्रोतः युवा आणि राजकारण सर्वेक्षण (2011)
टीपः सर्व आकडे टक्केवारीत आहेत. इतर 'मत नाही'

राजकारणात रस नसलेल्या वर्गाहून राजकारणात रस असलेल्या वर्गाचा मतदानाच्या सक्तीस अधिक पाठिंबा आहे. राजकारणात रस नसलेला युवा वर्ग ज्येष्ठ वर्गाहून सक्तीच्या मतदानाबाबत अधिक उत्साही असल्याचे दिसते. राजकारणात रस असलेल्या युवा वर्गाचाही ज्येष्ठांच्या तुलनेत सक्तीच्या मतदानास अधिक पाठिंबा आहे. राजकारणात रस असलेल्या ज्येष्ठ वर्गाचाही सक्तीच्या मतदानास विरोध आहे (तक्ता 5.14).

3. नाकारण्याच्या अधिकाराचा विचार

या आधीच्या भागात नमूद केल्याप्रमाणे, काही टीकाकारांच्या मते, सक्तीच्या मतदानाला तेव्हाच अर्थ आहे जेव्हा मतदारांना 'वरीलपैकी कोणीही नाही' हा पर्याय उपलब्ध होईल किंवा सारे उमेदवार नाकारण्याचा अधिकार मिळेल. जगात असे फार कमी देश आहेत (चिली आणि ब्राझील) जिथे सक्तीच्या मतदानासह 'वरीलपैकी कोणीही नाही' हा पर्याय मतपत्रिकेवर उपलब्ध करून दिला आहे.[24] भारतामध्ये सर्व उमेदवार नाकारण्याचा हक्क मतदारांना मिळावा या मागणीला अण्णा हजारेंच्या भ्रष्टाचारविरोधी आंदोलनानंतर अधिक गती मिळाली. अण्णा हजारे यांनी आपल्या आंदोलनात निवडणूक सुधारणा हा मुद्दा प्राधान्याचा असेल असे जाहीर केले होते ज्यात नाकारण्याच्या अधिकाराचाही

समावेश होता. मतदारसंघातील कोणताही उमेदवार त्यांच्या पसंतीचा नसेल तर मतदारांना इलेक्ट्रॉनिक वोटिंग मशीनवर 'वरीलपैकी कोणीही नाही' (None of the above-NOTA) असा पर्याय उपलब्ध करून द्यायचा अशी ही कल्पना होती. वेगळ्या भाषेत सांगायचं तर यामधून सर्व उमेदवारांना नाकारण्याचा अधिकार मतदारांना दिला गेला. या उपाययोजनेस नकारात्मक मतदान अथवा तटस्थ मतदान असेही म्हटले जाते. सध्याच्या घडीला कोणताच उमेदवार आपल्या मतास पात्र नाही असे वाटत असल्यास निवडणूक नियम संहिता (1961) मधील नियम 49 (o) नुसार अप्रत्यक्षरित्या नाकारण्याचा अधिकार मतदारास आहे.[25] नियम 49 (o) नुसार, मतदाराने मतदान न करण्याचा निर्णय घेतला असल्यास मतदान यादीतील निवडणूक अनुक्रमांकावर मतदारांच्या नावासमोर सही किंवा अंगठ्याचा ठसा उमटवून आपलं म्हणणं नोंदवता येतं. या तरतुदीमध्ये मतदाराच्या मतदानाची गुप्तता राखली जात नाही. मतदान केंद्रावरील मतदान अधिकारी आणि मतदान अधीक्षक या सर्वांना या मतदाराचा निर्णय कळतो. अंतिम निकालातही या प्रकारच्या मताला काहीही मूल्य नाही. नाकारण्याच्या अधिकारात मतदाराच्या मताच्या गुप्ततेसह त्याच्या/ तिच्या मताचा परिणाम अंतिम निकालात दिसून यावा, अशी कल्पना आहे. उदाहरणार्थ विशिष्ट मतदारसंघात जर नकारात्मक मत हे 50 टक्क्यांहून अधिक असेल तर नव्याने निवडणुका घेण्याची तरतूद असावी. याचा अर्थ मतदारांना खऱ्या अर्थाने नकाराधिकार देण्यात यावा. पक्ष देतील तो पर्याय निवडण्याऐवजी राजकीय पक्षांचे भवितव्य, निवड या बाबी मतदाराच्या हातात असाव्यात. निवडणूक आयोगाने नकाराधिकाराच्या संदर्भातील प्रस्ताव दोनदा भारत सरकारकडे सोपवला, एकदा 2001 मध्ये आणि नंतर 2004 मध्ये.[26]

"मतदारसंघामधील कोणताही उमेदवार योग्य वाटत नसल्यास त्या सर्वांना नाकारण्याचा अधिकार मतदारांना देण्याची तरतूद करण्यासंदर्भात अनेक व्यक्ती आणि संघटना यांच्याकडून प्रस्ताव आले" 2004 मधील या प्रस्तावांनंतर टी एस कृष्णमूर्ती यांच्या अध्यक्षतेखालील निवडणूक आयोगाने शासनाला शिफारस केली की "नकारात्मक/तटस्थ मतदान असण्याकरिता कायद्यामध्ये बदल करण्यात यावेत. याकरिता निवडणूक नियम, 1961 मधील नियम 22 आणि 49 ब यामध्ये योग्य ते बदल करून मतपत्रिकेवर सर्व उमेदवारांच्या नावांनंतर 'वरीलपैकी कोणीही नाही' असा पर्याय उपलब्ध करून द्यावा जेणेकरून सर्व उमेदवारांना नाकारण्याचा अधिकार मतदारास प्राप्त होईल." यानंतर मुख्य निवडणूक आयुक्त एस वाय कुरेशी यांनी या प्रस्तावाविषयी (जरी तो त्यांनीही नाकारला नसला तरीही) आक्षेप घेतले. कुरेशींच्या मते सर्व उमेदवारांना नाकारण्याची बाब ही 'नाजूक संवेदनशील बाब' आहे. हा अधिकार देण्यापूर्वी त्यावर वाद आणि चर्चा होणे गरजेचे आहे. ऑगस्ट 2011 मध्ये एका टीव्ही चॅनलला मुलाखत देताना कुरेशी म्हणाले, "जर बहुसंख्य लोकांनी सर्व उमेदवारांना नाकारले तर काय होईल? आपण आणखी एका

निवडणुकीला सामोरे जायचे? आधीच लोकांची निवडणुकांमुळे दमछाक होते, हे लक्षात घेऊन आपल्याला तरतूद करायला हवी. किती निवडणुका आपल्याला हव्या आहेत?”[27] नाकारण्याच्या अधिकाराचे समर्थक असा दावा करतात की, वाईट उमेदवार निवडणुकीत उभे असल्याने आणि असहमती व्यक्त करण्याचं कोणतंही साधन हाती नसल्याने मतदानाची टक्केवारी कमी असल्याचे दिसते. या प्रकारचं विश्लेषण हे फारच सरळसोट आणि सरधोपट आहे. सीएसडीएस ने 2009 साली पार पाडलेल्या राष्ट्रीय निवडणूक अभ्यासानुसार ज्यांनी मतदान केलं नाही त्यापैकी केवळ 2 टक्के मतदारांनी चांगल्या उमेदवारांचा पर्याय नसल्याने मतदान केलं नाही.

हे सारं एका बाजूला आहेच. मात्र लक्षणीय प्रमाणात लोक नकारात्मक मतदानाचे समर्थक आहेत, हेही खरेच. अभ्यासक्षेत्रातील मतदारसंघांमधील युवा आणि इतर दोन्ही वर्गात, बहुसंख्यांना असं वाटतं की मतदारांना कोणीच उमेदवार पसंत नसल्यास सर्व उमेदवार नाकारण्याचा अधिकार हवा. दोन्ही वयोगटांमध्ये नकाराधिकाराला असणारा पाठिंबा 2009 च्या राष्ट्रीय निवडणूक अभ्यासाहून अधिक वाढला आहे. युवा वर्गाचा ‘नकाराधिकारास’ इतरांहून अधिक पाठिंबा आहे.

निर्वाचित प्रतिनिधींना परत बोलावण्याचा अधिकार किंवा सक्तीचं मतदान याचप्रमाणे नकाराधिकारासही ग्रामीण भागाहून शहरी भागात अधिक पाठिंबा आहे. ग्रामीण आणि शहरी भागात नकाराधिकारास पाठिंबा देणाऱ्या विविध वयोगटांमध्ये 11–14 टक्के इतका फरक आहे. नकाराधिकारास सर्वाधिक पाठिंबा (जवळपास तीन चतुर्थांश) हा 26 ते 33 वयोगटातील शहरी युवांमधून आहे तर सर्वांत कमी पाठिंबा (50 टक्के) हा वय वर्षे 34 हून अधिक वय असलेल्या ग्रामीण प्रतिसादकांचा आहे. (तक्ता 5.16)

शैक्षणिक पात्रता अधिक असेल तर नकाराधिकारास अधिक पाठिंबा असल्याचे तथ्य या अभ्यासातून समोर आले आहे. अशिक्षित युवा वर्गातील अधिक प्रमाणात (39 टक्के) युवांनी या प्रश्नाला उत्तर दिलं नाही आणि तिसरा पर्याय निवडला. शिक्षित युवा वर्गात,

तक्ता 5.15: नकाराधिकारास अधिक पाठिंबा. विशेषतः युवा वर्गातून अधिक पाठिंबा

		नकाराधिकाराचा विचार	
वयोगट		*पाठिंबा*	*विरोध*
युवा	2009	59	17
	2011	60	14
इतर	2009	50	15
	2011	53	15

स्रोतः राष्ट्रीय निवडणूक अभ्यास (2009) युवा आणि राजकारण सर्वेक्षण (2011)

टीपः सर्व आकडे टक्केवारीत आहेत. इतर ‘नाही’ म्हणाले अथवा त्यांचे ‘मत नव्हते’

तक्ता 5.16: नकाराधिकारास शहरी भागात अधिक पाठिंबा आहे

	नकाराधिकाराचा विचार	
	पाठिंबा	*विरोध*
ग्रामीण 18–25	55	15
ग्रामीण 26–33	58	13
ग्रामीण 34+	50	15
शहरी 18–25	66	17
शहरी 26–33	72	15
शहरी 34+	61	19

स्रोत: युवा आणि राजकारण सर्वेक्षण (2011)
टीप: सर्व आकडे टक्केवारीत आहेत. इतर 'मत नाही'

तक्ता 5.17: शिक्षित युवा वर्गाचे नकाराधिकाराबाबत ठाम मत आहे

	नकाराधिकाराचा विचार	
	पाठिंबा	*विरोध*
अशिक्षित युवा	53	8
प्राथमिक शाळा उत्तीर्ण	57	14
माध्यमिक शाळा उत्तीर्ण युवा	62	13
महाविद्यालयीन शिक्षणप्राप्त युवा	63	17

स्रोत: युवा आणि राजकारण सर्वेक्षण (2011)
टीप: सर्व आकडे टक्केवारीत आहेत. इतर 'मत नाही'

नकाराधिकाराच्या बाजूने आणि विरोधात ठाम मतं महाविद्यालयीन शिक्षणप्राप्त युवा वर्गात दिसून येतात. (तक्ता 5.17)

2009 लोकसभा निवडणुकांच्या वेळी, आपण पक्षाला नाही तर उमेदवारासाठी मतदान केले असे म्हणणाऱ्या युवा वर्गाचा सर्व उमेदवार नाकारण्याच्या अधिकारास पक्षनिष्ठेने मतदान करणाऱ्या युवांहून किंचित अधिक पाठिंबा आहे. मात्र या दोन्ही वर्गातील फरक फार जास्त नाही. (तक्ता 5.18)

सध्याच्या घडीला, नकारात्मक मतदान काही देशांमध्येच अस्तित्वात आहे. अमेरिकेतील नेवाडा राज्यात "वरीलपैकी कोणीही नाही" असा पर्याय आहे तर युक्रेनमध्ये "सर्वांच्या विरोधात" असा पर्याय आहे. फ्रान्समध्ये "मत रिक्त" असा पर्याय आहे तर स्पेन, कोलंबियामध्ये "रिक्त मत" (voto en blanco") असा पर्याय आहे. बांगला देशमध्ये हा पर्याय 2008 साली देण्यात आला.[28] रशियामध्ये "सर्वांच्या विरोधात" असा पर्याय होता जो 2006 मध्ये रद्द केला गेला.[29] भारतामध्ये मात्र अजूनही नकाराधिकार द्यावा की न

तक्ता 5.18: उमेदवारानुसार मतदान करणाऱ्या युवा वर्गाचा पक्षनिष्ठेनुसार मतदान करणाऱ्या युवांहून किंचित अधिक पाठिंबा आहे

	नकाराधिकाराचा विचार	
	पाठिंबा	*विरोध*
2009 च्या निवडणुकीत ज्या युवा वर्गाने 'पक्षासाठी' मतदान केले	63	16
2009 च्या निवडणुकीत ज्या युवा वर्गाने 'उमेदवारासाठी'मतदान केले	68	16

स्रोत: युवा आणि राजकारण सर्वेक्षण (2011)

टीप: सर्व आकडे टक्केवारीत आहेत. इतर 'मत नाही'

द्यावा याविषयी विचार विमर्श, चर्चा सुरू आहेत. फेब्रुवारी 2009 मध्ये PUCL ने केलेल्या 'जनहित याचिकेत' EVM वर नकारात्मक मतदानाचा पर्याय असावा असे म्हटले होते, सर्वोच्च न्यायालयाने मोठ्या संवैधानिक खंडपीठासमोर ही याचिका ठेवली होती.[30]

4. वय वर्षे 65 हून अधिक वय असलेल्यांना निवडणूक लढवण्यास अपात्र ठरवणे

2001 च्या जनगणनेनुसार, साधारण 58 टक्के लोक हे वय वर्षे 15–59 या वयोगटात (कार्यक्षम वयोगट) मोडतात. (1961 मध्ये 53.4 टक्के)[31] अगदी त्याच्या उलट, अवघी 8 टक्के लोकसंख्या ही वय वर्षे 60 किंवा त्याहून अधिक वयोगटात आहे. (1961 मध्ये 5.6 टक्के) (तक्ता 5.19) या दोन वयोगटांमधील हा फरक असाच ठळक राहिला आहे आणि येत्या दोन दशकातही तो असाच राहील. त्यातही वय वर्षे 15–39 वर्षे वयोगट हा एकूण लोकसंख्येच्या 40.66 टक्के इतका आहे. (1991 मध्ये 39.80 टक्के).[32]

तुलनेने तरुण असलेली भारतीय लोकसंख्या आणि भारतातील निर्वाचित प्रतिनिधी यांचा विचार करता वेगळेच चित्र उभे राहते. लोकसभा खासदार हे वयानुसार भारतीय लोकसंख्येचे किती प्रमाणात प्रतिनिधित्व करतात? 2009 नंतर निर्माण झालेल्या लोकसभेतील 543 सदस्यांपैकी 27 टक्के सदस्यांचं वय 60 किंवा त्याहून अधिक आहे. 25 ते 59 या वयोगटात 73 टक्के खासदार होते. (50 ते 59 वयोगटात 34 टक्के खासदार

तक्ता 5.19: भारतातील विविध वयोगटातील लोकसंख्येचे प्रमाण

वयोगट	*जनगणना 1961*	*जनगणना 2001*
14 वर्षांहून लहान	40.9	35.4
15–59 वर्षे	53.4	57.7
60 वर्षे आणि त्याहून अधिक वय	5.6	6.9

स्रोत: भारतीय जनगणना

टीप: सर्व आकडे टक्केवारीमध्ये आहेत.

तक्ता 5.20: वयोगटानुसार लोकसभा खासदारांचे प्रमाण

वयोगट	*खासदारांची संख्या*	*एकूण लोकसभेच्या टक्के*
25–29 वर्षे	6	1
30–39 वर्षे	57	11
40–49 वर्षे	146	27
50–59 वर्षे	185	34
60 वर्षे आणि त्याहून अधिक	149	27

स्रोतः खासदारांच्या जन्मतारखांसाठी loksabha.nic.in 15 व्या लोकसभेत ते जेव्हा निवडून आले त्यानुसार वय

होते तर 27 टक्के खासदार 40–49 या वयोगटात होते. 30–39 या वयोगटात 11 टक्के खासदार तर वय वर्षे 25 ते 29 या वयोगटात एक टक्के खासदार होते.) (तक्ता 5.20)

भारतातील तरुण लोकसंख्येचे अधिक प्रमाण असूनही त्यांचं प्रतिनिधित्व करणारे आणि देश चालवणाऱ्या व्यक्ती ज्येष्ठ आहेत. युवा आणि ज्येष्ठ यांच्यातील या असंतुलनाविषयी बरंचंस बोललं गेलं आहे. निवडणूक लढवण्यासाठी कमाल वयोमर्यादा असावी, अशी एक सूचना वारंवार केली जाते. या सुधारणेतून युवा आणि मध्यम वयातील लोकांचं प्रमाण हे निवडणुकीय क्षेत्रात, कायदेमंडळात आणि निर्णय प्रक्रियेत आपोआप वाढेल, असं मानलं जातं. युवा नेते, अधिक ऊर्जादायी असणारे नेते हे युवा वर्गाच्या आकांक्षांनुसार काम करतील आणि सकारात्मक बदल होईल, असा विश्वास व्यक्त केला जातो. हे साध्य करण्याचा एक मार्ग हा निवडणूक लढवण्यास कमाल वयोमर्यादा आखणे हा आहे ज्याद्वारे ज्येष्ठांना निवडणुकीय स्पर्धेतून हद्दपार करता येईल. भारतामध्ये साधारणपणे व्यवसायातून, नोकरीतून निवृत्त होण्याचं वय (जे 65 आहे) हे भारतीय राजकारण्यांचं शासनाची धुरा सांभाळण्यासाठी पात्र बनण्याचं वय आहे. भारतीय कॅबिनेटचं सरासरी वय 65 आहे. ब्रिटनमध्ये हेच सरासरी वय 51 वर्षे वय आहे तर अमेरिकेत हेच वय 57 वर्षांहून अधिक आहे.[33] महत्त्वाच्या खात्यांच्या बहुतेक मंत्री हे वय वर्षे 65 किंवा त्याहून अधिक वयाचे आहेत. 33 कॅबिनेट मंत्र्यांपैकी प्रधानमंत्र्यांसह गृह, सुरक्षा, परराष्ट्र, अर्थ या महत्त्वाच्या खात्यांच्या 18 मंत्र्यांचं वय हे 65 हून अधिक आहे. मंत्रिमंडळातील 60 वर्षांहून अधिक वय असलेल्या मंत्र्यांची टक्केवारी 59 टक्के इतकी आहे. (तक्ते 5.21 आणि 5.22) वेगळ्या शब्दांत सांगायचे तर, भारतातील शीर्ष नेतृत्व ज्येष्ठांच्या हाती आहे.

मनमोहन सिंग जेव्हा 2004 साली पहिल्यांदा पंतप्रधान झाले तेव्हा त्यांचं वय 71 होतं. ब्रिटिश पंतप्रधान डेव्हिड कॅमेरुन यांनी जेव्हा पदभार स्वीकारला तेव्हा त्यांचं वय 43 होतं तर 2009 साली अमेरिकेचे राष्ट्राध्यक्ष झालेल्या बराक ओबामांचं वय 47 होतं. 1947 पासून ते आजपर्यंत झालेल्या पंतप्रधानांचं सरासरी वय 64.7 वर्षे इतकं आहे. युनायटेड

तक्ता 5.21: भारतातील केंद्र सरकारच्या मंत्र्यांच्या वयाची माहिती

	वय
केंद्रीय मंत्रिमंडळाचं सरासरी वय	59
केंद्रीय मंत्रिमंडळाच्या वयाचा मध्यक	59
कॅबिनेट मंत्र्यांचं सरासरी वय	65
केंद्रीय राज्य मंत्री, स्वतंत्र प्रभार यांचं सरासरी वय	54
राज्यमंत्र्यांचं सरासरी वय	55
सध्याच्या पंतप्रधानांचं सरासरी वय	80
सध्याच्या सर्वांत तरुण मंत्र्याचं वय	35
सध्याच्या सर्वांत ज्येष्ठ मंत्र्याचं वय	75

स्रोतः जन्मतारखेसाठी http://india.gov.in/govt/cabinet.php 31/12/2012 या तारखेस असणारे वय. तेव्हा हा तक्ता तयार केला गेला.

तक्ता 5.22: भारत- केंद्रीय मंत्र्यांचे वयोगटानुसार प्रमाण

वयोगट	मंत्र्यांची संख्या	केंद्रीय मंत्रिमंडळापैकी %
25–29	0	0
30–39	4	5
40–49	15	19
50–59	22	27
60–69	25	31
70–79	14	17
80 आणि त्याहून अधिक	1	1

स्रोतः जन्मतारखेसाठी http://india.gov.in/govt/cabinet.php 31/12/2012 या तारखेस असणारे वय. तेव्हा हा तक्ता तयार केला गेला.

किंगडममध्ये 1951 पासून पंतप्रधानांचं सरासरी वय 55.7 इतकं आहे तर 1945 पासून अमेरिकेतील राष्ट्राध्यक्षांचं सरासरी वय 55.7 आहे. फ्रेंच राष्ट्राध्यक्षांचं 1958 पासून सरासरी वय 58.5 इतकं आहे. जर्मनीच्या चान्सलरचं 1949 पासूनचं सरासरी वय 58.5 इतकंच आहे. (तक्ता 5.23) हे इथं सांगितलंच पाहिजे की यातल्या कुठल्याही देशाने निवडणूक लढवण्यासाठीची कमाल वयोमर्यादा आखलेली नाही.

निवडणूक लढवण्यासाठी कमाल वयोमर्यादा आखण्याविषयीची प्रमुख टीका ही तरतूद अलोकशाही असल्याची आहे. यातून वय, अनुभव, प्रगल्भता या साऱ्याची गुणवत्ता डावलली जाते. टीकाकारांच्या मते, भारतात बहुतेक जण आयुष्याच्या उत्तरार्धात राजकारणात प्रवेश करतात अशा वेळी इतर व्यावसायिकांप्रमाणे त्यांनी वयाच्या 65 व्या

तक्ता 5.23: विविध देशांच्या शासनप्रमुखांचं सरासरी वय

देश	*स्थान*	*त्या वर्षापासून*	*सरासरी वय**
भारत	पंतप्रधान	1947	64.7
युनायटेड किंगडम	पंतप्रधान	1951	55.5
अमेरिका	राष्ट्राध्यक्ष	1945	55.7
फ्रान्स	राष्ट्राध्यक्ष	1959	58.5
जर्मनी	चान्सलर	1949	58.5

स्रोतः शासनप्रमुखांच्या वयाची विकिपीडियावरील यादी

* शासनप्रमुखांनी पदभार स्वीकारल्याच्या सुरुवातीला असणारे वय गृहीत धरून सरासरी वय मोजले आहे.

वर्षी निवृत्त व्हावे, अशी अपेक्षा चुकीची आहे. राजकारण हा काही व्यवसाय नाही आणि इतर नोकऱ्यांप्रमाणे राजकारणाकडे पाहिलं जाऊ नये, असंही म्हटलं जातं. युवा नेत्यांना प्रोत्साहन द्यायचे, केव्हा विशिष्ट ज्येष्ठ नेत्याला चुकांसाठी जबाबदार मानायचे आणि केव्हा निवडणुकांसाठी त्यांना तिकीट नाकारायचे, हे सारं राजकीय पक्षांनी ठरवायचं असतं.

वय वर्ष 65 हून अधिक असलेल्या नेत्यांना निवडणूक लढविण्यास अपात्र ठरवण्याच्या प्रश्नावर बहुसंख्य लोक या सुधारणेच्या समर्थनात असल्याचे दिसते. निर्वाचित उमेदवारांना परत बोलावण्याचा अधिकार, नकाराधिकार आणि सक्तीचे मतदान याला जितका पाठिंबा आहे तितका पाठिंबा या सुधारणेस नाही. युवा वर्गाचा (18–25 आणि 26–33 वर्षे वय) या सुधारणेस इतरांच्या (34+वय) तुलनेत अधिक पाठिंबा आहे. वय वर्ष 60 आणि त्याहून अधिक वय असलेल्या वर्गात या सुधारणेस किमान पाठिंबा असणे अपेक्षित आहे मात्र आश्चर्यकारकरित्या, बऱ्यापैकी ज्येष्ठ या सुधारणेचं समर्थन करतात. या वर्गातील 33 टक्के ज्येष्ठांना निवडणूक लढवण्यासाठीची कमाल वयोमर्यादा 65 असावी, असं वाटतं. (तक्ता 5.24)

तक्ता 5.25 मधून असं दिसतं की, शहरी भागातून निवडणूक लढवण्याच्या कमाल वयोमर्यादेला ग्रामीण भागाहून अधिक पाठिंबा आहे. शहरी आणि ग्रामीण भागात, युवा

तक्ता 5.24: निवडणूक लढवण्यास कमाल वयोमर्यादा असावी, या सुधारणेस साधारण पाठिंबा

	निवडणूक लढवण्यास कमाल वयोमर्यादा आखण्याचा विचार	
वयोगट	*पाठिंबा*	*विरोध*
18–25 वर्षे	51	35
26–33 वर्षे	48	35
34+	42	36

स्रोतः युवा आणि राजकारण सर्वेक्षण (2011)

टीपः सर्व आकडे टक्केवारीत आहेत. इतर 'मत नाही'

तक्ता 5.25: निवडणूक लढवण्यासाठी कमाल वयोमर्यादा असावी यासाठी शहरी भागात किंचित अधिक पाठिंबा आहे

	निवडणूक लढवण्यासाठी वय वर्षे 65 ही कमाल वयोमर्यादा आखण्याचा विचार	
स्थान	*पाठिंबा*	*विरोध*
ग्रामीण 18–25 वर्षे	50	34
ग्रामीण 26–33 वर्षे	44	35
ग्रामीण 34+	41	35
शहरी 18–25 वर्षे	53	39
शहरी 26–33 वर्षे	58	36
शहरी 34+	44	40

स्रोतः युवा आणि राजकारण सर्वेक्षण (2011)
टीपः सर्व आकडे टक्केवारीत आहेत. इतर 'मत नाही'

वर्गाचा 34 वर्षांहून अधिक वय असलेल्यांच्या तुलनेत निवडणूक लढवण्यासाठीची वय वर्षे 65 ही वयोमर्यादा आखण्याला अधिक पाठिंबा आहे. या सुधारणेला शहरी भागातील वय वर्षे 26 ते 33 गटातील युवांचा सर्वाधिक आहे. याच वयोगटातील ग्रामीण युवांचा मात्र या सुधारणेस अल्प पाठिंबा आहे. त्यामुळे 26 ते 33 वयोगटातील शहरी आणि ग्रामीण युवांचा सुधारणेच्या पाठिंब्यात मोठा फरक आहे. याउलट, निर्वाचित प्रतिनिधींना परत बोलावण्याच्या अधिकारास 18 ते 25 वयोगटातील ग्रामीण आणि शहरी युवांमधील पाठिंब्यात तसेच 34 हून अधिक वय असलेल्या ग्रामीण-शहरी प्रतिसादकांच्या पाठिंब्यात अगदीच कमी फरक आहे. निवडणूक लढवण्यासाठीची कमाल मर्यादा आखण्याच्या कल्पनेला सर्वाधिक विरोध हा 18 ते 25 वयोगटातील शहरी युवा आणि 34 हून अधिक वय असलेल्या वर्गात आहे. दोन्हींचं प्रमाण समान आहे.

अशिक्षितांच्या तुलनेत शिक्षित युवा वर्गाचा निवडणूक लढवण्यास 65 ही कमाल वयोमर्यादा असावी, यास अधिक पाठिंबा आहे. अशिक्षितांचं याविषयी फारस काही मत नाही. महाविद्यालयीन शिक्षणप्राप्त युवांहून प्राथमिक अथवा माध्यमिक शिक्षणप्राप्त युवा वर्गाचा या कल्पनेस अधिक पाठिंबा आहे. (तक्ता 5.26)

युवा वर्ग ज्येष्ठांपेक्षा चांगल्या रितीने शासन करू शकेल असं वाटणाऱ्यांपैकी बहुतेकांचा कमाल वयोमर्यादा आखण्यास पाठिंबा आहे, हे रोचक तथ्य या अभ्यासातून समोर आले. युवा चांगल्या रितीने शासन करू शकतो असं वाटणाऱ्यांचा हा पाठिंबा युवा आणि इतर वर्गात दोन्हीकडे दिसून आला. युवा वर्गात तो पाठिंबा ज्येष्ठांपेक्षा किंचित अधिक आहे. युवा नेते हे ज्येष्ठांपेक्षा चांगले प्रशासक असतीलच असे नाही, असा दृष्टिकोन असणाऱ्या व्यक्तींचा कमाल वयोमर्यादेला अल्प पाठिंबा आहे. वस्तुतः जवळपास असा दृष्टिकोन

तक्ता 5.26: साधारण शिक्षणप्राप्त युवा वर्गाचा निवडणूक लढवण्यासाठीची कमाल वयोमर्यादा आखण्यास अधिक पाठिंबा आहे

शैक्षणिक पात्रतेचा स्तर	*निवडणूक लढवण्यासाठी वय वर्षे 65 ही कमाल वयोमर्यादा आखण्याचा विचार*	
	पाठिंबा	*विरोध*
अशिक्षित युवा	55	18
प्राथमिक शाळा उत्तीर्ण युवा	72	14
माध्यमिक शाळा उत्तीर्ण युवा	72	16
महाविद्यालयीन शिक्षणप्राप्त युवा	68	17

स्रोतः युवा आणि राजकारण सर्वेक्षण (2011)
टीपः सर्व आकडे टक्केवारीत आहेत. इतर 'मत नाही'

तक्ता 5.27: युवा वर्ग ज्येष्ठांपेक्षा चांगल्या रितीने शासन करू शकेल, असं वाटणाऱ्यांमध्ये कमाल वयोमर्यादा आखण्यास अधिक पाठिंबा आहे

शासनावर वयाचा प्रभाव असण्याबाबत मत	*निवडणूक लढवण्यासाठी वय वर्षे 65 ही कमाल वयोमर्यादा आखण्याचा विचार*	
	पाठिंबा	*विरोध*
युवा वर्ग ज्येष्ठांपेक्षा चांगले शासन करू शकतो, असं मत असणारे युवा	59	32
युवा वर्ग ज्येष्ठांपेक्षा चांगले शासन करतेच असे नाही, असं मत असणारे युवा	38	50
युवा वर्ग ज्येष्ठांपेक्षा चांगल्या रितीने शासन करू शकतो असे मत असणारे इतर	54	44
युवा वर्ग ज्येष्ठांपेक्षा चांगल्या रितीने शासन करेलच असे नाही असे मत असणारे इतर	41	46

स्रोतः युवा आणि राजकारण सर्वेक्षण (2011)
टीपः सर्व आकडे टक्केवारीत आहेत. इतर 'मत नाही'

असणाऱ्या व्यक्तींपैकी जवळपास निम्म्या लोकांना वाटतं की लोकशाहीमध्ये वयावरून निवडणूक लढवण्यास अपात्र ठरवणे चूक आहे. (तक्ता 5.27)

व्यापक चित्र

एकुणात चार निवडणूक सुधारणांबाबत (निर्वाचित प्रतिनिधींना परत बोलावण्याचा अधिकार, नकाराधिकार, सक्तीचे मतदान, निवडणूक लढवण्यास कमाल वयोमर्यादा आखणे) स्वतंत्रपणे मतं नोंदवून घेण्यात आली. युवा आणि ज्येष्ठ प्रतिसादकांची सर्वाधिक

तक्ता 5.28: निर्वाचित प्रतिनिधींना परत बोलावण्याचा अधिकार या सुधारणेस सर्वाधिक पाठिंबा

	निर्वाचित प्रतिनिधींना परत बोलावण्याचा अधिकार	*नकाराधिकाराचा विचार*	*सक्तीच्या मतदानाचा विचार*	*निवडणूक लढवण्यासाठी वय वर्षे 65 ही कमाल वयोमर्यादा आखण्याचा विचार*
युवा वर्गाची संमती	69	60	60	50
इतरांची संमती	57	53	52	42

स्रोतः युवा आणि राजकारण सर्वेक्षण (2011)
टीपः सर्व आकडे टक्केवारीत आहेत.

सहमती ही 'निर्वाचित प्रतिनिधींना परत बोलावण्याचा अधिकार' या सुधारणेस होती. निवडणूक लढवण्यासाठी 65 ही कमाल वयोमर्यादा आखण्याच्या सुधारणेस सर्वांत कमी पाठिंबा लाभला. (तक्ता 5.28)

समाजातील विविध वर्गांमध्ये निवडणुकीय आणि राजकीय सुधारणांना असणारा पाठिंबा समजून घेण्याकरिता एक निर्देशांक तयार करण्यात आला होता. त्यासाठी या चारही निवडणूक सुधारणांविषयी सर्वेक्षणादरम्यान प्रश्न विचारले गेले. (निवडणूक सुधारणा निर्देशांक, पहा शेवटची टीप). एकुणात, निवडणुकीय आणि राजकीय सुधारणांना युवा आणि इतर दोन्ही वर्गातून अधिक पाठिंबा आहे. तीन चतुर्थांश युवा वर्ग हा निवडणूक सुधारणांना साधारण आणि अधिक पाठिंबा देणाऱ्या वर्गात मोडतो. (इतरांहून जास्त) इतर वर्गाच्या या पाठिंब्याची टक्केवारी 65 टक्के इतकी आहे. एकुणात या विषयावर ज्येष्ठ लोकांच्या मनात संमिश्र भावना आहेत. (तक्ता 5.29)

तक्ता 5.30 निवडणूक सुधारणांना असणारा पाठिंबा शहरी भागात ग्रामीण भागांहून अधिक आहे. शहरी भागातही विशेषतः युवा वर्गाचा या सुधारणांना प्रचंड पाठिंबा आहे. छोट्या शहरात आणि महानगरात राहणाऱ्या दहापैकी नऊ युवांचा साधारण किंवा अधिक प्रमाणात या निवडणूक सुधारणांना पाठिंबा आहे. ग्रामीण भागातील इतरांच्या (34 हून अधिक वय) मनात याविषयी संमिश्र भावना आहेत, त्यांच्या खालोखाल ग्रामीण युवा आहे.

तक्ता 5.29: निवडणूक सुधारणांना पाठिंबा, विशेषतः युवा वर्गातून अधिक

	निवडणूक सुधारणांना दिल्या जाणाऱ्या पाठिंब्याची पातळी			
	अधिक पाठिंबा	*साधारण पाठिंबा*	*विरोध*	*संमिश्र*
युवा	33	42	13	13
इतर	25	40	15	21

स्रोतः युवा आणि राजकारण सर्वेक्षण (2011)
टीपः सर्व आकडे टक्केवारीत आहेत.

तक्ता 5.30: निवडणूक सुधारणांना शहरी भागातून अधिक पाठिंबा आहे

	निवडणूक सुधारणांना दिल्या जाणाऱ्या पाठिंब्याची पातळी			
	अधिक पाठिंबा	साधारण पाठिंबा	विरोध	संमिश्र
ग्रामीण युवा	29	43	13	16
ग्रामीण इतर	24	38	14	23
शहरी युवा	43	39	13	5
शहरी इतर	26	44	16	14

स्रोतः युवा आणि राजकारण सर्वेक्षण (2011)
टीपः सर्व आकडे टक्केवारीत आहेत.

तक्ता 5.31: स्त्रियांच्या तुलनेत युवा आणि ज्येष्ठ पुरुष निवडणूक सुधारणांना अधिक पाठिंबा देतात

	निवडणूक सुधारणांना दिल्या जाणाऱ्या पाठिंब्याची पातळी			
	अधिक पाठिंबा	साधारण पाठिंबा	विरोध	संमिश्र
युवक	39	43	11	8
इतर पुरुष	31	44	13	13
युवती	24	40	16	19
इतर स्त्रिया	18	34	17	31

युवा आणि ज्येष्ठ दोन्ही वर्गात पुरुषांचा निवडणूक सुधारणांना अधिक पाठिंबा आहे. तक्ता 5.31 मधून हे सुस्पष्टरित्या दिसून येते की केवळ युवकांचा (18–33 वयोगट) युवतींहून अधिक पाठिंबा आहे असे नाही तर निवडणूक सुधारणांना 34 वर्षांहून जास्त वय असलेल्या ज्येष्ठ पुरुषांचाही युवतींहून अधिक पाठिंबा आहे. 18 ते 33 वयोगटातील युवतींचा निवडणूक सुधारणांना 34 वर्षांहून अधिक वय असलेल्या स्त्रियांहून अधिक पाठिंबा आहे. 34 वर्षांहून जास्त वय असलेल्या स्त्रियांचा निवडणूक सुधारणांना विरोध आहेच पण त्यांचं मत अनिश्चित स्वरूपाचं आहे.

आर्थिक वर्गाचा विचार करता, आर्थिक सुबत्ता वाढत जाते त्यानुसार युवा वर्गाचा निवडणूक सुधारणांना पाठिंबा वाढत जातो. गरीब वर्गात निवडणूक सुधारणांना अल्प पाठिंबा आहे. या विषयाबाबत त्यांच्या मनात संमिश्र भावना आहेत. निवडणूक सुधारणांना सर्वाधिक पाठिंबा हा उच्चवर्गीय युवांमध्ये आहे त्या खालोखाल मध्यम आणि कनिष्ठ वर्गात साधारण पाठिंबा आहे. (तक्ता 5.32)

राजकीय प्राधान्याच्या संदर्भाने जेव्हा आपण विचार करतो तेव्हा काँग्रेस आणि भाजपच्या समर्थकांमध्ये या मुद्द्यांवर फारसे मतभेद नाहीत. दोन्ही पक्षांच्या युवा

तक्ता 5.32: गरीब, कनिष्ठ युवा वर्गाहून मध्यम आणि उच्च वर्गातील युवांमध्ये निवडणूक सुधारणांना अधिक पाठिंबा आहे

	निवडणूक सुधारणांना दिल्या जाणाऱ्या पाठिंब्याची पातळी			
	अधिक पाठिंबा	*साधारण पाठिंबा*	*विरोध*	*संमिश्र*
उच्चवर्गीय युवा	43	38	13	7
मध्यमवर्गीय युवा	34	46	13	7
कनिष्ठ वर्गातील युवा	34	41	12	12
गरीब युवा	21	39	14	26

स्रोतः युवा आणि राजकारण सर्वेक्षण (2011)
टीपः सर्व आकडे टक्केवारीत आहेत.

तक्ता 5.33: काँग्रेस भाजप युवा समर्थकांहून डाव्या पक्षातील तरुण निवडणूक सुधारणांबाबत संदिग्ध अवस्थेत आहेत

	निवडणूक सुधारणांना दिल्या जाणाऱ्या पाठिंब्याची पातळी			
	अधिक पाठिंबा	*साधारण पाठिंबा*	*विरोध*	*संमिश्र*
युवा काँग्रेस समर्थक	37	42	10	10
युवा भाजप समर्थक	38	43	7	12
युवा डावे समर्थक	25	43	16	16

स्रोतः युवा आणि राजकारण सर्वेक्षण (2011)
टीपः सर्व आकडे टक्केवारीत आहेत.

समर्थकांचा निवडणूक सुधारणांबाबत पाठिंबा आहे आणि त्यांच्यात समान प्रवाह आहे. डाव्या पक्षांचे युवा समर्थक मात्र निवडणूक सुधारणांविषयी फारसे आश्वस्त नाहीत. या समर्थकांचा निवडणूक सुधारणांना अल्प पाठिंबा आहे. या डाव्या पक्षांच्या युवा समर्थकांमध्ये निवडणूक सुधारणांना विरोध आणि बऱ्यापैकी संमिश्र भावना दिसून येतात. (तक्ता 5.33)

निष्कर्ष

निवडणूक सुधारणांच्या मूलगामी विचारांविषयी युवा आणि ज्येष्ठ दोन्ही वर्गात बऱ्यापैकी जास्त प्रमाणात पाठिंबा आहे. या अभ्यासात सुचवलेल्या चारही निवडणूक सुधारणांना विरोधाहून जास्त प्रमाणात पाठिंबा आहे. युवा वर्ग हा इतरांपेक्षा वेगळा संवर्ग तयार होतो आणि लोकसंख्यानिहाय विविध घटकांमधून चारही निवडणूक सुधारणांना युवा वर्गाचा ज्येष्ठ वर्गाहून अधिक पाठिंबा आहे. चारही निवडणूक सुधारणांचा विचार

करता साधारण आणि अधिक पाठिंबा देणाऱ्या युवा वर्गाचे प्रमाण तीन चतुर्थांश इतके आहे. युवा वर्गामध्ये नकाराधिकाराची सुधारणा वगळता, इतर सर्व सुधारणांना वय वर्षे 18 ते 25 या वयोगटातून अधिक पाठिंबा आहे. नकाराधिकाराच्या सुधारणेस सर्वाधिक पाठिंबा हा 26 ते 33 या वयोगटात आहे. चार निवडणूक सुधारणांपैकी, युवा आणि ज्येष्ठ दोन्ही वर्गात सर्वाधिक पाठिंबा निर्वाचित प्रतिनिधींना परत बोलावण्याच्या अधिकाराच्या सुधारणेस आहे. चार निवडणूक सुधारणांपैकी, निवडणूक लढवण्यासाठी कमाल वयोमर्यादा आखण्याच्या सुधारणेस युवा आणि ज्येष्ठ दोन्ही वर्गातून किमान पाठिंबा आहे. चारही निवडणूक सुधारणांना गावांच्या तुलनेत छोट्या शहरात आणि महानगरात अधिक पाठिंबा आहे. एकुणात उच्च शिक्षित शहरात राहणाऱ्या आणि आर्थिकदृष्ट्या अधिक सक्षम असणाऱ्या युवा वर्गात मूलगामी निवडणूक सुधारणांच्या कल्पनेस अधिक पाठिंबा आहे.

टीप

निवडणूक सुधारणांचा निर्देशांकः प्रतिसादकांची चार निवडणूक सुधारणांविषयीची भूमिका समजावून घेण्याकरिता हा निर्देशांक तयार केला गेला. नकाराधिकार, निर्वाचित प्रतिनिधींना परत बोलावण्याचा अधिकार, सक्तीचे मतदान आणि निवडणूक लढवण्यास कमाल वयोमर्यादा या त्या चार निवडणूक सुधारणा. हा निर्देशांक तयार करण्यासाठी युवा अभ्यास प्रश्नावलीतील प्र.5अ, प्र5ब, प्र5क आणि प्र.5ड यांचा उपयोग केला गेला. या चारही प्रश्नांच्या प्रतिसादांचं एकत्रीकरण करून चार संवर्गात त्यांची विभागणी केलीः संमिश्र, विरोध, साधारण पाठिंबा आणि अधिक पाठिंबा. कोणतेच मत नाही, असा प्रतिसाद नोंदवणाऱ्यांची आणि ज्यांचं तीन सुधारणांविषयी काहीही मत नाही, एका सुधारणेस पाठिंबा आहे तसेच ज्यांचं दोन निवडणूक सुधारणांविषयी मत नाही, एका सुधारणेस पाठिंबा आहे, एकास विरोध आहे अशा सर्वांची गणना 'संमिश्र' संवर्गात केली गेली. ज्यांचा चारही सुधारणांना विरोध आहे किंवा ज्यांचा तीन सुधारणांना विरोध आहे, एका सुधारणेला पाठिंबा आहे किंवा ज्यांचा तीन सुधारणांना विरोध आहे, एका सुधारणेविषयी मत नाही किंवा ज्यांचा दोन सुधारणांना विरोध आहे, एका सुधारणेस पाठिंबा आहे, एका सुधारणेविषयी मत नाही किंवा ज्यांचा दोन सुधारणांना विरोध आहे, दोन सुधारणांविषयी मत नाही अशा सर्वांचा समावेश 'विरोध' या संवर्गात केला गेला आहे. ज्यांचा चारपैकी तीन निवडणूक सुधारणांना पाठिंबा आहे आणि एका सुधारणेस विरोध आहे, ज्यांचा दोन सुधारणांना पाठिंबा आणि दोन सुधारणांना विरोध आहे, ज्यांचा दोन सुधारणांना पाठिंबा आहे, एका सुधारणेस विरोध आणि एका सुधारणेविषयी मत नाही, ज्यांचा दोन सुधारणांना पाठिंबा आहे आणि दोन सुधारणांविषयी मत नाही, अशा सर्वांचा समावेश 'साधारण पाठिंबा' संवर्गात केला गेला. चारही निवडणूक सुधारणांना पाठिंबा असणारे आणि तीन निवडणूक सुधारणांना पाठिंबा आणि एका सुधारणेविषयी मत नाही असं असणारे या दोहोंचा समावेश 'अधिक पाठिंबा' संवर्गात केला गेला.

संदर्भ

1. ADR. (2011). 'ADR/NEW Recommendations for Electoral Reforms' – By Association for Democratic Reforms (ADR), and National Election Watch (NEW) [Online] Available from http://adrindia.org/files/ADR-NEW%20Recomendations-April20%202011-Final.pdf [Accessed on 4/10/2011].

2. Sorabjee, Soli. (2011). 'It's a tightrope walk', *Hindustan Times* [Online] Available from http://www.hindustantimes.com/StoryPage/Print/740561.aspx [Accessed on 6/10/2011].

3. Law Ministry. (2011). 'Gist of suggestion released on electoral reforms', Word doc. [Online] Available from lawmin.nic.in/legislative/ereforms/suggestions-received.doc [Accessed on 6/10/2011].

4. 'Address at the Host Branch Plenary Session on Right to Recall as a Strategy for Enforcing Greater Accountability of Parliaments to the People', 53rd Commonwealth Parliamentary Conference, New Delhi, 28 September 2007, Office of the Speaker of Lok Sabha 2007. [Online] Available from http://speakerloksabha.nic.in/Speech/SpeechDetails.asp?SpeechId=239 [Accessed on 6/10/2011].

5. Gay, Oonagh and Charley Coleman. (2011). 'Recall Elections', House of Commons Library, UK [Online] Available from http://www.parliament.uk/documents/commons/lib/research/briefings/snpc-05089.pdf [Accessed on 6/10/2011].

   'Direct Democracy: The International IDEA handbook', 2008. [Online] Available from http://www.idea.int/publications/direct_democracy/upload/direct_democracy_handbook_chapter5.pdf [Accessed on 30/11/2011].

   'Right to Recall', *The Indian Express*, 2008. [Online] Available from http://www.indianexpress.com/news/right-to-recall/323534/ [Accessed on 6/10/2011].

6. 'Total Recall', *The Economist*, 2003. [Online] Available from http://www.economist.com/node/1861491 [Accessed on 7/10/2011].

7. Bhanu, Vinod. (2011). 'Called into Account', *Hindustan Times* [Online] Available from http://www.hindustantimes.com/StoryPage/Print/740899.aspx [Accessed on 6/10/2011].

   Bhanu, Vinod. (2008). 'Right to Recall Legislators, the Chhattisgarh Experiment', *Economic and Political Weekly* [Online] Available from http://epw.in/epw/uploads/articles/12717.pdf [Accessed on 6/10/2011].

8. Ghatwai, Milind. (2011). 'Madhya Pradesh a lab for 10 years, with mixed results', *The Indian Express* [Online] Available from http://www.indianexpress.com/news/madhya-pradesh-a-lab-for-10-yrs-with-mixed/839660/ [Accessed on 30/11/2001].

   'Right to Recall?', *Hindustan Times*, 2011. [Online] Available from http://www.hindustantimes.com/India-news/NewDelhi/Right-to-Recall/Article1-741300.aspx [Accessed on 30/11/2001].

9. 'Rajasthan amends Act, makes provision for recall of Mayors', *The Hindu*, 2011. [Online] Available from http://www.thehindu.com/todays-paper/tp-national/tp-newdelhi/article1570107.ece [Accessed on 30/11/2001].

10. 'Bihar gets right to recall corporators', *India Today*. in website, 2011. [Online] Available from http://indiatoday.intoday.in/story/urban-civic-polls-bihar-gets-right-to-recall-elected-representatives/1/133688.html [Accessed on 6/10/2011].

    Madhavan, M. R. (2011). 'Recall Option', *The Indian Express* [Online] Available from http://www.indianexpress.com/news/recall-option/769412/ [Accessed on 6/10/2011].

11. John, Joseph. (2008). 'For first time, votes cast to recall elected leaders, results to be out tomorrow', *The Indian Express* [Online] Available from http://www.indianexpress.com/news/for-first-time-votes-cast-to-recall-elected/323224/ [Accessed on 6/10/2011].

12. Packel, Daniel. (2008). 'Electoral Institutions and Local Government Accountability: A Literature Review', The World Bank [Online] Available from http://siteresources.worldbank.org/EXTSOCIALDEVELOPMENT/Resources/244362-1164107274725/3182370-1164201144397/3187094-1173195121091/SD_Working_Paper_111.pdf [Accessed on 30/11/2001].

13. Mahapatra, Dhananjay. (2011). 'Can't take away right to recall, SC tells Punjab', *The Times of India* [Online] Available from http://articles.timesofindia.indiatimes.com/2011-05-28/india/29594431_1_sarpanch-panchayat-members-motion [Accessed on 30/11/2001].

14. Palshikar, Suhas. (2011). 'Why the right to recall is flawed', *The Indian Express* [Online] Available from http://www.indianexpress.com/news/why-the-right-to-recall-is-flawed/846143/1 [Accessed on 11/10/2011].

15. PTI. (2011). 'Hazare's suggestion for recall of MP impractical: Quraishi', *The Hindu* [Online] Available from http://www.thehindu.com/news/national/article2473132.ece [Accessed on 10/10/2011].

    ET. (2011). 'Electoral reforms: Right to recall practical only when electorate is small, say former Election Commissioners', *The Economic Times* [Online] Available from http://articles.economictimes.indiatimes.com/2011-09-01/news/29953647_1_electoral-reforms-indrajit-gupta-committee-state-funding/2 [Accessed on 10/10/2011].

16. Sorabjee, Soli. (2011). 'It's a tightrope walk', *Hindustan Times* [Online] Available from http://www.hindustantimes.com/StoryPage/Print/740561.aspx [Accessed on 6/10/2011].

17. Jackman, Robert W. (1987). 'Political institutions and voter turnout in industrial democracies', *American Political Science Review*, Vol. 81, No. 2 [Online] Available from http://www.jstor.org/pss/1961959 [Accessed on 20/10/2011].

18. Blais, Andre. (2006). 'What affects voter turnout', Annual. *Review of Political Science*, Vol. 9, pp. 111–25 [Online] Available from http://www.leonardbeeghley.com/docs/SY0%204530/blais,%20what%20affects%20voter%20turnout.pdf [Accessed on 20/10/2011].

19. Lijphart, Arend. (1997). 'Unequal Participation: Democracy's Unresolved Dilemma', *The American Political Science Review*, Vol. 91, No.1 [Online] Available from http://www.people.fas.harvard.edu/~iversen/PDFfiles/Lijphart1997.pdf [Accessed on 27/10/2011]; Some of the arguments for and against compulsory voting have been taken from this essay by Lijphart (Presidential Address, American Political Science Association, 1996).

20. Frankal, Elliot. (2005). 'Compulsory voting around the world', *The Guardian* [Online] Available from http://www.guardian.co.uk/politics/2005/jul/04/voterapathy.uk [Accessed

on 27/10/2011]. For more information on compulsory voting around the world also refer to: http://www.idea.int/vt/compulsory_voting.cfm

21. Dasgupta, Manas. (2010). 'Gujarat Governor returns compulsory voting bill', *The Hindu* [Online] Available from http://www.thehindu.com/news/states/other-states/article402138.ece [Accessed on 28/10/2011].

    Dasgupta, Manas. (2010). 'Modi government reintroduces compulsory voting bill, intact', *The Hindu* [Online] Available from http://www.hindu.com/2010/09/08/stories/2010090862811300.htm [Accessed on 28/10/2011].

22. PTI. (2011). 'Gujarat Assembly: Compulsory Voting Bill Passed Again, *Outlook* magazine website [Online] Available from http://news.outlookindia.com/item.aspx?713453 [Accessed on 28/10/2011].

23. RFGI. (2010). 'Analysis of Compulsory Voting in Gujarat', Research Foundation for Governance in India [Online] Available from http://www.rfgindia.org/publications/Analysis%20of%20Compulsory%20Voting%20in%20Gujarat.pdf [Accessed on 28/10/2011].

24. 'Compulsory voting around the world', The Electoral Commission, UK, 2006. [Online] Available from http://www.electoralcommission.org.uk/__data/assets/electoral_commission_pdf_file/0020/16157/ECCompVotingfinal_22225-16484__E__N__S__W__.pdf [Accessed on 2/11/2011].

25. 'The Conduct of Election Rules, 1961', Law Ministry [Online] Available from http://lawmin.nic.in/ld/subord/cer1.htm [Accessed on 2/11/2011].

26. ECI. (2004). 'Proposed Electoral Reforms', Election Commission of India [Online] Available from http://eci.nic.in/eci_main/PROPOSED_ELECTORAL_REFORMS.pdf [Accessed on 2/11/2011].

27. PTI. (2011). 'Right to reject candidates a ticklish affair: Chief Election Commissioner', *The Economic Times* website [Online] Available from http://articles.economictimes.indiatimes.com/2011-08-29/news/29941508_1_candidates-commissioner-s-y-quraishi-poll-authority [Accessed on 2/11/2011].

28. 'The Concept of Negative Voting', *The Sentinel*, 2011. [Online] Available from http://www.sentinelassam.com/editorial/story.php?sec=3&subsec=0&id=73567&dtP=2011-05-03&ppr=1 [Accessed on 2/11/2011].

29. Swain, Satya Ranjan. (2010). 'Right of Negative Voting', *Juris*Online.in [Online] Available from http://jurisonline.in/?p=1117 [Accessed on 2/11/2011].

30. 'PIL on Right to Reject in SC', *The Asian Age*, 2011. [Online] Available from http://www.asianage.com/india/pil-right-reject-sc-645 [Accessed on 2/11/2011]

31. Data on composition of population by broad age-groups available from 'Demographics of Population Ageing in India' by ISEC, Bangalore; UNFPA, New Delhi; IEG, Delhi; December 2011 http://www.isec.ac.in/BKPAI%20Working%20paper%201.pdf [Accessed on 21/1/2013].

32. Census 2001 data. [Online] Available from http://www.censusindia.gov.in/Census_ Data_2001/Census_data_finder/C_Series/Marital_status_by_age_and sex.htm [Accessed on 14/10/2011].
Census 1991 data [Online] Available from http://www.indianmirror.com/population/ pop1.html#age [Accessed on 14/10/2011].

33. 'PM wants to cut average age of his cabinet', Reuters, 2010. [Online] Available from http://in.reuters.com/article/2010/09/06/idINIndia-51309020100906 [Accessed on 3/10/2011]. Figures for Britain and the United States have been taken from this report.

6 राजकारणाचं करिअरः धारणा आणि निवड

संजय कुमार

"या देशातलं राजकारण हे सर्वसामान्य युवा वर्गाच्या आवाक्या पलीकडे आहे, ही सर्वांत मोठी समस्या आहे." ही दस्तुरखुद्द काँग्रेसचे नेते राहुल गांधी यांनी ऑक्टोबर 2011 मध्ये नवी दिल्लीत युवक युवतींना एका सभेत संबोधित करताना दिलेली कबुली आहे.[1] दहा महिने अगोदर या युवा नेत्याने युवा वर्गाने राजकारणासाठी किमान दहा वर्ष द्यावीत, असं युवा वर्गाला महाराष्ट्रातील औरंगाबादमध्ये आवाहन केलं होतं. जानेवारी 2011 मध्ये युवा वर्गाला संबोधित करताना राहुल गांधी म्हणाले होते, "दहा वर्षांनी तुम्हाला तुम्ही हा निर्णय घेतला याचा अभिमान वाटेल, याबाबत मी तुम्हाला आश्वस्त करतो. देशाचं राजकारण नवं वळण घेईल."[2] भारताचा भावी पंतप्रधान म्हणून ज्याच्याकडे पाहिले जाते तो नेहरू गांधी कुटुंबात जन्मलेला गर्भश्रीमंत 41 वर्षांचा युवा नेता युवा वर्गाने राजकारणात रस घ्यावा, राजकारणात प्रवेश करावा, म्हणून विनवणी करतो आहे. त्याच्या या आवाहनातून तिळमात्रही फरक पडलेला नाही, असं वृत्तांकन काही माध्यमांनी केलं आहे.[3] याचा दोष काही प्रमाणात राजकीय पक्षांचा आहे. राजकीय पक्ष युवा वर्गापर्यंत पोहोचण्यात, त्यांच्यामध्ये राजकीय अभिसरण घडवण्यात अपुरे पडतात. त्याहून मोठं कारण म्हणजे युवा वर्गात राजकारणाबद्दल एक नकारात्मक प्रतिमा तयार होते आहे. सप्टेंबर 2011 मध्ये इंडिया टुडे मासिकाने वय वर्षे 18 ते 25 या वयोगटातील युवकांचं मत सर्वेक्षण केलं. या सर्वेक्षणातून असं दिसून आलं की, नोकरशहा, NGO तील सदस्य, खाजगी क्षेत्रातील कार्यकारी सदस्य, पत्रकार आणि न्यायाधीश या साऱ्यांहून सर्वांत कमी विश्वास राजकारण्यांविषयी आहे. राजकारण हे सर्वांत कमी विश्वसनीयता असलेलं क्षेत्र म्हणून उदयाला येते आहे. युवा वर्गात राजकारणाविषयी कमालीची निराशा आहे.[4] जानेवारी 2011 मध्ये सीएसडीएस च्या अभ्यासाचा भाग म्हणून राजस्थानमधील अजमेर येथे युवा वर्गात लक्ष्याधारित गटचर्चा आयोजित केलेली होती. तिथेही राजकारणाविषयी याच प्रकारची निराशा दिसून आलेली होती. "प्रत्येक युवक-युवतीला राजकारणात यायचं आहे; पण जेव्हा पदवीचं शिक्षण घेत असताना मी निवडणूक लढवली तेव्हा पैशाचा, बाहुबळाचा प्रभाव पाहिला तेव्हा मला माझं अस्तित्व काहीच नाही, हे जाणवलं," या शहरातील एक युवक विद्यार्थी म्हणाला. दुसरा एक सहभागी म्हणाला, "आम्हाला प्रामाणिक राहून राजकारणात टिकणं शक्य असेल तर आम्हाला राजकारणात यायला आवडेल. आताच्या

राजकारण्यांच्या प्रतिमेतून आम्हाला असं वाटत नाही. मूल्यांचा त्याग करून आम्हाला उच्च पद मिळवायचं नाही." हा थेट इशारा आहे आणि युवा भारतीयांच्या मनात पारंपरिक राजकारण्यांविषयीचा आणि लोकशाही प्रक्रियेविषयीचा अनादर आहे.

ढोबळमानाने राजकीय सहभाग हा दोन प्रकारचा असतो: अप्रत्यक्ष राजकीय सहभाग आणि प्रत्यक्ष राजकीय सहभाग. अप्रत्यक्ष राजकीय सहभाग हा निषेध मोर्चा, निदर्शनं, निवडणुकीतील फेऱ्या, मिरवणुका, निवडणूक प्रचार मोहीम या साऱ्यातून सहभागातून दिसून येतो. राजकीय पक्षांच्या कार्यालयातील अधिकृत जबाबदारी पार पाडण्यातून आणि निवडणूक लढवण्यातून प्रत्यक्ष राजकीय सहभाग दिसून येतो. या आधीच्या प्रकरणांमध्ये आपण हे पाहिलं आहे की युवा वर्गास राजकीय घटनांबाबतची केवळ जागरूकताच नाही तर ते राजकीय कृतींमध्ये मोठ्या उत्साहाने सहभागी होतात. राजकीय कृतींमधील या सहभागातून राजकारणाकडे करिअर म्हणून पाहण्याची धारणा तयार होते का, हा कळीचा प्रश्न आहे. जर संधी मिळाली तर युवा वर्गास खरोखर राजकारणात प्रवेश करण्याची इच्छा आहे काय? या प्रकरणातून या प्रश्नावर प्रकाश टाकण्याचा प्रयत्न केला आहे. सविस्तर स्पष्टीकरण देण्यासाठी हे प्रकरण चार भागात विभागलेलं आहे. भारतीय युवा वर्गात राजकारणाच्या करिअरकडे पाहण्याविषयीच्या सर्वसाधारण धारणांविषयी पहिल्या भागात भाष्य केले आहे. एक व्यावसायिक उतरंड तयार करून त्यामध्ये 'राजकारणाचं करिअर' या पर्यायाकडे कसे पाहतो, हे समजून घेण्याचा प्रयत्न केला आहे. त्यानंतरच्या भागात सदर अभ्यासातून आलेली तथ्यं ही राजकारणाच्या करिअरविषयी युवा वर्गाच्या सर्वसाधारण धारणांशी सुसंगत आहेत की त्यातून विरोधाभासी प्रवाह समोर येत आहे, याचे विश्लेषण केले आहे. तिसऱ्या भागात, युवा वर्गाच्या राजकारणाच्या करिअरविषयीच्या धारणांचं स्पष्टीकरण केलं आहे. शेवटच्या भागात राजकारणाच्या करिअरकडे लिंगनिहाय दृष्टीकोनातून पाहिले आहे. युवती राजकारणाच्या करिअरकडे आकृष्ट होतात काय, या प्रश्नावर अधिक लक्ष केंद्रित केले आहे.

1. युवा वर्गासाठी करिअर निवडीचे पर्याय: साधारण दृष्टिकोन आणि धारणा

भारतीय लोकसंख्येतील बऱ्यापैकी लोकांचं वय हे वय वर्षे 35 हून कमी आहे. त्यामुळे एका अर्थाने युवा वर्गाकडे राजकीय बहुमत आहे. देशाला पुढे नेण्याकरिता, नवी दिशा देण्याकरिता युवा वर्गाकडून खूप मोठ्या प्रमाणात आशा आणि अपेक्षा आहेत. भारतीय राजकीय व्यवस्थेत असणाऱ्या अपायकारक बाबींना युवा वर्गच तोंड देऊ शकतो, असं अनेकांना वाटतं. अण्णा हजारे यांच्या नेतृत्वाखालील भ्रष्टाचारविरोधी चळवळीत शाळेतील विद्यार्थ्यांपासून ते महाविद्यालयातील विद्यापीठातील विद्यार्थ्यांपर्यंत सर्वांचा

प्रचंड सहभाग आणि डिसेंबर 2012 मध्ये दिल्लीतील युवतीवर झालेल्या निर्घृण बलात्काराच्या विरोधात झालेल्या आंदोलनातील सहभाग यातून युवा वर्ग बदलाचा वाहक असू शकतो आणि समाजात बदल करू शकतो, हे दिसून आलं. राजकारणाकडे तुच्छतेने नकारात्मकतेने पाहण्याचा एक सर्वसाधारण दृष्टिकोन आहे, हे नाकारता येणार नाही. राजकीय संस्थाबाबतही एक प्रकारची तुच्छता युवा वर्गासह संपूर्ण समाजात आहे. मात्र ही सारी राजकारणाविषयीची तुच्छता असूनही एक तृतीयांश युवांना राजकारण हे करिअर म्हणून निवडावंसं वाटतं. सीएसडीएस च्या अभ्यासात जेव्हा संधी मिळाली तर राजकारणात प्रवेश करायला आवडेल का, याविषयी प्रश्न विचारला तेव्हा 34 टक्के युवांनी रस असल्याचे नोंदवले तर 54 टक्के युवांनी नकार दिला आणि 12 ट्क्के युवांनी राजकारण करिअर निवडण्याच्या बाजूने अथवा विरोधात कुठलाच कौल न देता 'मत नाही' असे नोंदवले. (तक्ता 6.1) 34 टक्के हा आकडा फार मोठा नाही मात्र जागतिकीकरण आणि बाजारांनी निर्धारित केलेल्या पर्याय निवडीच्या काळात हा आकडा नक्कीच लक्षणीय आहे.

मात्र तरीही, आपण हे लक्षात ठेवायलाच हवं की राजकारण हे पर्याय म्हणून त्याविषयी मत व्यक्त करणं आणि प्रत्यक्ष राजकारणात प्रवेश करणं या बाबी भिन्न आहेत. भारतातील करिअर निवडीचे पर्याय पाहिले तर करिअर निवडीच्या उतरंडीत राजकारण हा सर्वांत शेवटचा पर्याय आहे. आपली शैक्षणिक व्यवस्था, प्रवाह असा आहे की राजकारणाचं करिअर निवडण्याची क्वचितच कोणाला प्रेरणा मिळेल. हे केवळ युवा वर्गाच्या राजकारणाविषयीच्या नीरसतेमुळं नाही तर त्यासोबतच संधीचा अवकाश, उत्तेजन याचा अभाव असल्यानेही राजकारणात करिअर करणे अवघड होते. 2006 मध्ये "कामाचा कल आणि करिअर निवडीचे प्रतिसाद-भारतीय प्रादेशिक सर्वेक्षण"[5] या शीर्षकाचा एक अभ्यास प्रॉमिस फाउंडेशनने रतन टाटा ट्रस्ट यांच्या सहकार्याने केला. या अभ्यासातून युवा वर्गाच्या राजकारणाविषयीचे दृष्टिकोन आणि धारणा याबाबत काही रोचक तथ्यं समोर आली. जागतिकीकरणाचा भारतीय अर्थव्यवस्थेवरील विशेषतः श्रम क्षेत्रावरील परिणाम लक्षात घेऊन हा अभ्यास केला गेला होता. युवा वर्गाच्या (वय वर्षे 14 ते 21) उपलब्ध असणाऱ्या रोजगाराच्या संधींच्या धारणांविषयी प्रतिसाद नोंदवून घेणे हाही

तक्ता 6.1: एक तृतीयांश भारतीय युवांना राजकारण हे करिअर निवडण्यात रस आहे

	राजकारण हा करिअर पर्याय निवडण्यात रस आहे	*राजकारण हा करिअर पर्याय निवडण्यात रस नाही*	*मत नाही*
युवा	34	54	12

स्रोतः युवा आणि राजकारण सर्वेक्षण (2011)

टीपः सर्व आकडे टक्केवारीत आहेत.

या अभ्यासाचा एक उद्देश होता.[6] सर्व समाज-आर्थिक पार्श्वभूमीतून आलेल्या बहुतांश युवा वर्गास शाळेनंतर पूर्ण वेळ अभ्यासात व्यतीत करण्याची इच्छा होती. या प्रकारचं मत उच्च मध्यमवर्गीय सामाजिक-आर्थिक स्थान असलेल्या युवा वर्गाचं होतं. कनिष्ठ सामाजिक-आर्थिक स्थान असलेल्या युवा वर्गातील अनेक प्रतिसादकांनी शिक्षणासोबत पार्ट टाइम नोकरी करण्याची इच्छा असल्याचं सांगितलं. या सर्वेक्षणातून असं दिसून आलं की भारतीय युवा वर्गातील अनेकांना उच्च शिक्षण अधिक प्रतिष्ठेचं वाटतं कारण उच्च शिक्षणातून अधिक उत्पन्न आणि सामाजिक प्रतिष्ठा लाभते. बहुसंख्यांना शिक्षण घ्यावंस वाटतं त्याचं हे प्रमुख कारण आहे. विविध सामाजिक पार्श्वभूमीतून आलेल्या युवांच्या करिअर निवडी सारख्याच स्वरूपाच्या आहेत. व्यावसायिक उतरंडीमध्ये विज्ञानाकडे कल असलेल्या व्यवसायांना अधिक प्राधान्य असलेलं दिसतं. सर्वाधिक प्राधान्य दिलेला करिअर पर्याय शास्त्रज्ञ हा होता, त्यानंतर अनुक्रमे संगणक शास्त्रज्ञ, इंजिनीयर, डॉक्टर आणि शिक्षक अशा पर्यायांना पसंती दिली गेली. सर्वांत कमी पसंती उतरत्या प्राधान्यानुसार ही मुख्य आचारी, स्वयंपाकी, शेतकरी, दुकानदार आणि सुतार यांना दिली गेली. या सगळयात नोंदवण्याजोगी बाब म्हणजे करिअरच्या या दीर्घ यादीत राजकारणाचा विचारही युवा वर्गासमोर नाही. बऱ्याचशा व्यवसायांना बाजाराच्या मागणीतून पसंती दिली जाते. टाटा कन्सल्टंसी सर्व्हिसेस यांनी युवा वर्गात पार पाडलेल्या दुसऱ्या एका सर्वेक्षणाचे निकालही याच प्रकारचे होते. 2008–09 मध्ये पार पडलेल्या या सर्वेक्षणातून 12 शहरातील सुमारे 14000 मुलांचे प्रतिसाद नोंदवण्यात आले. जेव्हा त्यांना करिअर निवडीविषयी विचारलं तेव्हा इंजिनीयर हा सर्वांत लोकप्रिय पर्याय होता तर माहिती तंत्रज्ञान (IT) हा दुसरा प्राधान्याचा पर्याय होता.[7]

या दोन्ही सर्वेक्षणांच्या निष्कर्षातून युवा वर्गाची करिअर निवड ही बाजार व्यवस्थेतून निर्धारित होते, असं दिसून येतं. भारतीय युवा वर्गाचा बाजारात अधिक मागणी असलेल्या व्यवसायाकडे कल आहे. कारण अशा बाजारकेंद्री व्यवसायांमधून अधिक पैसा कमावण्याची शक्यता अधिक असते. राजकारण या करिअर निवडीच्या पर्यायाची युवा वर्ग दखल घेत नाही. याचं कारण राजकारणातून नोकरीची/कामाची शाश्वती नसते हेही असू शकतं. विशेषतः सुरुवातीच्या काळात दर महिन्याला सन्मानजनक वेतन मिळण्याची शक्यताही कमी असते, असं त्यांना वाटत असावं. पैसा, बाहूबळ यांचा राजकारणातील प्रभाव लक्षात घेता श्रीमंत कुटुंबातील व्यक्तीच राजकारणात प्रवेश करण्याचा धोका पत्करू शकतात. नॅशनल स्टुडंट्स युनियन ऑफ इंडिया (NSUI) या विद्यार्थी संघटनेचा राष्ट्रीय अध्यक्ष राहुल चौधरी याने या अभ्यासातील लक्ष्याधारित गटचर्चेत हाच मुद्दा मांडला. जर "युवक/युवती राजकारणात प्रवेश करण्याची आकांक्षा बाळगून असेल तर कुटुंबाने त्याला/तिला पैसा, संपत्ती पुरवण्यासाठी योग्य ते सहकार्य करावे" असे त्याचे मत होते.

2. राजकारणाच्या करिअरबाबत सर्वेक्षणातील तथ्यं

या साऱ्या मर्यादा असूनही, आमचा अभ्यास असं सांगतो की युवा वर्गाने अजूनही आशा सोडलेली नाही. सध्या राजकारणाचा पर्याय युवा वर्गात फार लोकप्रिय नसला तरीही जर त्यांना संधी मिळाली तर ते राजकारणात करिअर करू इच्छितात. युवा वर्गाच्या या धारणेचं आपण दोन संदर्भ परिप्रेक्ष्यात विश्लेषण करू शकतो. एक संदर्भ परिप्रेक्ष्य हा त्यांच्या समाज आर्थिक स्थानानुसार, जसं की ठिकाण, शैक्षणिक पात्रता, आर्थिक वर्ग आणि लिंग यातून निर्धारित होतो तर दुसरा संदर्भ परिप्रेक्ष्य हा राजकारणात रस घेणे, राजकारणाविषयी, राजकीय संस्थांविषयी चर्चा करणे, निवडणुकीय कृतींमध्ये सहभागी होणे, राजकीय संघटनांचे सदस्यत्व स्वीकारणे यांसारख्या वर्तनात्मक/दृष्टिकोनात्मक बाबींचा आहे. आपण प्रथम पहिल्या संदर्भ परिप्रेक्ष्यात ग्रामीण-शहरी भेदाकडे पाहू या. आमच्या अभ्यासातून असं दिसून आलं आहे की ग्रामीण युवांहून अधिक प्रमाणात छोट्या शहरातील आणि महानगरातील युवा वर्गाला राजकारणाच्या करिअरविषयी रस आहे. 41 टक्के शहरी युवा वर्गाला राजकारण हे करिअर म्हणून निवडावंसं वाटतं तर 31 टक्के ग्रामीण युवांना राजकारण करिअर म्हणून निवडण्यात रस आहे. दोन्ही वर्गात 10 टक्क्यांचा फरक आहे (तक्ता 6.2).

आपण या बाबीतील लिंगनिहाय दरीकडे पाहिले तर युवक आणि युवती या करिअरकडे कसे पाहतात यात खूप फरक आहे. 41 टक्के युवक हे राजकारण करिअर निवडण्यास इच्छुक आहेत, युवतींमध्ये हेच प्रमाण 24 टक्क्यांपर्यंत घसरतं. ठिकाणाच्या दृष्टीने पाहिल्यास शहरी युवक आणि शहरी युवती यांच्यात हा फरक कमी होतो. 43 टक्के शहरी युवक राजकारण हे करिअर म्हणून निवडण्यास इच्छुक आहेत तर शहरी युवतींमधील हेच प्रमाण 38 टक्के इतकं आहे. अवघ्या पाच टक्क्यांचा फरक शहरी युवक युवतींमध्ये आहे. ग्रामीण भागात जवळपास 20 टक्क्यांचा फरक आहे (तक्ता 6.3).

ग्रामीण आणि शहरी दोन्ही भागातील शिक्षित युवा वर्गाला राजकारण हे करिअर म्हणून निवडण्यात अधिक स्वारस्य आहे. शैक्षणिक पातळी वाढते त्यानुसार ग्रामीण आणि शहरी युवांमधील राजकारण करिअरविषयीच्या मतांमधील फरक कमी होत जातो. शैक्षणिक पातळी काहीही असली तरीही शहरी युवा वर्गाचा राजकारण करिअर निवडण्याच्या

तक्ता 6.2: शहरी युवा वर्गास राजकारण करिअर निवडण्यात अधिक रस आहे

ठिकाण	*राजकारणात करिअर करण्यात रस आहे*	*राजकारणात करिअर करण्यात रस नाही*
ग्रामीण युवा	31	55
शहरी युवा	41	52

स्रोतः युवा आणि राजकारण सर्वेक्षण (2011)

टीपः सर्व आकडे टक्केवारीत आहेत. इतर "मत नाही"

तक्ता 6.3: सर्व ठिकाणचे युवक हे युवतींहून अधिक प्रमाणात राजकारण हे करिअर म्हणून निवडण्यास इच्छुक आहेत

ठिकाण	राजकारणात करिअर करण्यात रस असलेले युवक	राजकारणात करिअर करण्यात रस असलेल्या युवती
ग्रामीण	40	20
शहरी	43	38

स्रोतः युवा आणि राजकारण सर्वेक्षण (2011)
टीपः सर्व आकडे टक्केवारीत आहेत. इतर "मत नाही"

तक्ता 6.4: शिक्षणातून ग्रामीण शहरी भेद कमी होतो आहेः महाविद्यालयीन शिक्षणप्राप्त युवा वर्गात सारखाच कल दिसून येतो

शैक्षणिक पात्रतेची पातळी	राजकारणाच्या करिअरमध्ये रस असलेला ग्रामीण युवा	राजकारणाच्या करिअरमध्ये रस असलेला शहरी युवा
अशिक्षित युवा	20	42
प्राथमिक शाळा उत्तीर्ण युवा	24	34
माध्यमिक शाळा उत्तीर्ण युवा	31	42
महाविद्यालय शिक्षणप्राप्त युवा	40	42

स्रोतः युवा आणि राजकारण सर्वेक्षण (2011)
टीपः सर्व आकडे टक्केवारीत आहेत.

विचाराला पाठिंबा आहे. ग्रामीण युवा वर्गात मात्र असं दिसत नाही. अशिक्षित ग्रामीण युवांपैकी अवघे 20 टक्के युवा हे राजकारण करिअर म्हणून निवडण्यास इच्छुक आहेत. शहरी अशिक्षित युवा वर्गात हेच प्रमाण 42 टक्के इतकं आहे. (तक्ता 6.4)

आर्थिक वर्गाच्या दृष्टीकोनातून विचार करता, आपल्याला असे दिसते की मध्यमवर्गातील सर्वाधिक लोक हे राजकारणाकडे करिअर म्हणून पाहण्यास अधिक इच्छुक आहेत. 41 टक्के मध्यमवर्गीय युवा हे राजकारणाकडे करिअर म्हणून पाहतात तर हेच प्रमाण उच्चवर्गीय युवांमध्ये 39 टक्के इतकं आहे. याच्या तुलनेत केवळ 31 टक्के कनिष्ठ वर्गातील युवांना तर 27 टक्के गरीब युवांना राजकारणाच्या करिअरमध्ये रस आहे. (तक्ता 6.5)

तक्ता 6.5: राजकारणाच्या करिअरमध्ये मध्यमवर्गीय युवांना सर्वाधिक रस आहे

आर्थिक वर्ग	राजकारणाच्या करिअरमध्ये रस आहे	राजकारणाच्या करिअरमध्ये रस नाही
उच्च वर्ग	39	48
मध्यम वर्ग	41	47
कनिष्ठ वर्ग	31	58
गरीब वर्ग	27	58

स्रोतः युवा आणि राजकारण सर्वेक्षण (2011)
टीपः सर्व आकडे टक्केवारीत आहेत. इतर 'मत नाही'

तक्ता 6.6: राजकारणात रस असल्याने राजकारणात करिअर करण्याची इच्छा वाढते

राजकारणात रस	*राजकारणात करिअर करण्याची इच्छा असणारा युवा*
अधिक प्रमाणात राजकारणात रस	62
राजकारणात साधारण रस	41
राजकारणात रस नाही	16

स्रोत: युवा आणि राजकारण सर्वेक्षण (2011)
टीप: सर्व आकडे टक्केवारीत आहेत. इतर 'मत नाही'

समाज-आर्थिक घटकांहूनही, दृष्टिकोनात्मक घटक-राजकारणात रस असणे यांसारख्या घटकांमधून हा मुद्दा अधिक चांगल्या रितीने स्पष्ट होईल. तक्ता 6.6 मधून असे दिसून येते की राजकारणात अधिक रस असलेल्या युवा वर्गापैकी 62 टक्के युवा वर्ग संधी मिळाल्यास राजकारणाचे करिअर निवडण्यास इच्छुक आहे. राजकारणात रस नसलेल्या वर्गापैकी 16 टक्के युवा वर्ग संधी मिळाल्यास राजकारणाचे करिअर निवडण्यास इच्छुक आहे. राजकारणात साधारण रस असलेल्या युवा वर्गास राजकारणाचं करिअर निवडण्याबाबत साधारण रस आहे. वेगळ्या शब्दांत सांगायचं तर राजकारणात रस कमी असल्यास राजकारण हे करिअर निवडण्यात कमी रस असल्याचं दिसून येतं.

निवडणुकीय कृतींमध्ये सहभागी न होणाऱ्या युवांच्या तुलनेत, निवडणुकीय कृतीत सहभागी होणारे युवा राजकारण हे करिअर म्हणून निवडण्याची शक्यता अधिक असते, असे तक्ता 6.7 मधून दिसून येते. निवडणुकीच्या संदर्भातील कृतींमधील सहभाग जसजसा वाढत जातो तसतसा राजकारण करिअर म्हणून निवडण्यातील रस वाढत जाताना दिसतो. निवडणुकीय प्रचार मोहिमेत भाग न घेणाऱ्या युवांपैकी 28 टक्के युवांना राजकारणात करिअर करावेसे वाटते. निवडणुकीय प्रचार मोहिमेत भाग घेणाऱ्यांपैकी 54 टक्के युवांना राजकारण हा करिअरसाठीचा पर्याय निवडावासा वाटतो. निवडणुकीशी संबंधित कृतींमधील सहभाग जसा वाढतो तसा राजकारणात करिअर करण्यातील रस वाढतो, असे दिसून येते.

तक्ता 6.7: निवडणुकीशी संबंधित कृतींमधील सहभाग आणि भारतीय युवांचा राजकारणातील करिअर निवडण्याचा पर्याय यांच्यामध्ये समप्रमाण संबंध आहेत

निवडणुकीशी संबंधित कृतींमधील सहभागाची पातळी	*राजकारणात करिअर करू इच्छिणारे युवा*
नाही	28
साधारण	43
अधिक	54

स्रोत: युवा आणि राजकारण सर्वेक्षण (2011)
टीप: सर्व आकडे टक्केवारीत आहेत.

तक्ता 6.8: राजकारणाबाबत अधिक जागरूक असलेल्या युवांना राजकारणात प्रवेश करण्यात अधिक रस आहे

राजकीय जागरूकतेची पातळी	राजकारणात करिअर करण्यात रस आहे
राजकीय जागरूकता अजिबात नाही	27
अल्प राजकीय जागरूकता	29
मध्यम राजकीय जागरूकता	35
अधिक राजकीय जागरूकता	49

स्रोतः युवा आणि राजकारण सर्वेक्षण (2011)
टीपः सर्व आकडे टक्केवारीत आहेत. इतर 'मत नाही'

राजकारण हे करिअर निवडण्याकरिता राजकारणाबाबतची जागरूकता उपयुक्त ठरते. तक्ता 6.8 मधून युवा वर्गाच्या राजकारणाबाबतच्या जागरूकतेच्या पातळीत जसजशी वाढ होते तसतसे राजकारण हा करिअर पर्याय निवडण्यातील रस वाढताना दिसून येतो. राजकारणाविषयी काहीही जागरूकता नसलेल्या युवा वर्गापैकी 27 टक्के युवांना राजकारणात करिअर करण्यात रस आहे. राजकारणाविषयी अधिक जागरूक असलेल्या युवा वर्गापैकी 49 टक्के युवा हे राजकारणात करिअर करू इच्छितात.

राजकारणाविषयीची जागरूकता आणि राजकारणातील रस याच्या पलीकडे निवडणुकीशी संबंधित कृतींमधील सहभागाचा राजकारणाचं करिअर निवडण्यावर सकारात्मक परिणाम होतो, असे या अभ्यासातून सूचित झाले आहे. जे युवा राजकारणाविषयी अधिक चर्चा करतात ते राजकारण हा करिअर पर्याय म्हणून निवडण्याची शक्यता राजकारणाविषयी कधीच चर्चा न करणाऱ्यांहून अधिक असते, असे या तथ्यांमधून (तक्ता 6.9) दिसून येते. वारंवार राजकारणाविषयी चर्चा करणाऱ्या युवांपैकी 58 टक्के युवांनी संधी मिळाल्यास राजकारण हा करिअर पर्याय म्हणून निवडण्याची इच्छा व्यक्त केली. तसेच आपल्या मताच्या परिणामकारकतेविषयी विश्वास असणाऱ्या अधिक युवा वर्गाचा राजकारणाकडे करिअर म्हणून पाहण्याकडे अधिक कल असल्याचे दिसून येते. राजकीय पक्षाचे अथवा विद्यार्थी संघटनांचे सदस्य असलेला युवा वर्ग हा सदस्य नसलेल्या युवा वर्गाहून राजकारणात करिअर करण्यास अधिक प्रमाणात इच्छुक आहे.

तक्ता 6.9: राजकारणात करिअर करू इच्छिणारे युवा. . .

की जे युवा	राजकारणात करिअर करण्यास इच्छुक आहेत
वारंवार राजकीय संस्थांविषयी चर्चा करतात	58
मताच्या परिणामकारकतेवर विश्वास आहे	46
राजकीय पक्षांचे सदस्य आहेत	45
राजकीय पक्षांच्या विद्यार्थी संघटनांचे सदस्य आहेत	41

स्रोतः युवा आणि राजकारण सर्वेक्षण (2011)
टीपः सर्व आकडे टक्केवारीत आहेत.

3. राजकारणात करिअर न करण्याची कारणं

राजकारणात करिअर करण्याची इच्छा असणाऱ्यांचा आढावा घेतल्यानंतर ज्यांना राजकारणात करिअर करायचे नाही, त्यांच्याविषयी विचार करू या. या आधी उल्लेख केल्याप्रमाणे 54 टक्के युवा वर्गास राजकारणात करिअर करण्याची इच्छ नाही. राजकारणात करिअर न करण्याची कारणं विचारली असता त्यापैकी 69 टक्के युवा वर्गाने राजकारणात रस नसल्याचे सांगितले. काही युवा म्हणाले की आम्हाला राजकारणात रस आहे; पण आमचा भ्रमनिरास झाला आहे. काही युवा म्हणाले की त्यांना राजकारणात रस आहे; पण त्यांचा राजकारणासाठीचा संपर्क नाही (तक्ता 6.10)

राजकारणाची आणि राजकारण्यांची नकारात्मक प्रतिमा हा एक घटक राजकारणाच्या करिअरपासून परावृत्त करणारा आहेच पण त्यासोबत इतर असे अनेक घटक आहेत ज्यामुळे युवा वर्ग राजकारण हे करिअर निवडण्यापासून परावृत्त होतो. मागील प्रकरणात उल्लेखलेले घराणेशाहीच्या राजकारणाचे वाढते महत्त्व, विद्यार्थी संघटनांचा ऱ्हास आणि राजकारणात करिअर करण्यासाठी संधींच्या अवकाशाचा अभाव असे काही घटक राजकारणाचे करिअर निवडण्यापासून परावृत्त करणारे आहेत. विद्यापीठातील विद्यार्थी राजकारण ही भावी राजकारण्यांची जन्मभूमी मानली जाते. अलिकडच्या काळात हे राजकारण शासन आणि न्यायपालिका यांच्या नियंत्रणात आले आहे.[8] हा एक मुळातलाच अडथळा नाही पण शैक्षणिक अधिसंस्थांनी विद्यार्थ्यांवर काही कठोर बंधनं लादली आहेत ज्यामुळे विद्यार्थी संघटना काही काळासाठी निष्क्रिय झाल्या. उदाहरणार्थ, जवाहरलाल नेहरू विद्यापीठ विद्यार्थी संघ निवडणुका या प्रशासनाच्या कुठल्याही हस्तक्षेपाशिवाय होत असत. सर्वोच्च न्यायालयाने या निवडणुकांना 2008 मध्ये 2006 साली लिंगडोह समितीने विद्यार्थी निवडणुका कशा पार पाडाव्यात, यासंदर्भात दिलेल्या शिफारशींचे उल्लंघन झाल्याचा आधार घेत स्थगिती दिलेली होती. ही स्थगिती चार वर्ष टिकली ज्याचा परिणाम विद्यार्थ्यांच्या राजकीय कृतींवर झाला.

तक्ता 6.10: राजकारणात करिअर न करण्याची संभाव्य कारणं

युवा संवर्ग	राजकारणात रस नाही	रस आहे; पण राजकारणाबाबत भ्रमनिरास झाला आहे	रस आहे पण राजकारणासाठीचा संपर्क नाही
सर्व युवा	69	10	8
युवक	68	13	10
युवती	70	8	7
ग्रामीण युवा	68	9	9
शहरी युवा	72	14	6

स्रोतः युवा आणि राजकारण सर्वेक्षण (2011)
टीपः सर्व आकडे टक्केवारीत आहेत. इतर 'मत नाही'

राजकारण आणि राजकारणी यांच्याकडे पारंपरिक दृष्टिकोनातून पाहणे अयोग्य ठरेल. राजकारण हे केवळ नेता बनण्यासंबंधी नसते. राजकीय क्षेत्रात इतर अनेक संधी असतात. आपण जर पाश्चात्त्य देशातील राजकीय क्षेत्रातील करिअरकडे नजर टाकली तर राजकारणाचं करिअर हे चांगल्या प्रकारे विकसित झाल्याचे दिसेल.[9] या करिअरमध्ये पारदर्शकता, विकेंद्रीकरण आणि निवडणुकीय प्रचाराचे मोठ्या उद्योगात रूपांतर य साऱ्याचा यामध्ये समावेश होतो. भारतामध्ये निवडणुकीय प्रचार पार पाडणे हे केवळ राजकीय पक्षाचे काम आहे. त्याचे केंद्रीकरण झाले आहे. पक्षातील मूठभर प्रभावशाली व्यक्ती याबाबतचे सर्व निर्णय घेतात. या साऱ्याचा परिणाम म्हणजे भारतातील निवडणुकांचं प्रकरण बंदिस्त स्वरूपाचं आहे. ज्येष्ठ नेत्यांच्या विश्वासातील काही मूठभरांच्या हातात सारे निर्णय घेऊन आपलं कौशल्य दाखवण्याची संधी प्राप्त होते. घनिष्ट राजकीय संपर्काशिवाय युवा वर्गाला राजकारणाच्या क्षेत्रात आपली गुणवत्ता सिद्ध करण्याची संधी प्राप्त होणे अवघड असल्याचे दिसते. मात्र हळूहळू हे क्षेत्र भारतात अधिक विकसित होत आहे. गेल्या पाच ते दहा वर्षात राजकीय पक्ष आपल्या निवडणूक प्रचारासाठी नियोजन, व्यवस्थापन याकरिता तज्ज्ञांना संपर्क करत आहेत. भाजपने 2004 मध्ये या प्रकारचा प्रयत्न केला. आपल्या निवडणूक प्रचाराचे संपूर्ण काम त्यांनी ग्रे वर्ल्डवाईड या कंपनीकडे सोपवले होते. 'इंडिया शायनिंग' ही घोषणाही त्यांनीच सुचवलेली होती. सत्ताधारी पक्षाच्या प्रचार मोहिमेला उत्तर देण्यासाठी काँग्रेस पक्षानेही व्यावसायिक समूहास संपर्क साधला. अमेरिकास्थित लिओ बर्नट कंपनीच्या भारतातील ऑर्चर्ड ॲडव्हर्टायझिंग यांना काँग्रेस पक्षाने प्रचार मोहिमेचे कंत्राट दिले.[10] युवा वर्गाच्या दृष्टिकोनातून ही महत्त्वाची बाब होती कारण राजकारणात सहभागी होण्यासाठी, राजकारणात करिअर करण्यासाठी नवा अवकाश त्यांना यामधून प्राप्त होऊ शकेल, अशी ही संधी होती. भारतीय निवडणुकांचा इतिहास पाहता हे लक्षणीय पाऊल होते कारण निवडणूक लढवण्यातील व्यावसायिकतेचा नवा प्रवाह यातून रूढ झाला. गेल्या काही वर्षातील राज्यांमधील विधानसभांमध्ये व्यावसायिक प्रचारक आणि सांख्यिकीशास्त्रज्ञांचा सहभाग मोठ्या प्रमाणावर वाढला असल्याचे दिसून आले. 2010 मधील बिहार विधानसभा निवडणुकीत हार्वर्ड, आयआयटी, टिस यांसारख्या संस्थांमधील विद्यार्थ्यांनी नितीश कुमार यांना निवडणुकीत व्यूहरचना आखताना मदत केली.[11] उत्तर प्रदेश आणि उत्तराखंड येथील विधानसभेत प्रचाराची संपूर्ण जबाबदारी काँग्रेस पक्षाने पर्सेप्ट/एच या जाहिरात कंपनीकडे सोपवलेली होती.[12] हे व्यावसायिकरण केवळ मुख्य धारेतल्या राजकारणापुरते मर्यादित नाही तर राजकीय सक्रियतेच्या क्षेत्रातही या व्यावसायिकतेने शिरकाव केला आहे. अलिकडेच झालेल्या अण्णा हजारेंच्या भ्रष्टाचारविरोधी आंदोलनात युवा पत्रकार, सॉफ्टवेअर तज्ज्ञ, जनसंपर्क व्यावसायिक आणि व्यवस्थापन कार्यवाह या साऱ्यांचा मोठ्या प्रमाणावर सहभाग होता.[13]

असे सुरुवातीचे टप्पे हे सुरुवातीला अनुत्पादक वाटू शकतात पण हळूहळू विशेषतः राजकीय कौटुंबिक पार्श्वभूमी नसणाऱ्यांसाठी राजकारणात प्रवेश करण्याची ही चांगली संधी ठरू शकते. कारण अशा व्यवसायांमध्ये केवळ तांत्रिक ज्ञान अथवा व्यवस्थापकीय कौशल्यं असणं पुरेसं नसतं. यशस्वी होण्याकरिता राजकीय व्यवस्थेत तुम्हाला बस्तान बसवावं लागतं आणि तळागाळातल्या वास्तवाचं पुरेसं भान असावं लागतं. ज्यांना राजकारणात करिअर करायचं आहे अशा युवा वर्गास करिअर घडण्याच्या काळात राजकीय पक्षांना आपल्या ज्ञानाच्या आणि सेवेच्या आधारावर पक्षातील उतरंडीत एकेक टप्पा पार करून वर जाता येऊ शकते. पाश्चात्त्य लोकशाही देशांमध्ये या बाबी नित्याच्याच आहेत. तिथलं व्यावसायिकीकरण, खाजगीकरण अधिक विकसित स्वरूपाचं आहे. मोठमोठ्या कंपन्यांबाबत भारतीय अर्थव्यवस्थेने खुल्या स्वरूपाचं धोरण स्वीकारल्याने भारतात या प्रकारचा अवकाश, संधी वाढत जाणे अपेक्षित आहे.

4. स्त्रिया आणि राजकारणः युवतींच्या राजकारणाच्या करिअरविषयी मतं

समकालीन भारतीय राजकारणात स्त्रिया अनेक महत्त्वाच्या राजकीय पदांवर विराजमान झालेल्या आहेत, यापूर्वी महत्त्वाची पदं त्यांनी भूषवलेली आहेत. भारताच्या माजी राष्ट्रपती प्रतिभा देवी सिंग पाटील, काँग्रेस पक्षाच्या अध्यक्षा सोनिया गांधी, लोकसभेतील विरोधी पक्षाच्या नेत्या सुषमा स्वराज, उत्तर प्रदेशच्या माजी मुख्यमंत्री मायावती, दिल्लीच्या मुख्यमंत्री शीला दीक्षित आणि लोकसभेच्या अध्यक्षा मीरा कुमार ही त्यापैकी काही उदाहरणं आहेत. या प्रकारच्या प्रभावशाही महत्त्वाच्या स्त्री राजकारण्यांमुळे युवतींना राजकारणात करिअर करण्याची प्रेरणा मिळते, युवतींचे राजकीयीकरण होऊन संघटन होते असे कोणी गृहीत धरल्यास ते पूर्णपणे चुकीचे ठरत नाही. त्यामुळे खरोखरच या राजकारणी स्त्रियांमुळे युवती प्रेरित झाल्या, ही बाब समजून घेणे रोचक आहे. आमच्या अभ्यासातून असे दिसून आले की एक चतुर्थांश युवतींना राजकारणाचं करिअर निवडण्याची इच्छा आहे. हे प्रमाण फार आहे असे नाही; पण हे अगदीच नगण्य प्रमाणही नाही. गेल्या काही वर्षात लोकसभेत स्त्रियांची संख्या हळूहळू वाढते आहे. तसेच आमदार, खासदार बनू इच्छिणाऱ्या स्त्रियांची संख्याही वाढली आहे. 1952 च्या लोकसभा निवडणुकीपासूनचे आकडे पाहता, लोकसभा आणि विधानसभा निवडणुकीत निवडणूक लढवणाऱ्या उमेदवार स्त्रियांची संख्या वाढली आहे. (तक्ता 6.11) 1952 साली झालेल्या लोकसभा आणि विधानसभा निवडणुकीत निवडणूक लढवणाऱ्या उमेदवारांपैकी 2.3 टक्के उमेदवार स्त्रिया होत्या. 1996 साली हा आकडा 2 टक्क्यांनी वाढला आणि 4.3 टक्के स्त्रिया निवडणुकीत उमेदवार असल्याचे दिसून आले. 2009 लोकसभा निवडणुकीतील उमेदवारांपैकी 6.9 टक्के उमेदवार स्त्रिया होत्या तर हेच प्रमाण 2014 मध्ये 8.1 टक्क्यांपर्यंत पोहोचले. (तक्ता 6.11)

तक्ता 6.11: लोकसभा आणि विधानसभा निवडणूक लढवणाऱ्या स्त्री उमेदवारांची संख्या वाढत आहे.[14]

वर्ष	*स्त्री उमेदवारांची टक्केवारी*
1952	2.3
1980	3.1
1984	3.9
1991	3.7
1996	4.3
1998	5.4
1999	6.1
2004	6.5
2009	6.9
2014	8.1

स्रोतः नॅशनल इन्स्टिट्यूट ऑफ ॲडव्हान्सड स्टडीज-जेंडर स्टडीज युनिटकडून स्त्रिया आणि राजकीय सहभाग याविषयीचा पायाभूत अहवाल, वुमेन्स व्हाइस, नॅशनल ॲलायन्स ऑफ वुमेन ॲन्ड इनिशिएटीव्हज- वुमेन इन डेव्हलपमेंट
टीपः सर्व आकडे टक्केवारीत आहेत.

आमच्या अभ्यासातून असे दिसून आले आहे की, राजकारणात रस असणाऱ्या युवतींपैकी अनेकींना राजकारणात करिअर करण्यात रस आहे. राजकारणात रस असलेल्या शहरी स्त्रियांना ग्रामीण स्त्रियांहून राजकारणात करिअर करण्यामध्ये अधिक रस आहे. आमच्या अभ्यासातून असे दिसून आले की 53 टक्के शहरी स्त्रियांना राजकारणात करिअर करण्यात रस आहे तर हेच प्रमाण ग्रामीण युवतींमध्ये 31 टक्के इतके आहे.

राजकारणात करिअर करण्याचा पर्याय निवडण्यासाठी स्त्रियांना शिक्षणामधून प्रेरणा मिळते. राजकारणात थोडा रस असलेल्या आणि माध्यमिक शाळा उत्तीर्ण युवतींपैकी 39 टक्के युवतींना संधी मिळाल्यास राजकारणात करिअर करण्याची इच्छा आहे. अशिक्षित युवतींमध्ये हेच प्रमाण 31 टक्के इतकं आहे तर 26 टक्के प्राथमिक शाळा उत्तीर्ण युवतींना राजकारणात करिअर करण्याची इच्छा आहे. (तक्ता 6.12)

यासह, राजकीय कृतींमध्ये आणि राजकीय चर्चांमध्ये सहभागी असणाऱ्या युवतींना राजकारणात करिअर करण्यात अधिक रस आहे. ज्या युवती राजकारणाविषयीच्या चर्चांमध्ये सहभागी होत नाहीत त्यांच्यापेक्षा राजकारणाविषयीच्या चर्चांमध्ये सहभागी होणाऱ्या युवतींना राजकारणामध्ये करिअर करण्यात अधिक प्रमाणात रस आहे. राजकीय पक्षाशी संबंधित असणाऱ्या आणि राजकीय पक्षांच्या विद्यार्थी संघटनांमध्ये सामील असणाऱ्या युवतींना राजकारणामध्ये करिअर करण्यात अधिक रस आहे. राजकारणात प्रवेश करण्यासाठी अनुभव किंवा राजकारणातील रस आणि राजकीय कृतींमधील सहभाग हे युवतींसाठी प्रेरक घटक असल्याचे दिसून येते.

तक्ता 6.12: राजकारणात रस असण्याची पातळी समान असलेल्या युवतींना शिक्षण घेतल्याने राजकारणात करिअर करण्याची प्रेरणा मिळते

शैक्षणिक पात्रतेची पातळी	*राजकारणात करिअर करण्यात रस आहे*	*राजकारणात करिअर करण्यात रस नाही*
राजकारणात काही प्रमाणात रस असलेल्या अशिक्षित युवती	31	63
राजकारणात काही प्रमाणात रस असलेल्या प्राथमिक शिक्षणप्राप्त युवती	26	67
राजकारणात काही प्रमाणात रस असलेल्या माध्यमिक शिक्षणप्राप्त युवती	39	51
राजकारणात काही प्रमाणात रस असलेल्या महाविद्यालयीन शिक्षणप्राप्त युवती	37	54

स्रोतः युवा आणि राजकारण सर्वेक्षण (2011)
टीपः सर्व आकडे टक्केवारीत आहेत. इतर 'मत नाही'

वर उल्लेखलेल्या सर्व तथ्यांवरून आपण असा निष्कर्ष काढू शकतो की, सर्व अडथळे, अडचणी असूनही, राजकारणाविषयी त्यातही विशेषतः राजकारणातील करिअरविषयी युवतींच्या धारणा पूर्णतः नकारात्मक नाहीत. उलटपक्षी, उत्साहवर्धक अशी ही धारणा आहे. काही क्षेत्रं स्त्रियांसाठी 'अयोग्य' आहेत, असे पारंपरिक मानसिकतेतून म्हटले जाते. राजकारण हे असं क्षेत्रं आहे जिथं स्त्रियांच्या प्रतिनिधित्वाचं प्रमाण अगदीच कमी आहे. हे क्षेत्रच पुरुषांचं आहे, असं मानलं जातं. हळूहळू या दृष्टीकोनामध्ये बदल होतो आहे आणि राजकारणातील स्त्रियांचा सहभाग वर्षानुवर्षे वाढतो आहे. राजकारणातील स्त्रियांच्या सहभागाविषयी एक सर्वसाधारण नकारात्मक भाव समाजात आहे; मात्र स्वतः स्त्रिया याकडे नकारात्मक दृष्टीने पाहत नाहीत. 2008 साली सीएसडीएस ने केवळ युवतींमध्ये केलेल्या सर्वेक्षणात "राजकारण हे क्षेत्र स्त्रियांसाठीचे नाही." या विधानाशी सहमत आहात अथवा असहमत आहात, असा प्रश्न विचारला गेला होता. या विधानाशी बहुसंख्य युवतींना असहमती दर्शवली. 62 टक्के युवतींनी या विधानास विरोध केला. यातून हे दिसून येते की इतर अनेक क्षेत्रांप्रमाणे युवती राजकारणाच्या क्षेत्राकडे करिअर म्हणून पाहतात. युवकांप्रमाणे आपणही या क्षेत्रासाठी सक्षम आहोत, असे त्या मानतात. ग्रामीण आणि शहरी दोन्ही भागात युवतींचा या विधानास ठाम विरोध होता मात्र शहरी युवतींचा विरोध अधिक सुस्पष्ट पद्धतीचा होता (तक्ता 6.13).

राजकारणात प्रवेश करण्यासाठी नकारात्मक दृष्टिकोन आणि सामाजिक अडथळे असूनही स्त्रियांमध्ये पूर्णतः निराशा असल्याचे दिसत नाही. उलटपक्षी अधिकाधिक स्त्रिया राजकारणात आपला ठसा उमटवत आहेत. त्यांच्या पावलावर पाऊल टाकत अनेक युवती

तक्ता 6.13: "राजकारण हे क्षेत्र स्त्रियांसाठी नाही" या विधानाशी बहुसंख्य स्त्रिया असहमत आहेत

ठिकाण	*सहमत*	*असहमत*
ग्रामीण युवती	30	56
शहरी युवती	24	67

टीप: सर्व आकडे टक्क्यांमध्ये आहेत. इतर 'मत नाही' राष्ट्रीय महिला सर्वेक्षन 2008 नुसार अवस्था

प्रेरित होत आहेत. मायावती आणि ममता बॅनर्जींसारख्या लोकप्रिय महिला नेत्यांनी युवतींना थेट आवाहन केलेले नसले तरी युवतींसाठी राजकारणाचा रस्ता त्यांनी प्रशस्त केला आहे.

निष्कर्ष

राजकारणात करिअर करण्याच्या कल्पनेला बहुसंख्य तरुणांचा विरोध असला तरीही युवा वर्गातील बऱ्यापैकी युवांना (एक तृतीयांश) राजकारणात करिअर करण्याची इच्छा आहे. शहरी भागात राहणाऱ्या युवा वर्गास ग्रामीण भागातील युवांहून राजकारणात करिअर करण्याची अधिक इच्छा आहे. विशेषतः ग्रामीण भागातील युवक आणि युवती या मुद्द्याकडे खूप वेगळ्या प्रकारे पाहतात. शिक्षण वाढते त्यानुसार राजकारणाच्या करिअरकडे पाहण्याच्या ग्रामीण आणि शहरी युवांच्या मतांमधील फरक कमी होतो. मध्यमवर्गीय युवा राजकारणात करिअर करण्यास सर्वाधिक इच्छुक आहे. याशिवाय राजकारणात अधिक रस आणि जागरूकता असेल तर राजकारणात करिअर करण्याबाबत उत्साह वाढतो. पैशाचा, सुविधांचा आणि राजकीय संपर्काचा अभाव असल्याने राजकारणात प्रवेश करणं अवघड आहे, यात काही शंकाच नाही. तरीही राजकीय पार्श्वभूमी नसलेल्यांना राजकारणात प्रवेश करण्याची दार बंद झाली आहेत, असंही नाही. अशोक तन्वर, मायावती, ममता बॅनर्जी आणि मीनाक्षी नटराजन ही त्याची ठळक उदाहरणं आहेत. कोणतीही राजकीय कुटुंबाची पार्श्वभूमी नसताना हे सर्वजण राजकारणात यशस्वी झाले. त्यांचा निर्धार आणि कठोर परिश्रम यांमुळे ते यशस्वी ठरले आणि आज भारतात अत्यंत प्रभावशाली समजल्या जाणाऱ्या नेत्यांमध्ये त्यांचा समावेश आहे. भारतामध्ये असे अनेक युवा आहेत ज्यांना या उंचीपर्यंत पोहोचायचं आहे किंवा राजकारणात प्रवेश करून पहायचं तरी आहे. डॉक्टर, इंजिनियर बनण्याची आकांक्षा बाळगणाऱ्या युवा वर्गाच्या संख्येहून राजकारणाकडं वळू इच्छिणाऱ्यांची संख्या बरीच कमी आहे मात्र असा युवा वर्ग दुर्मीळ नाही, ही बाब आश्वस्त करणारी आहे. उलटपक्षी ही संख्या मोठ्या प्रमाणात आहे.

संदर्भ

1. Naqshbandi, Aurangzeb. (2011). 'Bring politics within the reach of common folk', *Hindustan Times*, [Online] Available from http://www.hindustantimes.com/

Bring-politics-within-the-reach-of-common-folk/Article1-753491.aspx [Accessed on 5/10/2011].

2. IANS. (2011). 'Give 10 years to politics, Rahul urges youth', *The Economic Times* website, [Online] Available from http://economictimes.indiatimes.com/news/politics/ nation/give-10-years-to-politics-rahul-urges-youth/articleshow/7383645.cms [Accessed on 5/10/2011].

3. Singh, D.K. 2010. 'Rahul's 'new Youth Cong': Same old same old', *The Indian Express*, [Online] Available from http://www.indianexpress.com/news/rahuls-new-youth-cong-same-old-same-old/724398/ [Accessed on 5/10/2011].

4. 'Anger and Hope', *India Today*, 2011. [Online] Available from http://indiatoday.intoday. in/story/india-today-youth-special-opinion-poll-corruption/1/151541.html [Accessed on 10/10/2011].

5. Arulmani, Gideon and Sonali Nag-Arulmani. (2006). 'Work Orientations and Responses to Career Choices – Indian Regional Survey, Draft Report for discussion at the National Consultation on Career Psychology (NCCP), Whitefield, Bangalore, India', [Online] Available from http://www.jivacareer.org/jiva/project/docs/Worcc-IRS.pdf [Accessed on 29/12/2011]

6. देशातील विविध प्रांतांतून सर्वेक्षण करण्यात आले आणि त्यात सामाजिक आणि आर्थिक स्तरात अतिशय वैविध्य असणारी क्षेत्रे अंतर्भूत केली गेली. 14 ते 21 वयोगटातील प्रतिसादक या सर्वेक्षणासाठी निवडण्यात आले. बहुतांश प्रतिसादक हे माध्यमिक, उच्च-माध्यमिक आणि व्यावसायिक शाळांतील विद्यार्थी होते. या नमुन्यात काही नोकरी करणारे तर काही अनौपचारिक प्रशिक्षण घेणारे तरुण यांचाही समावेश करण्यात आला. करिअरचा अत्यंत महत्त्वाचा निर्णय हा मुख्यतः माध्यमिक शालांत ते उच्च-माध्यमिक शालांत परीक्षांच्या दरम्यान घेतला जात असल्यामुळे या विशिष्ट वयोगटावर लक्ष केंद्रित करण्यात आले. या नमुन्यात 3799 जणांचे सर्वेक्षण करण्यात आले.

7. 'TCS Generation Web 2.0 Trends, 2008–09', [Online] Available from http://www. tcs.com/SiteCollectionDocuments/TCS_News/TCS_PR_Generation_Web2.0_ Survey_07_09.pdf [Accessed on 29/12/2011]

8. Ramachandran, Smriti Kak. (2006). 'Campus elections: Party time is over', The Tribune [Online] Available from http://www.tribuneindia.com/2006/20061014/saturday/main1. htm [Accessed on 20/12/2011]

9. Sahadi, Jeanne. (2005). 'Six-figure jobs: Politics as a career Behind every great candidate are consultants, often highly paid ones', CNN, [Online] Available from http://money. cnn.com/2004/07/28/pf/sixfigs_six/ [Accessed on 20/12/11]

10. 'Political Advertising - 'The 'India Shining' Campaign', ICMR, 2004. [Online] Available from http://www.icmrindia.org/casestudies/catalogue/Human%20Resource%20and%20 Organization%20Behavior/Political%20Advertising-The%20India%20Shining%20 Campaign-Human%20Resource%20Management.htm [Accessed on 21/12/2011]

11. Mishra, Vandita. (2010). 'In Nitish' backroom, students from Harvard, IIT and TISS', Indian Express, [Online] Available from http://www.indianexpress.com/news/in-nitish-backroom-students-from-harvard-iit-and-tiss/716132/ [Accessed on 21/12/2011]

12. Singh, Anubhuti. (2012). 'Percept/H wins the creative mandate of Congress' Uttar Pradesh campaign', Media Newsline, [Online] Available from http://www.medianewsline.com/news/120/ARTICLE/8602/2011-12-02.html [Accessed on 21/12/2011]

13. IANS. (2011). 'Meet the backroom boys who power Anna's campaign against corruption', DNA India, [Online] Available from http://www.dnaindia.com/india/report_meet-the-backroom-boys-who-power-anna-s-campaign-against-corruption_1576633 [Accessed on 21/12 2011]

14. Mohan, Shantha, Ruth Manorama, Geetha Devi Papanna, Late Martha Pushpa Rani, 'Baseline Report Women and Political Participation in India', p.19, South Asia Regional Compilation, International Women's Rights Action Watch Asia Pacific (IWRAW Asia Pacific) Kuala Lumpur, Malaysia, [Online] Available from http://www.iwraw-ap.org/aboutus/pdf/FPwomen_and_pol_pax.pdf [Accessed on 29/12/2011]

7 राजकारणातील युवा वर्गः 2012 पासूनचे बदल नोंदवताना

अनन्या सिंग

परिचय

राजकारण हे अनेक घटकांच्या गुंतागुंतीतून आंतरक्रियांमधून निर्माण होतं आणि त्याच्या सामाजिक संदर्भ परिप्रेक्ष्यात ते घडत असतं. या प्रकरणातून 2012 नंतरचा युवा वर्गाच्या राजकारणातील सहभागाचा अभ्यास केला आहे. युवा वर्गाचा सहभाग देशातील लोकशाहीचा धागा बळकट करण्यासाठी महत्त्वाचा असतो; तसेच बदलत्या परिस्थितीला, संदर्भ परिप्रेक्ष्यांना आकार देण्यातही त्यांची निर्णायक भूमिका असते. अनेक राजकीय घटना, आर्थिक आव्हानांसह सामाजिक बदल यांमुळे युवा वर्ग आणि त्यांचा सहभाग याबाबतच्या पारंपरिक धारणा पुन्हा तपासण्याची आवश्यकता आहे. 2012 नंतरच्या काही घटनांनी युवा वर्गाच्या राजकारणाविषयीच्या धारणा, त्यांचा सहभाग आणि त्यांची भूमिका यांवर परिणाम झाला. भ्रष्टाचारविरोधी आंदोलन, निर्भया खटल्याच्या संदर्भातील निदर्शनं, 2014 ची निवडणूक उत्साहाने भारलेली प्रचार मोहीम विशेषतः भाजपची प्रचार मोहीम, भाषण आणि अभिव्यक्ती स्वातंत्र्य या संदर्भातील वाद आणि समाजातील वाढती असहिष्णुता यांसारख्या अनेक घटनांचा मोठा प्रभाव युवा वर्गावर पडला असल्याचे दिसते. या घटनांमुळे आणि आव्हानांमुळे जनसमुदायावर मोठा प्रभाव पडला, त्यातही राजकारणात सामाजिक रस असणाऱ्या युवा वर्गावर अधिक प्रभाव पडला. या आधीच्या प्रकरणांमध्ये 2011 पर्यंतच्या प्रवाहांविषयी चर्चा केलेली होती, या प्रवाहांमध्ये कमी-अधिक प्रमाणात सातत्य होते. 2012 नंतरच्या उदयाला येणाऱ्या सामाजिक संदर्भ परिप्रेक्ष्यात युवा वर्गाच्या राजकीय सहभागासह व्यापक विमर्श बदलला असल्याचे लक्षात येते. भारतीय राजकारणातील युवा वर्गाबाबत सर्वांगीण दृष्टिकोन तयार होण्यासाठी उदयाला येत असलेले नवे बदल अभ्यासू पद्धतीने तपासणे गरजेचे आहे. जागतिक पटलावर विचार करता, आहे ही स्थिती बदलण्याच्या संदर्भाने युवा वर्गाकडे 'जनसांख्यिकीय लाभांश' (Demographic Dividend) म्हणून पाहिले जाते. आर्थिक क्षेत्रात आपण आपल्या देशाकडे 2020 साली अधिक जनसांख्यिकीय लाभांश असलेला देश म्हणून पाहतो.[1] इतर अनेक क्षेत्रात, सामाजिक आणि राजकीय क्षेत्रात या लाभांशाचा देशासाठी काय अर्थ आहे,

हे समजून घेणे महत्त्वाचे आहे. आज आपण अशा युगामध्ये वावरत आहोत जिथे तंत्रज्ञान उड्डाण घेत आहे. जगभरातील घटनांची माहिती त्याविषयीची जागरूकता पसरवण्यात तंत्रज्ञान मोलाची भूमिका बजावत आहे. या तंत्रज्ञानातील बदलांसोबत युवा वर्गाने अधिक प्रमाणात अनुकूलन साधले आहे. राष्ट्रीय आणि आंतरराष्ट्रीय पातळीवरील घटना समजून घेण्याकरिता ते तयार असतात. कदाचित त्यांनाच सूक्ष्म गुंतागुंतीसह लोकशाहीपूर्ण समाजातील त्यांची भूमिका समजली आहे. देशातील युवा वर्गाची संख्या लक्षणीय आहे, या जनसांख्यिकीय तथ्याचा लाभ घेण्याचा प्रयत्न पक्ष करत आहेत. त्यासाठी युवा वर्गाचं संघटन, अभिसरण व्हावं, असे प्रयत्न सुरू आहेत. 2014 च्या निवडणुकीत वेगवेगळ्या राजकीय पक्षांनी आपापल्या जाहीरनाम्यात युवा वर्गासाठीचे मुद्दे समाविष्ट केलेले होतेच; तसेच युवा वर्गातील उमेदवारांना तिकिटं दिलेली होती. संदर्भ परिप्रेक्ष्यात मुद्दा मांडायचा तर, एकूण मतदारांपैकी 44.1 टक्के मतदार वय वर्षे 18 ते 33 या वयोगटात होते.[2] या प्रमाणाच्या संदर्भाने आणि तसेच लोकसंख्येचा या वयोगटातील संभाव्य फुगवटा लक्षात घेता केवळ राज्यसंस्थाच नव्हे तर विविध राजकीय पक्ष युवा वर्गाकडे अधिक लक्ष देणं अपेक्षित आहे.

या बदलांकडे लक्ष देणे महत्त्वाचे का आहे?

2011 च्या जनगणनेनुसार, एकूण मतदारांपैकी (18 वर्षांहून अधिक वय असलेले) वय वर्षे 18 ते 33 वयोगटात गणना होणाऱ्या मतदारांची संख्या 44.11 टक्के इतकी आहे. यापैकी ढोबळमानाने 51 टक्के पुरुष तर 49 टक्के स्त्रिया आहेत. यापैकी 66 टक्के लोकसंख्या ही ग्रामीण भागातील तर 34 टक्के लोकसंख्या शहरी भागातील आहे.[3] ही बाब नोंदवणं महत्त्वाचं आहे कारण काही पक्षांचं संपर्कक्षेत्र हे विशिष्ट भागापुरते मर्यादित आहे. त्यामुळे निवडणुकीच्या संदर्भातील त्यांचे दावे, गणितं तसेच संभाव्य परिणाम समजून घ्यायला मदत होते.

2014 लोकसभा निवडणुकीतील सर्वेक्षण पाहता या वयोगटातील मतदानाची टक्केवारी सुमारे 68 टक्के इतकी आहे. एकूण मतदानाची टक्केवारी 66 टक्के आहे. इतरांहून दोन टक्के अधिक मतदान होणं याचं स्वागत करतानाच एकुणात व्यापक चित्रासोबत या तथ्याचा कसा अर्थ लावायचा हे पाहायला हवं. या निवडणुकीत युवा वर्गाने केलेल्या मतदान एकूण मतदानाच्या व्यापक चित्राप्रमाणे केले असल्याचे दिसते. एकूण मतदानातील लिंगनिहाय दरी मात्र 1.46 टक्के इतकी होती. निवडणूक आयोगाच्या मते आजवरचा हा सर्वांत कमी फरक आहे.[4] युवा वर्गात हेच प्रमाण 3.46 टक्के इतकं होतं जे एकूण स्त्री-पुरुषांच्या मतदानाच्या टक्केवारीतील फरकाहून अधिक आहे. युवा वर्गातील ही मतदानाची टक्केवारी हा चिंतेचा मुद्दा आहे आणि त्याचे विश्लेषण जरुरीचे आहे. 2014

तक्ता 7.1: युवा वर्गातील मतदानाची टक्केवारी

	लोकसभा निवडणुकांमधील मतदानाची टक्केवारी			
	युवा (18–33 वर्षे वय)		*एकूण*	
	2009	*2014*	*2009*	*2014*
	57	67.4	57.19	66.4
पुरुष	57.6	70	60.24	67.09
स्त्री	55	66.4	55.82	65.63
लिंगनिहाय फरक	3.6	3.6	4.42	1.46

स्रोतः निवडणूक आयोगः 2014 लोकसभा आणि लोकनीती राष्ट्रीय निवडणूक अभ्यास 2014

मध्ये एकुणात असलेली लिंगनिहाय फरक कमी झाला मात्र युवा वर्गातील हा फरक कायम राहिला. (तक्ता 7.1)

2014 मधील मतदानाच्या टक्केवारीतील लिंगनिहाय फरक कमी राहिला त्याबाबत अनेक निरीक्षणं संशोधक अभ्यासकांनी नोंदवलेली आहेत. काहींच्या मते, स्त्रीच्या स्व-सक्षमीकरणामुळे त्यांना विश्वास प्राप्त झाला आणि आपल्या ऐच्छिक मतदानाच्या माध्यमातून त्यांनी ही बाब दाखवून दिली. (कपूर आणि रवी, 2004) काही जणांच्या मते, मतदानाच्या संदर्भात लिंगनिहाय दरी हा काही प्रमुख मुद्दा नाही लिंगनिहाय एकगठ्ठा मतदान ही बाब आजवर सातत्याने दिसून आलेली नाही. (कुमार आणि गुप्ता, 2015; देशपांडे 2009) त्यासोबतच साक्षरतेचा दर आणि तंत्रज्ञानातील प्रगती यांमुळे स्त्रियांच्या मतदानाची टक्केवारी वाढली असाही युक्तिवाद केला जातो. त्यामुळे राष्ट्रीय निवडणुकीत स्त्री-पुरुषांच्या मतदानच्या टक्केवारीत सर्वांत कमी फरक असल्याचे सांगत निवडणूक आयोगाच्या कामगिरीचा होणारा उद्घोष काळजीपूर्वक समजून घेतला पाहिजे. युवा वर्गाच्या नजरेतून पाहता, 44 टक्के लोकसंख्या ही या गटातील असताना त्यांच्यातील स्त्री-पुरुष मतदानाच्या टक्केवारीतील फरक 3.6 टक्के इतका राहतो यातून त्याची काही संभाव्य कारणं शोधायला हवीत.

एकुणात आपण जर युवा वर्गाच्या सहभागाकडे पाहिलं तर 2014 च्या लोकसभा निवडणुकीत युवा वर्गाच्या मतदानाची टक्केवारी एकूण मतदानाच्या टक्केवारीहून अधिक होती. याचा अन्वयार्थ युवा वर्गाचा राजकारणातील रस वाढला, असा लावायचा का? हे राजकीय पक्षांमुळे आणि निवडणूक आयोगामुळे युवा वर्गात अधिक अभिसरण झाले काय? की निवडणुकीय प्रचाराचं 'प्रामुख्याने माध्यमीकरण' झाल्याने हा सहभाग वाढला काय (पळशीकर, 2014)? या प्रकरणातील पुढील भागात युवा वर्गाच्या अधिक मतदानाचा संबंध युवा वर्गाचा राजकारणात अधिक रस वाढला आहे, असा लावता येतो का, या संदर्भाने विचार केला आहे.

युवा वर्ग आणि त्यांचा राजकारणातील रस

2016 साली सीएसडीएस लोकनीतीने पार पाडलेल्या अभ्यासात असे दिसून आले की साधारण 32 टक्के युवा वर्गास राजकारणात रस आहे. तसेच 45 टक्के युवा वर्गाने राजकारणात रस नसल्याचे सुस्पष्ट नोंदवले आहे (तक्ता 7.2). यातून युवा वर्गाचा राजकारणामधील रस मोठ्या प्रमाणात वाढला असल्याचे दिसत नाही. प्रश्न तसाच राहतो युवा मतदानाच्या टक्केवारीत एकदम वाढ कशी झाली?

या विरोधाभासाचा विचार करत, आम्ही लोकसंख्यानिहाय घटकांनुसार याकडे पाहण्याचा प्रयत्न केला. युवकांना युवतींपेक्षा अधिक प्रमाणात रस असल्याचे दिसून आले. दोहोंच्या राजकारणातील रस पातळीत 11 टक्क्याचा फरक दिसून आला. (तक्ता 7.3) तसेच युवतींमधील नीरसतेची पातळी अधिक असल्याचे दिसले. पारंपरिक सामाजिक संकेतांमुळे राजकीय क्षेत्रातील स्त्रियांची भूमिका मर्यादित झालेली आहे, तसेच त्यामुळे राजकीय विमर्शातील लिंगभावसंदर्भातील मुद्दे, त्याविषयी चर्चाही मर्यादित झाली आहे. स्त्रियांच्या मागण्यांचं प्रतिनिधित्व राजकारणात पुरेशा प्रमाणात होत नाही याचं एक कारण स्त्रियांना राजकारणात अधिक रस नसणं हेही आहे. राजकारणात कमी प्रमाणात रस असण्याचे कारण पुरेशा प्रमाणात सक्षमीकरण न होणे, जागरूकता नसणे हेही असू शकते.

राजकारणातील रस या घटकाचा विचार करता ग्रामीण आणि शहरी युवांमध्ये आम्हाला फार मोठा, लक्षणीय असा फरक दिसला नाही. मात्र ग्रामीण आणि शहरी असण्यातून युवक युवतींवर काही परिणाम झाला आहे का, हे अभ्यासताना आम्हाला लक्षवेधी रोचक बाब दिसून आली.

तक्ता 7.2: युवा वर्ग आणि राजकारणातील रस

	राजकारणात अधिक रस आहे	अत्यल्प रस आहे	अजिबात रस नाही
युवा	32	19	45

स्रोत: युवा अभ्यास 2016.

टीप: सर्व आकडे टक्केवारीत. 'अधिक रस आहे' आणि 'अत्यल्प रस आहे' या दोहोंची बेरीज करून 'रस आहे' या संवर्गात त्यांची गणना केली. इतर प्रतिसादकांनी आपले मत नोंदवले नाही.

तक्ता 7.3: युवतींपेक्षा युवकांना राजकारणात अधिक रस आहे

		राजकारणात अधिक रस आहे	अत्यल्प रस आहे	अजिबात रस नाही
युवा	पुरुष	37	20	40
	स्त्री	26	17	52

स्रोत: युवा अभ्यास 2016.

टीप: सर्व आकडे टक्केवारीत. 'अधिक रस आहे' आणि 'अत्यल्प रस आहे' या दोहोंची बेरीज करून 'रस आहे' या संवर्गात त्यांची गणना केली. इतर प्रतिसादकांनी आपले मत नोंदवले नाही.

तक्ता 7.4: राजकारणातील रस परिवेशातील घटकांमधून निर्धारित होतो

	राजकारणात अधिक रस आहे	*अत्यल्प रस आहे*	*अजिबात रस नाही*
ग्रामीण युवक	36	21	40
शहरी युवक	38	19	41
ग्रामीण युवती	27	16	50
शहरी युवती	22	18	57

स्रोतः युवा अभ्यास 2016.

टीपः सर्व आकडे टक्केवारीत. 'अधिक रस आहे' आणि 'अत्यल्प रस आहे' या दोहोंची बेरीज करून 'रस आहे' या संवर्गात त्यांची गणना केली. इतर प्रतिसादकांनी आपले मत नोंदवले नाही.

राजकारणात रस असण्याबाबत विचार करता वेगवेगळ्या ठिकाणांनुसार लिंगनिहाय फरक दिसून येतो. पुरुषांना स्त्रियांपेक्षा राजकारणात अधिक रस आहे. (तक्ता 7.4) शहरी भागात युवक आणि युवतींमध्ये सर्वाधिक फरक दिसून येतो. मात्र ग्रामीण युवतींना शहरी युवतींहून अधिक रस आहे. शिक्षणाच्या पातळीनुसार विचार करता, ग्रामीण भागातील 35 टक्के महाविद्यालयीन शिक्षित युवतींना राजकारणात रस आहे तर शहरी भागात हेच प्रमाण 25 टक्के इतकं आहे. हे तथ्य केवळ एका घटकामुळे नाही तर हा प्रवाह आपल्या या आधीच्या निरीक्षणाशी सुसंगत आहे.

शिक्षणाचा युवा वर्गाच्या राजकारणातील रस असण्यावर सकारात्मक परिणाम होतो. राजकारणात रस असणाऱ्या युवा वर्गाचं प्रमाण शैक्षणिक पातळीच्या प्रमाणात वाढते. (तक्ता 7.5) हे तथ्य या आधी नोंदवलेल्या लिंगनिहाय परिमाणाशी सुसंगत आहेः अशिक्षित युवकांना अशिक्षित युवतींहून राजकारणात अधिक रस आहे. महाविद्यालयीन युवा वर्गास राजकारणात अधिक रस आहे त्यातही विशेषतः युवकांना (41 टक्के युवक आणि 31 टक्के महाविद्यालयीन शिक्षणप्राप्त युवती) राजकारणात अधिक रस आहे. भारतीय राजकीय संस्था ही पितृसत्ताक असणे, हेच याचे एकमेव कारण नाही. मात्र अलिकडे या परिस्थितीत किंचित का असेना बदल होतो आहे. तसेच आर्थिक वर्ग आनि राजकारणातील रस यांचाही सहसंबंध दिसून येतो. उच्चवर्गीय घरातील 38 टक्के युवा

तक्ता 7.5: शिक्षणाच्या पातळीचा राजकारणातील रस या घटकावर सकारात्मक परिणाम होतो

युवा वर्ग	*राजकारणात अधिक रस आहे*	*अत्यल्प रस आहे*	*अजिबात रस नाही*
अशिक्षित	15	10	70
प्राथमिक शाळा उत्तीर्ण	24	17	55
माध्यमिक शाळा उत्तीर्ण	29	20	46
पदवीप्राप्त आणि त्याहून अधिक शिक्षण	37	19	40

स्रोतः युवा अभ्यास 2016.

टीपः सर्व आकडे टक्केवारीत. 'अधिक रस आहे' आणि 'अत्यल्प रस आहे' या दोहोंची बेरीज करून 'रस आहे' या संवर्गात त्यांची गणना केली. इतर प्रतिसादकांनी आपले मत नोंदवले नाही.

तक्ता 7.6: वृत्त माध्यमांशी येणारा संपर्क आणि युवा वर्गाचा राजकारणातील रस

	राजकारणात अधिक रस आहे	*अत्यल्प रस आहे*	*अजिबात रस नाही*
माध्यमांचा संपर्क नाही	17	13	64
माध्यमांचा अत्यल्प संपर्क	20	23	54
माध्यमांचा अल्प संपर्क	29	17	51
माध्यमांचा साधारण संपर्क	39	18	39
माध्यमांचा अधिक संपर्क	40	23	32
माध्यमांचा अत्याधिक संपर्क	51	20	26

स्रोत: युवा अभ्यास 2016; माध्यमांच्या संपर्काचा निर्देशांक'

टीप: सर्व आकडे टक्केवारीत. 'अधिक रस आहे' आणि 'अत्यल्प रस आहे' या दोहोंची बेरीज करून 'रस आहे' या संवर्गात त्यांची गणना केली. इतर प्रतिसादकांनी आपले मत नोंदवले नाही.

वर्गास राजकारणात अधिक रस आहे तर गरीब वर्गातील एक चतुर्थांशहून किंचित अधिक युवा वर्गास राजकारणात अधिक रस आहे.

यासह माध्यमांशी असणारा संपर्क आणि युवा वर्गाचा राजकारणातील रस यांचे समप्रमाणात सहसंबंध आहेत. माध्यमांशी असणारा संपर्क जेवढा वाढतो त्याप्रमाणे राजकारणातील रस वाढतो. असे दिसून येते. (तक्ता 7.6)

युवा वर्गाचा राजकारणाच्या आवडीचे प्रमाण समजून घेणे गरजेचे होते कारण मतदानाच्या टक्केवारीतून वेगळे चित्र उभे राहते. राजकारणाविषयीचा रस, उत्साह अधिक असल्याने मतदानाची टक्केवारी अधिक आहे हे गृहीतक खरे असेलच असे नाही. उलटपक्षी, अधिक मतदानाच्या टक्केवारीचे एकरेषीय कारण सांगता येत नाही अथवा विशिष्ट एका घटकामुळे मतदानाची टक्केवारी वाढते, असेही नाही. या वाढलेल्या मतदानाच्या टक्केवारीमुळे आपल्याला यासाठीची काही संभाव्य, वाजवी कारणं शोधण्याची गरज अधोरेखित होते.

युवा वर्गाच्या राजकीय सहभागाची पातळी

युवा वर्गाच्या वाढत्या मतदानाचे एकच कारण सांगणाऱ्या मांडणीचं खंडन करणारी बाब म्हणजे युवा वर्गाचा राजकारणातील सहभाग. सहभागाची पातळी ही दोन माहिती संचांमधून ठरवता येऊ शकते: लोकनीती, सीएसडीएस च्या सर्वेक्षणातून समोर आलेला माहिती संच आणि निवडणूक आयोगाकडील वस्तुनिष्ठ माहिती संच. या वस्तुनिष्ठ माहिती संचाचा विचार करता किती युवा खासदार लोकसभेत आले हा एक महत्त्वाचा घटक आहे ज्याद्वारे वाढत्या मतदानाच्या टक्केवारीचा संबंध निवडणुकीय स्पर्धेच्या संदर्भ परिप्रेक्ष्याच्या पार्श्वभूमीशी लावता येईल की राजकारणाविषयी निर्माण झालेल्या अधिक आवडीविषयी जोडता येईल, हे ठरवता येऊ शकेल. जर असं असेल तर आणि विविध राजकीय पक्षांनी त्यांच्या प्रचार मोहिमेत युवा वर्गाच्या सहभागावर अधिक भर दिलेला होता हे लक्षात

घेतले तर निर्वाचित युवा खासदारांची संख्या अधिक असायला हवी, अशी कोणाचीही अपेक्षा असू शकते. मात्र माहिती असं दर्शवते की, युवा खासदारांची (25 ते 40 वर्षे वय) टक्केवारी एक पंचमांशहून अधिक वाढली नाही. गेल्या दोन लोकसभा निवडणुकांमध्ये युवा खासदारांच्या अधिक संख्येविषयी माध्यमांनी अधिक लक्ष दिले. (कुमार, 2014) उलटपक्षी 15 व्या लोकसभेत 14 टक्के युवा खासदार होते तर 16व्या लोकसभेत हीच संख्या आणखी कमी होऊन 13 टक्के इतकी झाली.[6] यातून प्रश्न असा निर्माण होतो की राजकीय पक्षांनी युवा वर्गाला केंद्रस्थानी ठेवून उत्साही प्रचार मोहीम राबवूनही आणि भारतीय निवडणूक आयोगाने युवा वर्गाच्या सहभागासाठी प्रचंड प्रयत्न करूनही, त्याचे रूपांतर युवा वर्गाच्या अधिक राजकीय सहभागात का होत नाही?

आमच्या सर्वेक्षणातून समोर आलेली माहिती या तथ्याशी सुसंगत आहेत. निवडणुकीय सहभाग मतदान आणि निवडणुका लढवणे याच्या व्यतिरिक्त अनेक घटकांमधून मोजता येऊ शकतो. सीएसडीएस, लोकनीतीच्या 2016 च्या युवा वर्गाविषयीच्या अभ्यासातून असे दिसून आले की युवा वर्गाचा विविध निवडणुकीय कृतींमधील सहभाग अत्यल्प आहे. केवळ आठ टक्के युवा वर्गाने पत्रकं वाटणं अथवा पोस्टर्स लावणे यांसारख्या कृतींमध्ये सहभाग घेतला. एक दशांशाहून किंचित कमी (9%) युवा वर्गाने दारोदारी जाऊन प्रचार मोहिमेत सहभाग घेतला. एक पंचमांशहून कमी युवा वर्गाने निवडणुकीय मिरवणुका, रॅली (16%) आणि निवडणुकीय बैठकांमध्ये (19%) यांमध्ये सहभाग घेतला. या साऱ्या मापदंडांवर आधारित निवडणुकीय सहभाग निर्देशांक [7] तयार केला गेला. यातून असे दिसून आले की जवळपास तीन चतुर्थांश युवा वर्गाने निवडणुकीय कृतींमध्ये कधीही सहभाग नोंदवलेला नाही. केवळ पाच टक्के युवा वर्ग सक्रियरित्या या निवडणुकीय कृतींमध्ये

आकृती 7.1: युवा वर्गाचा निवडणुकीय कृतींमधील सहभाग

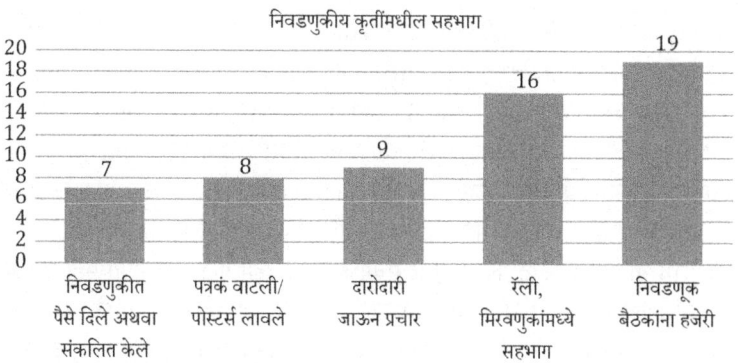

निवडणुकीय कृतींमधील सहभाग

स्रोतः युवा अभ्यास 2016

टीपः कालावधी 'मागील दहा वर्षात' असा विचारला गेला होता. आकृतीमधून ज्यांनी उत्तर होय असे दिले, त्याचे चित्रण केले आहे.

तक्ता 7.7: कालानुक्रमे निवडणुकीय सहभागाची पातळी कमी होताना दिसते

वर्ष	*सहभाग नाही*	*अल्प सहभाग*	*साधारण सहभाग*	*अधिक सहभाग*
2009 लोकसभा निवडणुका	73	12	8	7
2014 लोकसभा निवडणुका	71	12	13	3
2016 युवा अभ्यास	74	18	4	5

स्रोतः राष्ट्रीय निवडणूक अभ्यास, 2009, 2014 आणि युवा अभ्यास 2016.
टीपः सर्व आकडे टक्केवारीत आहेत.

सहभागी होता आणि किमान 4 कृतींमध्ये सहभागी होता. तक्ता 7.6 मध्ये 2009 पासूनचे कालानुक्रमे विश्लेषण केले आहे.

तक्ता 7.7 मधून हे स्पष्ट दिसून येते की युवा वर्गाचा राजकारणातील सहभाग (मतदान ही कृती वगळता) अत्यल्प राहिलेला आहे. गेल्या काही वर्षात तो नगण्य मानावा इतका कमी राहिलेला आहे.

निवडणुकीय कृतींव्यतिरिक्त निषेध आणि निदर्शनं यातील युवा वर्गाचा सहभाग हा देखील राजकीय कृतीचा घटक आहे कारण या कृतीतून विशिष्ट मुद्द्यावर राज्यसंस्थेने काही उत्तर द्यावे, प्रतिनिधित्व करावे, अशी मागणी असते. 2016 मध्ये गेल्या दोन वर्षांत निषेध निदर्शनं यात सहभागी होणाऱ्या युवा वर्गाची संख्या ही 16 टक्के होती, हेच प्रमाण 2011 साली 12 टक्के होतं. उलटपक्षी, 77 टक्के युवा वर्ग हा कधीही निषेध, निदर्शनं यात सामील झालेला नव्हता. सहभागी झालेल्यांपैकी 11 टक्के हे राजकीय निषेध निदर्शनात विशिष्ट पक्षाच्या विरोधातील निदर्शनात सामील झालेले होते. पायाभूत सुविधांच्या मागणीकरिता सात टक्के युवा सहभागी झालेले होते. विद्यार्थी निदर्शनात चार तक्के युवा वर्ग सामील झालेला होता. मुळात एकुणात युवा वर्गाचा राजकीय सहभाग कमी आहे. समाज-आर्थिक घटकांनुसार पाहिल्यास त्या घटकांचा परिणामही जाणवतो. उदाहरणार्थ, युवा अभ्यासातून असे दिसून आले की निवडणुकीशी संबंधित कृतींमधील उच्च शिक्षित आणि मध्यमवर्गीय मुस्लीम युवांचा अधिक सहभाग होता (तक्ता 7.8).

युवा वर्ग ज्या वेगवेगळया प्रकारे राजकीय क्षेत्रात सहभागी होऊ शकतो हे लक्षात घेता, त्यांच्या 'सक्रिय' सहभागाच्या संदर्भात जे अतिउत्साहाचे वातावरण आहे ते खरं तर निराधार आहे याचं प्राथमिक कारण आपण एका मोठ्या व्यापक पटावरून याकडे पाहतो पण प्रत्यक्षात युवा वर्गाचा सहभाग आपण मानतो तेवढा लक्षणीय स्वरूपाचा नाही.

2014 या निवडणुकीत युवा वर्गावर सर्वाधिक भर दिला गेला, प्रत्यक्षात मात्र त्यांचा सहभाग अत्यल्प राहिला. यातून आपल्याला पुन्हा मूळ प्रश्नाकडे जावे लागते. कशामुळे मतदानाची टक्केवारी वाढली? युवा वर्गाने 2014 च्या निवडणुकीत असे काय पाहिले? पुढील भागात या प्रश्नाची उत्तरं देण्याचा प्रयत्न केलाय.

तक्ता 7.8: निवडणुकीशी संबंधित कृतींमध्ये युवा वर्गाचा सहभाग

	अधिक सहभाग
एकूण	**16**
हिंदू उच्चजातीय	5
हिंदू इतर मागास वर्गीय	5
हिंदू अनुसूचित जाती	5
मुस्लीम	7
अशिक्षित	2
प्राथमिक शाळा उत्तीर्ण	4
माध्यमिक शाळा उत्तीर्ण	6
पदवीप्राप्त आणि त्याहून अधिक शिक्षणप्राप्त	6
गरीब	4
कनिष्ठ	5
मध्यम	6
श्रीमंत	5

टीप: सर्व आकडे टक्केवारीत आहेत. केवळ अधिक सहभागाचे आकडे दर्शवले आहेत. युवा अभ्यास 2016

अधिक मतदानाच्या टक्केवारीची संभाव्य कारणं

युवा वर्गाने अधिक मतदान करण्यासाठी कोणता संदर्भ परिप्रेक्ष्य सहाय्यभूत ठरला, याकडे जाऊ या. प्रचार मोहीम, माध्यमांचा परिणाम, मुद्द्यांचं स्वरूप आणि नेतृत्व घटक या घटकांचा सदर प्रकरणात विचार केला आहे.

प्रचार मोहीमेचा परिणाम

युवा वर्गाच्या मतनिवडीची वेळ नोंदवणे मनोवेधक आहे. दोन पंचमांश युवा वर्गाने प्रचार मोहिमा सुरू होण्याच्या अगोदर आपली मत निवड निर्धारित केलेली होती. याचा अर्थ तेव्हाचं राजकीय वातावरण लक्षात घेता युवा वर्गाचं मत आधीच ठरलेलं होत आणि त्यानंतरच्या प्रचार मोहिमांनी त्यांच्या निर्धारित मतामध्ये फार मोठा फरक पडला नसता. (तक्ता 7.9) साधारण 17 टक्के भारतीय युवांनी आपली मत पसंती ही प्रचारादरम्यान ठरवली. याचा अर्थ प्रचार मोहिमेचा परिणाम या 17 टक्के युवा वर्गावर झालेला असू शकतो.

युवा वर्गाची मत-पसंती लक्षात घेता, आमच्या मते ज्यांच्यावर प्रचार मोहिमेचा परिणाम झाला त्यापैकी 19 टक्के युवा वर्गाने काँग्रेसला मतदान केले तर 35 टक्के युवा वर्गाने भाजपला मतदान केले. ज्यांनी मतदानाच्या एक दोन दिवस आधी आपले मत कोणाला

तक्ता 7.9: मतपसंतीच्या निर्णयाची वेळ

मतदानाच्या दिवशी	13
मतदानाच्या एक किंवा दोन दिवस आधी	13
प्रचार मोहिमेच्या सुरुवातीला	17
प्रचार मो हि मेची सुरुवात होण्याआधी	42

स्रोत: राष्ट्रीय निवडणूक अभ्यास 2014.
टीप: सर्व आकडे टक्केवारीत आहेत. इतर प्रतिसादकांनी प्रतिसाद दिला नाही. याशिवायचे प्रतिसाद अवैध आहेत.

द्यायचे हे ठरवले त्यापैकी 17 टक्के युवा वर्गाने काँग्रेसला मतदान केले तर 39 टक्के युवा वर्गाने भाजपला मतदान केले. त्यामुळे आपण जर दोन्ही पक्षांच्या प्रचाराच्या व्यूहरचना अभ्यासल्या तर असे लक्षात आले प्रस्थापित सत्तेस विरोध आणि इतर मुद्दे याबाबत भाजपच्या प्रचार मोहीमेचा अगदी मतदानाच्या दिवसापर्यंत प्रभाव राहिला.

माध्यमांचा परिणाम

हे समजून घेण्याकरिता या काळात माध्यमांनी पार पाडलेली भूमिका समजून घ्यावी लागेल. 2014 ची लोकसभा निवडणूक ही 'माध्यमीकरण' झालेली निवडणूक होती, असा युक्तिवाद केला गेला (पळशीकर, 2014). 'माध्यमांचा लष्करी हल्ला' अनुभवास आला (वर्मा आणि सरदेसाई, 2014). पळशीकर म्हणतात त्याप्रमाणे माध्यमीकरणाला तीन परिमाणं होती. त्यापैकी प्रचार मोहिमेला दिशा देणाऱ्या 'माध्यम तर्क' यावर आपण या प्रकरणात अधिक भर देणार आहोत. माध्यमांच्या विस्तारासोबत त्यांचा परिणाम प्रभाव वाढला. गेल्या दशकांमध्ये माध्यमांच्या द्वारे एक प्रतिमा-युद्ध आणि दृश्यात्मकता यांवर अधिक भर दिला गेला. बहुतेक राजकीय पक्षांनी वेगवेगळ्या रूपांमधून मतदारांपर्यंत पोहोचण्याचा प्रयत्न केला. इतर अनेक अभ्यासांनी अधोरेखित केल्याप्रमाणे युवा वर्गाने या साऱ्या प्रयत्नांमध्ये ग्रहण करणारा घटक म्हणून राहणे अभिप्रेत आहे.

गेल्या दोन निवडणुकांमधील युवा वर्गाचा माध्यमांशी संपर्क लक्षात घेता, माध्यम संपर्काची पातळी वाढत चालली असल्याचे दिसते. 2009 मध्ये 26 टक्के युवा वर्गाचा माध्यमांशी संपर्क नव्हता. 2014 मध्ये हे प्रमाण अवघे 10 टक्क्यांवर येऊन पोहोचले. त्यांची मतपसंती ठरवण्यात या माध्यमांची काय भूमिका होती, हे समजून घेण्याचा प्रयत्न आम्ही केला आहे. (तक्ता 7.10) एकुणात 2009 च्या निवडणुकांच्या वेळी माध्यम संपर्क काहीही असला तरी काँग्रेस भाजपहून अधिक वरचढ होती मात्र नंतर माध्यम संपर्काबाबतची काँग्रेस भाजपमधील दरी कमी झाल्याचे दिसून आले. याचा अर्थ असा की माध्यमांचा अजिबात नसलेल्या वर्गातील काँग्रेस आणि भाजपच्या मतदानातील फरक 7 टक्क्यांचा होता. माध्यमांशी अधिक संपर्क असलेल्या वर्गात हा फरक 2 टक्क्यांवर येतो. काँग्रेस हा तेव्हाचा

तक्ता 7.10: माध्यम संपर्कातून युवा वर्गाच्या मतपसंतीवर प्रभाव पडतो

	2009 लोकसभा निवडणुका		*2014 लोकसभा निवडणुका*	
	काँग्रेस	*भाजप*	*काँग्रेस*	*भाजप*
संपर्क नाही	27	20	23	25
अत्यल्प	28	18	19	29
अल्प	28	18	22	32
मध्यम	29	22	17	35
अधिक	29	21	18	42
सर्वाधिक	26	24	9	41

स्रोतः राष्ट्रीय निवडणूक अभ्यास 2009 आणि 2014.

टीपः सर्व आकडे टक्केवारीत आहेत. केवळ दोन मोठ्या पक्षांसाठीचे प्रतिसाद नोंदवलेले आहेत.

विजेता पक्ष होता हे लक्षात घेऊनही माध्यमांशी अधिक संपर्क असलेल्या वर्गात काँग्रेस व भाजपसाठीच्या मतदानातील फरक कमी करण्यात भाजप यशस्वी ठरला. यातून वर्मा आणि सरदेसाई यांनी केलेला युक्तिवाद इथे महत्त्वाचा ठरावा. त्यांच्या मते, 1996 पासून माध्यमांशी संपर्क वाढतो तसा भाजपसाठीचा मतदानाचा टक्का वाढतो, असे दिसून आले आहे. आम्ही या स्पष्टीकरणाचा विस्तार करत युवा वर्गासाठी लागू असल्याचे नोंदवत आहोत. 2014 च्या लोकसभा निवडणुकीची माहिती, तपशील पाहता, युवा वर्गाचा माध्यमांशी संपर्क वाढताच भाजप आणि काँग्रेसच्या मतदानाच्या टक्क्यात लक्षणीय फरक पडतो.

याचाच पुढे विस्तार करत माध्यमांच्या संपर्काच्या संदर्भाने दोन्ही पक्षांना असणारा निश्चित पाठिंबा समजून घेण्याचा आम्ही प्रयत्न केला. (तक्ता 7.11) दोन्ही पक्षांना युवा वर्गातून अधिक पाठिंबा आहे मात्र माध्यमांशी अधिक संपर्क असणारा युवा वर्ग अधिक प्रमाणात भाजपला मतदान करतो आहे. माध्यमांशी अल्प संपर्क असलेल्या युवा वर्गात काँग्रेसला भाजपहून अधिक पाठिंबा आहे.

माध्यमांच्या संपर्काची पातळी आणि मतपसंतीची वेळ यांचा एकत्रित विचार करता, माध्यमांशी अधिक संपर्क असलेल्या युवा वर्गावर प्रचार मोहिमेचा परिणाम झाल्याचे दिसून आले. प्रचार मोहीमेच्या दरम्यान मतपसंती ठरवणाऱ्यांमध्ये भाजपला काँग्रेसहून अधिक फायदा झाला. प्रचाराच्या दरम्यान काँग्रेसला मतदान करण्याचा निर्णय 16 टक्के

तक्ता 7.11: माध्यमांच्या संपर्काच्या संदर्भाने दोन्ही पक्षांना असणारा निश्चित पाठिंबा

	सर्वाधिक माध्यम संपर्क	*अधिक माध्यम संपर्क*	*साधारण माध्यम संपर्क*	*अल्प माध्यम संपर्क*	*अत्यल्प माध्यम संपर्क*	*अजिबात माध्यम संपर्क नाही*
काँग्रेस	2	11	33	31	12	12
भाजप	4	14	39	25	10	8

युवा वर्गाने घेतला तर भाजपसाठी हेच प्रमाण तिप्पट (48%) होते. माध्यमांशी कमी संपर्क असलेल्या युवा वर्गात काँग्रेस आणि भाजपला दिल्या जाणाऱ्या पाठिंब्यातील फरक कमी होतो. माध्यमांच्या संपर्काचा होणारा परिणाम एकरेषीय निसंदिग्ध स्वरूपाचा आहे, असे पाहता कामा नये, मात्र हा परिणाम नोंद घेण्याजोगा आहे.

युवा वर्गाला मुद्दे महत्त्वाचे वाटतात का?

आपण जर असे म्हणत असू की प्रचार मोहिमेचा मागील निवडणुकीत प्रभाव पडला तर आपल्याला याची मांडणी योग्य संदर्भ परिप्रेक्ष्यात करायला हवी. 2014 च्या निवडणुकीच्या वेळीस अनेक वेगवेगळी परिमाणं असलेले मुद्दे समोर आले; मात्र केवळ काही मुद्द्यांनाच अधिक प्राधान्य मिळले आणि त्याभोवती प्रचार झाला. युवा वर्गाला कोणते मुद्दे महत्त्वाचे वाटले याचा आढावा घेतल्यास ते मुद्दे खालीलप्रमाणे होतेः महागाई (20%) भ्रष्टाचार (13%), बेरोजगारी आणि रोजगाराचा अभाव (11%), विकासाचा अभाव (11%) आणि सुशासनाचा अभाव (4%). हे मुद्दे ज्यांना महत्त्वाचे वाटले त्या युवा वर्गाने कोणत्या पक्षाला अधिक मतदान केले, हे अभ्यासले. या सर्व मुद्द्यांच्या आधारावर भाजपला काँग्रेसहून अधिक फायदा झाला.(तक्ता 7.12)

2016 मध्ये याच मुद्द्यांमधील सातत्याचा विचार करता 2014 हून या मुद्द्यांचं महत्त्व फारसं बदललं आहे, असं दिसलं नाही. 2016 मध्ये बेरोजगारी (19%), गरिबी (10%) आणि भ्रष्टाचार (8%) ही देशासमोरची महत्त्वाची आव्हानं असल्याचे मत प्रतिसादकांनी नोंदवलं. (तक्ता 7.13) ज्या प्रकारच्या समस्या 2014 मध्ये अनुभवाला त्यामध्ये 2016 मध्येही फारसा बदल झालेला नाही याचा अर्थ निवडणुकींचा काही प्रमाणात या मुद्द्यांवर फार प्रभाव पडला नाही. मात्र असं विधान करतानाही आपल्याला याबाबत अधिक तपासणी करून हे विधान काळजीपूर्वक स्वीकारावं लागेल.

तक्ता 7.12: युवा वर्गाला जे मुद्दे महत्त्वाचे वाटले आणि 2014 मध्ये त्यांचा मतपसंतीवर परिणाम झाला अथवा नाही

मुद्दे/मतपसंती	*काँग्रेस*	*भाजप*
महागाई	16	41
भ्रष्टाचार आणि घोटाळे	16	49
बेरोजगारी आणि रोजगाराचा अभाव	17	40
विकासाचा अभाव	16	28
सुशासन	16	28
रस्त्यांची अवस्था	17	33

स्रोतः राष्ट्रीय निवडणूक अभ्यास 2014.

टीपः सर्व आकडे टक्केवारीत. केवळ दोन्ही पक्षांसाठीचे महत्त्वाचे प्रतिसाद नोंदवले आहेत.

तक्ता 7.13: 2016 मधील देशातील आव्हानांविषयी युवा वर्गाची धारणा

	बेरोजगारी/ रोजगाराचा अभाव	*गरिबी*	*भ्रष्टाचार*	*स्वच्छ पिण्याचे पाण्याचा अभाव*	*शिक्षणाचा अभाव/निरक्षरता*
2016	19	10	8	6	3
2014	11	2	13	3	2

स्रोतः राष्ट्रीय निवडणूक अभ्यास 2014 आणि युवा अभ्यास 2016.
टीपः सर्व आकडे टक्केवारीत. केवळ संदर्भमूल्य असलेले संवर्ग नोंदवले आहेत.

तक्ता 7.14: मुद्द्यांविषयी आवाज उठवणाऱ्या पक्षास अधिक महत्त्व

	काँग्रेस	*भाजप*	*बसप*	*आप*	*समाजवादी पक्ष*
युवा वर्ग	13	26	3	3	3

स्रोतः राष्ट्रीय निवडणूक अभ्यास 2014.
टीपः सर्व आकडे टक्केवारीत. केवळ संदर्भमूल्य असलेले संवर्ग नोंदवले आहेत.

याशिवाय, युवा वर्गाला महत्त्वाच्या वाटणाऱ्या मुद्द्यांविषयी सर्वाधिक आवाज इतर कोणत्याही पक्षाहून अधिक प्रमाणात भाजपने उठवला, असं म्हणणारे 26 टक्के युवा होते. (तक्ता 7.14)

ज्या संख्येने युवा वर्गाने भाजपला पाठिंबा दिला त्यावरून युवा वर्गासाठी मुद्दे महत्त्वाचे होते असा कोणी दावा करू शकेल. एका अर्थाने मतदानाच्या अधिक टक्केवारीचे हे एक कारण असू शकते. मात्र या आधी म्हटल्याप्रमाणे केवळ एका घटकामुळे मतदानाचा टक्का वाढलेला नाही, त्यामुळे त्यासोबतच इतर घटकांचा काय परिणाम झाला, हे पाहावे लागेल. श्रीधरन यांनी मांडलेल्या मुद्द्याप्रमाणे, आर्थिक परिस्थितीविषयीचे असमाधान आणि भाजपचं आवाहन करणारा प्रचार यातून जनसमुदायांच्या आकांक्षांना भाजपने गवसणी घातली आणि त्यासमोर काँग्रेसचा प्रचार निष्प्रभ होता. यातून मुद्द्यांचा युक्तिवाद आणि प्रचार मोहीमेचा परिणाम या दोहोंचा मतदारांवर एकत्रित परिणाम झाला, असे दिसते.

नेतृत्वाचा मुद्दा किती प्रमाणात महत्त्वाचा ठरला?

नरेंद्र मोदी यांची वलयांकित प्रतिमा हा निवडणुकीतील निर्णायक घटक होता. विशेषतः युवा वर्गात नरेंद्र मोदींचा प्रभाव अधिक होता. 25 टक्के युवा वर्गासाठी मत ठरवण्यासाठी स्थानिक उमेदवार महत्त्वाचा होता तर जवळपास 31 टक्के युवा वर्गासाठी पंतप्रधानपदाचा उमेदवार हा मतपसंतीसाठी प्राधान्याचा मुद्दा होता. तक्ता 7.15 नुसार हा प्रवाह सबंध युवा वर्गात (वय वर्षे 18 ते 33 वर्ष) दिसून आला.

2014 मध्ये अल्पशिक्षित, गरीब आणि ग्रामीण युवा वर्गाकरिता स्थानिक उमेदवार अधिक महत्त्वाचा होता. पंतप्रधानपदाचा उमेदवार हा घटक महाविद्यालयीन शिक्षणप्राप्त,

तक्ता 7.15: युवा वर्गासाठी पंतप्रधानपदाचा उमेदवार मतपसंतीसाठी महत्त्वाचा होता

	स्थानिक उमेदवार	राज्य पातळीवरील नेतृत्व	पंतप्रधानपदाचा उमेदवार	सर्व	कोणीच नाही
युवा	25	18	31	9	4
इतर	27	17	27	8	4

स्रोतः राष्ट्रीय निवडणूक अभ्यास 2014.
टीपः सर्व आकडे टक्केवारीत. केवळ संदर्भमूल्य असलेले संवर्ग नोंदवले आहेत.

तक्ता 7.16: समाज-आर्थिक भेदांनुसार उमेदवाराच्या पातळीत फरक पडतो

	स्थानिक उमेदवार	राज्य पातळीवरील नेतृत्व	प्रधानमंत्री उमेदवार
एकूण युवा	25	18	31
ग्रामीण	27	19	30
शहरी	22	14	35
अशिक्षित	28	22	20
प्राथमिक शिक्षणापर्यंत	30	19	22
दहावीपर्यंत	26	18	31
महाविद्यालय आणि त्याहून अधिक	22	16	39
श्रीमंत	20	19	39
मध्यम	25	18	35
गरीब	27	17	27

स्रोतः राष्ट्रीय निवडणूक अभ्यास 2014.
टीपः सर्व आकडे टक्केवारीत आहेत. या प्रकारचा प्रश्न 2009 मध्ये विचारलेला नव्हता त्यामुळे तुलना होऊ शकत नाही. पर्याय 'सर्व' आणि 'काहीही नाही' यांची नोंद केलेली नाही.

श्रीमंत आणि शहरी युवा वर्गाकरिता अधिक महत्त्वाचा होता. (तक्ता 7.16) पारंपरिकरित्या पक्षांच्या पाठिंब्याचे आधार आर्थिक वर्ग, ठिकाण आणि सामाजिक स्थान यांनुसार ठरतात. पण आपण जर 2014 च्या लोकसभा निवडणुकीचा परिप्रेक्ष्य पाहिला तर पंतप्रधानपदाचा उमेदवार हा घटक युवा वर्गाच्या मतपसंतीत महत्त्वाचा ठरला. पक्षाच्या प्राधान्यानुसार पाहिल्यास, भाजपचे पंतप्रधान उमेदवार नरेंद्र मोदी यांना सर्वाधिक प्राधान्य दिले गेले. समाज-आर्थिक घटकांनुसार आणि लोकसंख्यानिहाय घटकांनुसार भाजप उच्च आर्थिक वर्ग, शहरी शिक्षित युवा, छोट्या शहरात आणि महानगरात राहणाऱ्या युवा वर्गात त्यातही विशेषतः प्रथम मतदान करणाऱ्या मतदारांमध्ये अधिक लोकप्रिय असल्याचे या माहितीतून दिसून आले. (कुमार, 2014; श्रीधरन, 2014).

युवा वर्गाची मतपसंती निर्धारित करण्यात नेतृत्वाच्या घटकाने प्रभाव निर्माण केला असावा. या आधी उल्लेखलेल्या मुद्द्यांविषयी युवा वर्गाने एका विशिष्ट नेत्याची निवड

तक्ता 7.17: युवा वर्गाच्या दृष्टिकोनातून नेत्यांची अंगभूत क्षमता

युवा वर्ग	*नरेंद्र मोदी*	*राहुल गांधी*
देशाचा विकास	34	12
महागाईवर नियंत्रण	32	10
भ्रष्टाचारावर नियंत्रण	29	9
राष्ट्रीय सुरक्षा	31	10

स्रोतः राष्ट्रीय निवडणूक अभ्यास 2014 प्रश्न विचारला गेला होताः तुम्ही देशातील सर्व पक्षांच्या उच्च शीर्षस्थ नेत्यांचा विचार करता देशाचा विकास, महागाईवरील नियंत्रण, भ्रष्टाचारावरील नियंत्रण, राष्ट्रीय सुरक्षा या मुद्द्यांना अधिक चांगल्या प्रकारे कोणता नेता संबोधित करेल?

टीपः सर्व आकडे टक्केवारीत आहेत. इतर नेत्यांसाठीचे प्रतिसद नगण्य आहेत.

केली आहे. या नेत्यामध्ये आपल्या मुद्द्यांना संबोधित करण्याची क्षमता आहे, असे युवा वर्गास वाटले. देशाच्या विकासाच्या संदर्भात उत्तर देताना एक तृतीयांशहून अधिक युवा वर्गास नरेंद्र मोदी हे सुयोग्य नेते वाटले तर राहुल गांधींकरिता हेच प्रमाण 12 टक्के इतके होते. इतर मुद्द्यांबाबतही सर्वेक्षणात समान प्रकारची तथ्यं दिसून आली.

नेतृत्वाच्या मुद्द्यांच्या पलीकडे, नेत्याबाबत धारणा, वैयक्तिक वैशिष्ट्ये, वलय आणि इतरांमध्ये विश्वास या बाबीही महत्त्वाच्या असतात. (सिमॉन्टन, 2014) नेत्यांना 'सामाजिक ओळखीचे सक्रिय उद्योजक' असे मानले जाते. (रीचर, हसलम आणि हॉपकिन्स, 2005) नरेंद्र मोदी कनिष्ठ मध्यमवर्गीय सामान्य भारतीय माणूस अशी आपली प्रतिमा निर्माण करण्यात यशस्वी ठरले. ही प्रतिमा अनेक लोकांना जवळची वाटली.[8] याशिवाय त्यांच्या लोकानुरंजनवादी भाषणांमधून भारताविषयी अभिमान, जाणीव शब्दातून कृतीतून निर्माण केली आणि त्यातून त्यांची ओळख अधिक दृढ झाली. यातून राजकारणाच्या वैयक्तिकीकरणाला मदत झाली. अलिकडच्या काळात, राजकारणाच्या वैयक्तिकीकरणाला जगभर गती मिळाली आहे. 2014 च्या निवडणुकीत राजकारणात वैयक्तिकीकरणाचा परिप्रेक्ष्य पुन्हा जन्माला आला, असं म्हणता येऊ शकेल. कारवोनेन यांनी आपल्या पुस्तकात निवडणुकीय विकसनाबाबत जे विश्लेषण केले आहे त्याला अनुसरून असं दिसून येतं की एका नेत्याला दुसऱ्या नेत्याविरोधात उभं करून संसदीय लोकशाहीचं रूपांतर अध्यक्षीय लोकशाहीमध्ये करण्याच्या दिशेने प्रयत्न झाला. (वर्मा आणि सरदेसाई, 2014)

आमच्या सर्वेक्षणातून असं दिसून आलं की युवा वर्गाच्या दृष्टीकोनातून सर्व राजकीय पक्षांच्या वरिष्ठ नेत्यांपैकी, एक तृतीयांश युवा वर्गाला नरेंद्र मोदी यांचं आवाहन भिडलं तर अवघ्या 10 टक्के युवा वर्गाला काँग्रेसच्या पंतप्रधान उमेदवार राहुल गांधींच्या आवाहनाविषयी आस्था वाटली. आस्था आणि विश्वसनीयता या मापदंडावर युवा

वर्गाचा मोदींना 27 टक्के पाठिंबा होता तर राहुल गांधींना 9 टक्के. नेतृत्वाच्या परिणामकारकतेविषयीही याच प्रकारचे आकडे आहेत. त्यामुळे 2014 च्या निवडणुकीच्या परिप्रेक्ष्यात नेतृत्वाची गुणवत्ता आणि आवाहन यांची महत्त्वाची भूमिका राहिलेली दिसते.

निष्कर्ष

या प्रकरणातून 2012 नंतरच्या राजकारणात युवा वर्गाचा सहभाग स्पष्ट करण्याचा प्रयत्न केला आहे. विशेषतः 2014 च्य युवा वर्गाच्या मतदानाच्या टक्केवारीची आधारभूत बाब मानून हे स्पष्टीकरण दिले आहे. अधिक मतदानाच्या टक्केवारीचा अन्वयार्थ राजकारणात अधिक सहभाग, अधिक आवड असा लावण्याचा प्रयत्न आम्ही केला. उलटपक्षी, राजकारणामध्ये युवा वर्गाला फारशी आवड नाही आणि खासदार निवडून देण्याच्या प्रक्रियेत निवडणुकीय कृतींमधील त्यांचा सहभागही अल्प आहे. असं असूनही आजवरची सर्वाधिक मतदानाची टक्केवारी का दिसून आली, याचा विचार करताना इतर घटकांचा अभ्यास केला. प्रचार मोहीमेचे स्वरूप, पक्षांनी मांडलेले मुद्दे आणि नेतृत्व घटक यातून हा परिणाम झाला असावा, असं दिसतं. 2014 च्या प्रचार मोहिमेत सर्वाधिक भर युवा वर्गावर होता. बसू आणि मिश्रा यांनी आपल्या संशोधनपर निबंधात म्हटल्याप्रमाणे युवा वर्गाची त्यातही विशेषतः पहिल्यांदा मतदान करणाऱ्या युवा वर्गाची भूमिका निर्णायक राहिली. प्रथम मतदान करणारे मतदार आणि भाजपला वाढलेला मतदानाचा टक्का यामध्ये ठोस सकारात्मक सहसंबंध असल्याचे त्यांना दिसून आले. निवडणूक आयोगानेही युवा वर्गाने निवडणुकीत सहभाग नोंदवावा, यासाठी त्यांच्यावर भर देत मोहीम राबवली. मात्र या सर्वांमधूनही युवा मताचं एकत्रीकरण झालं नाही. (कुमार, 2014) युवा वर्ग एक स्वतंत्र राजकीय संवर्ग म्हणून मतदान करतो आहे, असे दिसले नाही. आधी त्यांचा राजकीय पाठिंबा राजकीय पक्षांमध्ये विभागलेला होता; 2014 च्या वेळी सर्वाधिक पाठिंबा एका पक्षाच्या पारड्यात असलेला दिसून आला. निवडणुकीत मांडले गेलेले मुद्दे युवा वर्गाला महत्त्वाचे वाटले असले तरी त्यांनुसार त्यांनी एक स्वतंत्र राजकीय गट म्हणून मतदान केल्याचे दिसत नाही. बहुस्तरीय ओळखीशी संबंधित घटकांमुळे विविध सामाजिक भेदांनुसार तयार झालेल्या संवर्गाविषयी युवा वर्गाला जवळीक वाटणे स्वाभाविक आहे आणि युवा वर्गाने स्वतंत्र राजकीय गट म्हणून मतदान न करण्याचे बहुधा हेही एक कारण असावे.

या प्रकरणात सहभागाच्या पातळीविषयी स्पष्टीकरण दिले आहे ते पाहता आपण एकरेषीय संबंध प्रस्थापित करू शकत नाही. व्यामिश्र असं म्हणण्यापेक्षा आपण याला दूरस्थ सहभागाची जाणीव तसेच बाह्य घटक, आवाहन यातून वाढणारा सहभाग असं म्हणू शकतो. सार्वजनिक क्षेत्रात अनेक मुद्द्यांचं मंथन होत असल्याने येत्या वर्षांमध्ये आपण युवा वर्गाच्या अधिक सक्रिय आणि रोचक सहभागाची आशा करू शकतो. युवा वर्गाचा

राजकारणातील सहभाग महत्त्वाचा आहे कारण त्यातून लोकशाही व्यवस्थेविषयी त्यांची प्रतिबद्धता, विश्वास आणि स्वीकारार्हता दिसून येते.

टिपा

1. 2018 च्या आर्थिक सर्वेक्षणानुसार भारतातील युवा कार्यक्षम गटाची लोकसंख्या 2020 साली सर्वाधिक असेल. https://www.ndtv.com/business/indias-young-working-age-population-to-peak-by-2020-economic-survey-1654663
2. 2011 च्या जनगणनेच्या आधारे लेखकाने मोजले आहे. सर्व मतदार म्हणजे 18 वर्षांवरील सर्व मतदार. 18 ते 33 वर्षांमधील मतदारांची संख्या नोंदवून तिच्याकडे सर्व मतदारांच्या तुलनेत पाहिले आहे.
3. कित्ताः सर्व स्त्री, पुरुष, ग्रामीण आणि शहरी मतदारांच्या तुलनेत या वयोगटातील युवक, युवती, ग्रामीण आणि शहरी मतदारांचे प्रमाण पाहिले.
4. http://eci.nic.in/eci_main1/SVEEP/VoterTurnoutHighlightsLokSabha2014.pdf
5. **वृत्त माध्यमांच्या संपर्काचा निर्देशांक**: सर्वेक्षणातील चार प्रश्नांच्या आधारे हा निर्देशांक तयार केला गेला. प्रश्न खालीलप्रमाणे होतेः प्र.) तुम्ही किती वेळा टीव्हीवर बातम्या पाहता? प्र.) किती नियमितपणे तुम्ही वृत्तपत्र वाचता? प्र.) किती नियमितपणे तुम्ही रेडिओ ऐकता? प्र.) किती नियमितपणे तुम्ही इंटरनेटवर बातम्या वाचता? प्रत्येक प्रश्नासाठी 'दररोज', 'आठवड्यातील काही दिवस', 'महिन्यातील काही दिवस', 'अगदीच क्वचित' 'कधीही नाही'. 'दररोज' या पर्यायास 4, 'आठवड्यातील काही दिवस' या पर्यायास 3, महिन्यातील काही दिवस या पर्यायास 2, 'क्वचित' पर्यायास 1 तर 'कधीही नाही' यास 0 असे क्रमांक दिले गेले. या सर्व अंकांची बेरीज केली गेली. हा आकडा 12 असल्यास 'सर्वाधिक माध्यम संपर्क' अशी गणना केली गेली. ही बेरीज 9 ते 11 च्या दरम्यान आल्यास 'माध्यमांशी अधिक संपर्क' अशी त्यांची गणना केली गेली. बेरीज 7 किंवा 8 आल्यास 'साधारण संपर्क' या संवर्गात गणना केली. 4 ते 6 बेरीज असल्यास 'अल्प संपर्क' अशी गणना करण्यात आली. 1 ते 3 बेरीज असल्यास 'अत्यल्प संपर्क' अशी गणना झाली. 0 बेरीस असल्यास 'अजिबात संपर्क नाही' या प्रकारे गणना केली गेली.
6. माहिती PRS वेबसाईटवरून घेतलेली आहेः http://www.prsindia.org/media/media-updates/profile-of-the-16th-lok-sabha-3276/
7. निवडणुकीय सहभागाचा निर्देशांकः सर्वेक्षणादरम्यान विचारलेल्या पाच प्रश्नांच्या आधारे हा निर्देशांक तयार केला गेला. ते प्रश्नः प्र.18अःगेल्या दहा वर्षात तुम्ही कोणत्याही निवडणुकीत निवडणूक बैठकांना हजर राहिला आहात काय? प्र.18बः गेल्या दहा वर्षात तुम्ही कोणत्याही निवडणुकीशी संबंधित मिरवणूक, रॅली यांमध्ये सहभागी झालेले आहात काय? प्र.18कः गेल्या दहा वर्षात तुम्ही दारोदारी जाऊन प्रचार केलेला आहे काय? प्र.18डः गेल्या दहा वर्षात निवडणुकीदरम्यान तुम्ही पक्षासाठी निधी दिला अथवा संकलित केला आहे काय? प्र18इःगेल्या दहा वर्षांत निवडणुकीदरम्यान तुम्ही पत्रकं वाटली आहेत काय किंवा पोस्टर्स लावली आहेत काय? या पाचही प्रश्नांना 'हो' आणि 'नाही' असे दोन पर्याय होते. 'हो' या प्रतिसादास 1 क्रमांक दिला गेला तर 'नाही' या प्रतिसादास 0. सर्व प्रश्नांच्या या प्रतिसादांची बेरीज केली गेली. ही बेरीज 0 ते 5 या दरम्यान होती. बेरीज केले गेलेले हे आकडे सहभागाची पातळी लक्षात येईल या प्रकारे सहा संवर्गात विभागले गेले. 5 चा अर्थ- 'सर्वाधिक निवडणुकीय सहभाग', बेरीज 4 असल्यास 'अधिक निवडणुकीय सहभाग', बेरीज 3 असल्यास 'साधारण निवडणुकीय सहभाग', 2 चा अर्थ 'अल्प निवडणुकीय सहभाग' तर 1 म्हणजे 'अत्यल्प निवडणुकीय सहभाग' आणि 0 म्हणजे 'निवडणुकीय सहभाग नाही' या प्रकारे वर्गीकरण केले गेले.
8. बऱ्याच साहित्यातून असं सुचवण्यात आलं आहे की नेते सामाजिक ओळखीनुसार एका विशिष्ट प्रकारे स्वतःची प्रतिमा निर्माण करतात. तीच प्रतिमा आपल्या अनुयायांपर्यंत पोहोचावी, असा ते प्रयत्न करतात. (हॉग 2001; टर्नर 1991) नरेंद्र मोदींनी याच प्रकारे स्वतःची प्रतिमा निर्माण करण्याचा प्रयत्न केला.

संदर्भ

1. Basu, D & Misra K. (2015). "BJP's Youth Dividend". *Economic and Political Weekly,* 50(3), 69–73.

2. Deshpande, R. (2009). "How did women vote in Lok Sabha Elections 2009? *Economic and Political Weekly*, 44(39), 83–87.

3. Hogg, Michael A. (2001). "A Social Identity Theory of Leadership." *Personality and Social Psychology Review*, 5, 184–200.

4. Karvonen, L. (2010). The Personalisation of Politics: A Study of Parliamentary Democracies. ECPR Press Monographs.

5. Kumar, S. & Gupta P. (2015). "Changing patterns of Women's Turnout in Indian Elections". *Studies in Indian Politics.* 3(1), 7–18.

6. Kumar, S. (2014). "The Youth Vote Made a Difference for the Victory of the BJP". *Panjab University Research Journal Social Sciences*, 22(2), 45–57.

7. Palshikar, S. (2014). "Modi, media and the middle class". *Seminar.* 656. http://www.india-seminar.com/2014/656/656_suhas_palshikar.htm (Accessed on May 13, 2018).

8. Ramani, S. (2014). "The 'High Turnout' in ongoing Lok Sabha polls- What could explain it?" *Economic and Political Weekly, Election Specials,* 49(39).

9. Ravi, S. & Sandhu, R. (2014), "Women in Party Politics". *Brookings India Working Paper.* https://www.brookings.edu/wp-content/uploads/2014/05/ravi-sandhu-brookings-india-working-paper.pdf (Accessed on May 13, 2018).

10. Reicher, Stephen D., S. Alexander Haslam, and Nicholas Hopkins. (2005). "Social Identity and the Dynamics of Leadership: Leaders and Followers as Collaborative Agents in the Transformation of Social Reality." *Leadership Quarterly,* 16, 547–568.

11. Sanjay Kumar, comment on "The Limits of the Youth Vote in Indian Elections"; Heinrich Boll Stiftung, posted March 19, 2014, https://www.boell.de/en/2014/03/19/limits-youth-vote-indian-elections (Accessed on May 10, 2018).

12. Simonton, Dean K., "Personal Characteristics of Political Leaders: Quantitative Multiple-Case Assessments" in *Conceptions of Leadership,* edited by Goethals G.R., Allison S.T., Kramer R.M., Messick D.M., 53–69. New York: Palgrave Macmillan, 2014.

13. Sridharan, E. (2014). "Class Voting in the 2014 Lok Sabha Elections". *Economic and Political Weekly,* 49(39), 72–76.

14. Turner, John C. (1991). Social Influence. Milton Keynes: Open University Press.

15. Verma, R. & Sardesai S. (2014). "Does Media Exposure Affect Voting Behaviour and Political Preferences in India?" *Economic and Political Weekly*, 49(39), 82–88.

परिशिष्ट 1

राज्य कोड	पी.सी. कोड	ए.सी. कोड	पी. एस. कोड	प्रतिसादक अनुक्रमांक
☐☐	☐☐	☐☐☐	☐	☐☐

युवा आणि राजकारण सर्वेक्षण- 2011
सेंटर फॉर द स्टडी ऑफ डेव्हलपिंग सोसायटीज,
29, राजपूर रोड, दिल्ली-110054, भारत

एफ1. राज्य नाव: ______________________

एफ2. पी.सी. नाव: ______________________

एफ3. ए.सी. नाव: ______________________

एफ4. पी. एस. नाव: ______________________

एफ5. प्रतिसादकाचे नाव: ______________________

एफ6. प्रतिसादकाचा पत्ता *(नजीकची महत्त्वाची खूण सांगणे)* ______________________

____

एफ7. मुलाखतीचा दिवस ***(dd/mm/yyyy)***: ______________________

एफ8. मुलाखत सुरू होण्याची वेळ: ______________________

☐☐☐ **एफ9.** चौकशीकर्त्याचे नाव *(कोड रोल नं.)*: ______________________

चौकशीकर्त्याचा परिचय आणि सूचित संमतीचे निवेदन

माझे नाव______________________ आहे. मी पुणे विद्यापीठाच्या राज्यशास्त्र विभागातून आलो/आले आहे. दिल्लीच्या सेंटर फॉर द स्टडी ऑफ डेव्हलपिंग सोयासायटीज या सामाजिक शास्त्रांमध्ये संशोधन करणाऱ्या संस्थेबरोबर चालू घडामोडींविषयीची लोकांची मते जाणून घेण्यासाठी देशभरातून हजारो नागरिकांच्या आम्ही मुलाखती घेत आहोत. या सर्वेक्षणातून मिळालेल्या माहितीचा वापर संशोधनपर लेख तसेच वर्तमानपत्रांमध्ये लेख लिहिण्यासाठी केला जाणार आहे.

हे सर्वेक्षण एक स्वतंत्र सर्वेक्षण असून त्याचा कोणत्याही राजकीय पक्षाशी किंवा सरकारशी संबंध नाही.या मुलाखती दरम्यान तुम्ही दिलेल्या माहितीविषयी संपूर्ण गुप्तता बाळगली जाणार आहे.

या सर्वेक्षणात सहभागी होणे आणि मी विचारलेल्या प्रश्नांची उत्तरे देणे वा न देणे सर्वस्वी तुमच्या इच्छेवर अवलंबून आहे. तुमचा या सर्वेक्षणातील सहभाग आमच्यासाठी महत्त्वाचा आहे. त्यामुळे तुम्ही या सर्वेक्षणात सहभागी व्हाल, अशी मला आशा आहे. मुलाखत पूर्ण होण्यासाठी 30 ते 40 मिनिटे लागतात. मुलाखतीसाठी कृपया तुमचा थोडा वेळ द्यावा आणि सर्वेक्षण यशस्वीरित्या पूर्ण करण्यासाठी मला मदत करावी ही विनंती.

☐ **F10.** मी आता मुलाखतीला सुरुवात करू का?

1. प्रतिसादकाची सहमती   2. प्रतिसादकाची असहमती

<u>मुलाखतीस सुरुवात</u>

प्र1. आपल्याला राजकारण व राजकीय बातम्यांविषयी किती आवड आहे, खूप, थोडीफार की काहीच नाही? 1. खूप 2. थोडीफार 3. काहीच नाही 8. सांगता येत नाही

प्र2. खालील राजकीय संस्था/व्यक्ती यांनी केलेल्या कामाविषयी आपण किती चर्चा करता. नेहमी कधी-कधी की कधीच नाही?

		नेहमी	कधी-कधी	कधीच नाही	काही मत नाही
अ.	**अ.** केंद्र सरकारने केलेल्या कामाविषयी	1	2	3	8
ब.	**ब.** राज्य सरकारने केलेल्या कामाविषयी	1	2	3	8
क.	**क.** खासदाराने केलेल्या कामाविषयी	1	2	3	8
ड.	**ड.** आमदाराने केलेल्या कामाविषयी	1	2	3	8
इ.	**इ.** राजकीय पक्षांच्या कामाविषयी	1	2	3	8
फ.	**फ.** पंचायत/महानगरपालिकांनी केलेल्या कामाविषयी	1	2	3	8

प्र3. गेल्या एका वर्षात झालेल्या पुढे नमूद केलेल्या घटनांविषयी आपण काय ऐकले/वाचले आहे? प्र3 (होय असल्यास) आपण याविषयी कधी चर्चा केलेली आहे का?

	हो नाही आठवत नाही	होय	नाही	आठवत नाही	*(जर हो)*	होय	नाही	आठवत नाही	लागू नाही
अ.	**अ.** काश्मीरमधील युवा वर्गाची निदर्शनं	1	2	8	*(जर हो)*	1	2	8	9
ब.	**ब.** आयोध्या प्रकरणावर अलाहाबाद उच्च न्यायालयाचा निकाल	1	2	8	*(जर हो)*	1	2	8	9
क.	**क.** बिहार विधानसभा निवडणूक	1	2	8	*(जर हो)*	1	2	8	9
ड.	**ड.** नक्षलवादी हिंसा	1	2	8	*(जर हो)*	1	2	8	9
इ.	**इ.** दिल्लीतील कॉमनवेल्थ गेम्समधील भ्रष्टाचार	1	2	8	*(जर हो)*	1	2	8	9
फ.	**फ.** 2G स्पेक्ट्रम/दूरसंचार घोटाळा	1	2	8	*(जर हो)*	1	2	8	9

प्र4. (प्र.3अ चे उत्तर होय असल्यास) या संदर्भात आपण सर्वांत जास्त चर्चा कोणासोबत करता? मित्र-मैत्रिणीसोबत, शेजाऱ्यांबरोबर की कुणासोबतही? (कृपया एकच पर्याय निवडा)

1. मित्रमैत्रिणींसोबत 2. कुटुंबासोबत 3. शेजाऱ्यांसोबत 4. सहकाऱ्यांसोबत
5. कुठल्याही व्यक्तीसोबत 8. मत नाही 9. उपलब्ध नाही

प्र5. आता मी तुम्हाला निवडणूक सुधारणांशी संबंधित दोन विधानं सांगतो/सांगते. तुम्ही पहिल्या विधानाशी सहमत आहात की दुसऱ्या, ते मला सांगा.

अ.	1. जर लोक त्यांच्या आमदार किंवा खासदाराच्या कामाविषयी असंतुष्ट/असमाधानी असतील त्यांना परत बोलावण्याचा अधिकार लोकांना असायला हवा.	2. लोक त्यांच्या आमदार किंवा खासदारांच्या कामाविषयी असंतुष्ट/असमाधानी असले तरी त्यांना पाच वर्षे काम करू द्यायला हवे.
	1. पहिल्या विधानाशी सहमत 2. दुसऱ्या विधानाशी सहमत 3. सांगता येत नाही.	
ब.	1. वय वर्षे 65 हून अधिक वय असलेल्या व्यक्तीस निवडणूक लढवण्यास बंदी करण्यात यावी.	2. लोकशाहीमध्ये वयाच्या आधारावर निवडणूक लढवण्यास बंदी घालणे योग्य नाही.
	1. पहिल्या विधानाशी सहमत 2. दुसऱ्या विधानाशी सहमत 3. सांगता येत नाही.	

क.	1. लोकशाही बळकट करण्यासाठी सर्वांना मतदान सक्तीचे केले पाहिजे.	2. लोकशाहीमध्ये मतदान करण्याचं वा न करण्याचं स्वातंत्र्य मतदारांना हवं.
	1. पहिल्या विधानाशी सहमत 2. दुसऱ्या विधानाशी सहमत 3. सांगता येत नाही.	
ड.	1. लोकसभा व विधानसभा निवडणुकीत युवा वर्गास राखीव जागा हव्यात.	2. राखीव जागांऐवजी युवा वर्गाने स्वतःच्या क्षमतेसह विधानसभेत/लोकसभेत प्रवेश करायला हवा.
	1. पहिल्या विधानाशी सहमत 2. दुसऱ्या विधानाशी सहमत 3. सांगता येत नाही.	

प्र6. गेल्या काही निवडणुकीत तुम्ही केलेल्या मतदानाचा विचार करता तुम्ही कोणत्या पक्षाचे समर्थक आहात? पक्षाचे नाव नोंदवा आणि कोडिंग साठी कोड पुस्तिकेचा आधार घ्या.

प्र7. 2009 च्या लोकसभा निवडणुकीत आपण मतदान केले होते का?

1. हो 2. नाही 3. आठवत नाही 4. सांगता येत नाही

प्र7अ. (प्र.7 चे उत्तर होय असल्यास) 2009 च्या लोकसभा निवडणुकीत आपण कोणाला मतदान केलेले होते? (सफेद मतपत्रिकेची प्रतिकृती घेऊन प्रक्रिया समजावून सांगा) (पक्षाचे नाव नोंदवा आणि कोडिंग साठी कोड पुस्तिकेचा आधार घ्या)--------------------99. लागू नाही

प्र8. (प्र.7 चे उत्तर होय असल्यास) 2009 च्या लोकसभा निवडणुकीत कोणाला मतदान करायचे, हे ठरवताना तुम्हाला काय महत्त्वाचे वाटले, पक्ष की उमेदवार?

1. पक्ष 2 उमेदवार (प्र.8ब विचारा) 3. सांगता येत नाही. 4. उपलब्ध नाही.

प्र8अ. (जर प्र. 8मध्ये 'पक्ष') राजकीय पक्षांचा विचार करून मतदान करण्याचे काय कारण होते? (उत्तराच्या श्रेणी वाचू नका)

0. पक्षाने युवा वर्गास उमेदवारी दिलेली होती.
1. माझ्या जातीच्या/समाजाच्या लोकांनी त्या पक्षाला पाठिंबा दिलेला होता.
2. माझ्या गावातील/गल्लीतील गटांनी त्या पक्षाला पाठिंबा दिलेला होता.
3. माझे कुटुंब सदस्य त्या पक्षाचे पारंपरिक मतदार आहेत.
4. मला आणि माझ्या कुटुंबाला पक्षाकडून फायदा झालाय किंवा फायदा होण्याची शक्यता आहे.
5. पक्षाकडे चांगले नेतृत्व आहे.
6. एकुणात पक्षाचा कार्यक्रम चांगला आहे.
7. इतर ______________________
8. सांगता येत नाही
9. उपलब्ध नाही/लागू नाही.

प्र8ब. (जर प्र.8 मध्ये 'उमेदवार') उमेदवाराचा विचार करून मत देताना तुमचा महत्त्वाचा निकष काय होता? (उत्तराच्या श्रेणी वाचू नका)

0. उमेदवार युवा वर्गातील होता.
1. माझ्या जातीच्या/समाजाच्या लोकांनी त्या उमेदवारास पाठिंबा दिलेला होता.
2. माझ्या गावातील/गल्लीतील लोकांनी त्या उमेदवारास पाठिंबा दिलेला होता.
3. आमच्या कुटुंबाचे उमेदवारासोबत चांगले संबंध आहेत.
4. मला आणि माझ्या कुटुंबाला त्या उमेदवारापासून फायदा झाला आहे किंवा फायदा होण्याची शक्यता आहे.
5. मी त्या उमेदवाराच्या व्यक्तिमत्त्वाने प्रभावित झालो/झाले आहे.
6. उमेदवाराशी संपर्क साधणे, भेटणे सोपे आहे.
7. इतर ______________________
8. सांगता येत नाही
9. उपलब्ध नाही/लागू नाही.

प्र9. निवडणुकीसंबंधी खालील कामांमध्ये आपण सहभागी झालेला होता का?

	काम	**हो**	**नाही**	**आठवत नाही**	**सांगता येत नाही**
अ.	**अ.** उमेदवारासाठी निधी जमा करणे	1	2	3	8
ब.	**ब.** निवडणुकीच्या बैठकांना/सभांना हजर राहणे	1	2	3	8
क.	**क.** निवडणूक प्रचारात भाग घेणे/प्रचार पत्रकं वाटणे	1	2	3	8
ड.	**ड.** निवडणुकीसंबंधी टीव्हीवरील कार्यक्रम पाहणे	1	2	3	8

प्र10. गेल्या विधानसभा निवडणुकीत आपण मतदान केले होते का?

1. हो 2. नाही 3. आठवत नाही 8 सांगता येत नाही

प्र11. तुमच्या भागातील पंचायत/नगरपालिका निवडणुकांच्या वेळी मतदान केले होते का?

1. हो 2. नाही 3. आठवत नाही 8 सांगता येत नाही

प्र12. उमेदवारास मतदान करताना खालील चार घटकांपैकी कोणता घटक आपणाला सर्वांत महत्त्वाचा वाटला? आपण या घटकांना पसंतीक्रम कसा द्याल? (प्राधान्यक्रम 1 ते 4)

क्रम

अ. **अ.** उमेदवाराचा अनुभव ____________

ब. **ब.** उमेदवाराचा पक्ष ____________

क. **क.** त्यांचे काम ____________

ड. **ड.** उमेदवार तरुण असणे ____________

प्र13. आपण गेल्या दोन वर्षांत निवडणुकांव्यतिरिक्त सामाजिक/राजकीय मुद्द्यांसाठी निषेध निदर्शनं यात सहभाग घेतला होता का? 1. होय 2. नाही 8. आठवत नाही

प्र14. आपण एखाद्या राजकीय पक्षाचे सभासद होता काय?

1. होय 2. नाही 8. आठवत नाही

प्र15. आपण एखाद्या पक्षाच्या विद्यार्थी संघटना/युवा संघटना यांचे सभासद होता काय?

1. होय 2. नाही 8. आठवत नाही

प्र16. आपण ज्या ठिकाणी काम करत आहात त्या ठिकाणी एखाद्या युनियन/संघटनांचे सदस्य आहात का किंवा पूर्वी कधी होता का?

1. होय 2. नाही 8. आठवत नाही

प्र17. आपण कोणत्या समाजसेवी संस्थेत/गैरसरकारी संस्थेचे सभासद आहात का किंवा पूर्वी कधी होता का?

1. होय 2. नाही 8. आठवत नाही

प्र18. याशिवाय आपण कोणत्या संघटनेचे/संस्थेचे सदस्य आहात किंवा होता का?

1. होय 2. नाही 8. आठवत नाही

प्र18अ. (उत्तर होय असल्यास) त्या संस्थेचे नाव काय?........................

प्र19. आपल्या मतदारसंघाचे खासदार कोण आहेत?.....................

1 जागरूक 2. जागरूक नाही

प्र19अ. (जागरूक असल्यास) आपल्या मतदारसंघातील खासदार राजकीय घराण्याशी संबंधित आहे काय?

1. जागरूक 2. जागरूक नाही 9. लागू नाही/उपलब्ध नाही

प्र20. तुमच्या मतदारसंघातील खासदाराच्या कामाविषयी तुम्ही समाधानी आहात का?

1. पूर्णतः समाधानी 2. थोडेफार समाधानी 3. पूर्ण असमाधानी

4. थोडेफार असमाधानी 8. सांगता येत नाही

प्र21. आपल्या मतदारसंघाचे आमदार कोण आहेत?..................... 1. जागरूक   2. जागरूक नाही

प्र21अ. (जागरूक असल्यास) आपल्या मतदारसंघातील आमदार राजकीय घराण्याशी संबंधित आहे काय?

1. जागरूक   2. जागरूक नाही   9. लागू नाही/उपलब्ध नाही

प्र22. तुमच्या मतदारसंघातील आमदाराच्या कामाविषयी तुम्ही समाधानी आहात का?

1. पूर्णतः समाधानी   2. थोडेफार समाधानी   3. पूर्ण असमाधानी

4. थोडेफार असमाधानी   8. सांगता येत नाही

प्र23. आपल्या गावच्या सरपंचाचे/नगरसेवकाचे वय 40 हून कमी आहे का?

1. हो   2. नाही   8. माहीत नाही

प्र24. मी आता आपल्याला दोन विधानं वाचून दाखवतो/दाखवते. तुम्ही पहिल्या विधानाशी सहमत आहात की दुसऱ्या, ते सांगा.

अ.	1. उत्साही वृत्ती आणि नवा सर्जक दृष्टिकोन यांमुळे युवा नेते अधिक कार्यक्षम असतात.	2. उत्साह असला तरीही या युवा नेत्यांकडे अनुभव नसल्याने ते प्रभावी पद्धतीने काम करू शकत नाहीत.
	1. पहिल्या विधानाशी सहमत 2 दुसऱ्या विधानाशी सहमत 8. सांगता येत नाही.	
ब.	1. युवा नेतृत्व अधिक शिक्षित असल्याने समस्यांची सोडवणूक चांगल्या प्रकारे करतात.	2. युवा नेतृत्व उच्च शिक्षित असले तरीही तळागाळातील समस्या माहीत नसल्याने समस्या चांगल्या प्रकारे सोडवू शकत नाहीत.
	1. पहिल्या विधानाशी सहमत 2 दुसऱ्या विधानाशी सहमत 8. सांगता येत नाही.	

प्र25. मी आता आपल्याला काही विधानं वाचून दाखवतो/दाखवते. आपण सहमत आहात अथवा असहमत आहात ते सांगा.

	सहमत		असहमत		
	पूर्ण	काहीसे	काहीसे	पूर्ण	काही मत नाही
अ. देशातील युवा वर्ग जातीधर्माच्या आधारे विभागला गेला आहे.					
ब. अधिक चांगला विकास होण्याकरिता देशातील युवा वर्गाच्या हाती धुरा सोपवली पाहिजे.	1	2	3	4	8
क. राजकीय विषयांबाबत युवा आणि ज्येष्ठ नेत्यांच्या विचारात फरक नाही.	1	2	3	4	8
ड. निवडणुकीतील सर्व उमेदवार पसंतीस उतरत नसतील तर ते नाकारण्याचा अधिकार मतदारास हवा.	1	2	3	4	8
इ. युवा नेते टीव्ही, वर्तमानपत्रासाठी अधिक वेळ देतात त्यामुळे मतदारसंघातील समस्यांकडे लक्ष देता येत नाही.	1	2	3	4	8

प्र26. आता तुम्ही युवा (वय वर्षे 40 हून कमी) आणि ज्येष्ठ (वय वर्षे 60 हून अधिक) यांच्या नेतृत्वाची तुलना करा. खालीलपैकी कोणती कामं युवा किंवा ज्येष्ठ नेते कार्यक्षम प्रकारे पार पाडतात?

	युवा नेते	ज्येष्ठ नेते	फरक नाही	काही मत नाही
अ. मतदारसंघास नियमित भेट	1	2	3	8
ब. मतदारसंघाशी संपर्क	1	2	3	8
क. पक्षाच्या कार्यकर्त्यांशी संपर्क ठेवणे	1	2	3	8
ड. मतदारसंघांचा विकास करणे	1	2	3	8
इ. प्रामाणिकपणे काम करणे	1	2	3	8

अ. ☐
ब. ☐
क. ☐
ड. ☐
इ. ☐

प्र27. आपण असे गृहीत धरा की लोकसभा मतदारसंघातून दोन उमेदवार प्रथमच निवडणूक लढवत आहेत. एकाचे वय 60 वर्षे आहे तर दुसऱ्याचे 35. आपण कुणाला मतदान कराल?

1. पहिल्या उमेदवाराला   2. दुसऱ्या उमेदवाराला   3 उत्तर दिले नाही.

☐

प्र28. साधारणपणे असं दिसून येतं की एकाच कुटुंबातील व्यक्ती मतदारसंघातून पुन्हा पुन्हा निवडून येतात. तुम्हाला हे ठाऊक आहे काय?

1. हो   2. नाही   8. माहीत नाही

☐

प्र29. आता मी तुम्हाला दोन विधानं वाचून दाखवतो. तुम्ही कोणत्या विधानाशी सहमत आहात ते सांगा.

अ. ☐

अ.	1 डॉक्टरांचा मुलगा डॉक्टर होतो, अभिनेत्याचा मुलगा/मुलगी त्याच क्षेत्रात करिअर करते. यात जसे काहीही वावगे नाही तसेच राजकीय नेत्यांच्या मुलांना निवडणूक लढवण्यास तिकीट देण्यात काहीही गैर नाही.	2. डॉक्टरांची मुले डॉक्टर होऊ शकतात, अभिनेत्याची मुले अभिनेता होऊ शकतात. त्याचेच अनुकरण राजकारण्यांनी करणे चूक आहे.
	1. पहिल्या विधानाशी सहमत 2 दुसऱ्या विधानाशी सहमत 8. मत नाही.	
ब.	1 इतरांच्या तुलनेत राजकीय पार्श्वभूमी असलेल्यांना निवडणूक लढवण्यास सहज तिकीट मिळते. जिंकून येण्याची क्षमता इथे प्राधान्याने विचारात घेतली जात नाही.	2. राजकीय पक्ष निवडणुकीसाठी तिकीटं देताना जिंकून येण्याच्या क्षमतेचा विचार करतात. राजकीय कुटुंबातील व्यक्तींना तिकिट प्राप्त झाल्यास तो निव्वळ योगायोग समजावा.
	1. पहिल्या विधानाशी सहमत 2. दुसऱ्या विधानाशी सहमत 8. मत नाही.	

ब. ☐

प्र30. विद्यमान खासदार असलेले 50 वर्षांचे उमेदवार आणि पूर्वी खासदार असलेल्या व्यक्तीचा 28 वर्षांचा उमेदवार मुलगा यांच्यात लढत असल्यास आपण कोणाला मत द्याल?

☐

1. पहिल्या उमेदवारास   2. दुसऱ्या उमेदवारास   8. उत्तर दिले नाही.

प्र31. मी आपणाला काँग्रेसचे नेते राहुल गांधी यांच्याविषयी काही विधानं वाचून दाखवतो. आपण पहिल्या विधानाशी सहमत आहात की दुसऱ्या.

अ. ☐

अ.	1.राहुल गांधी खरोखरच लोकप्रिय आहेत	2. राहुल गांधी यांची लोकप्रिय असल्याची प्रतिमा माध्यमांनी निर्माण केली आहे.
	1. पहिल्या विधानाशी सहमत 2. दुसऱ्या विधानाशी सहमत 8. मत नाही	
ब.	1. राहुल गांधी सर्व युवा वर्गास समान संधी देतात	2. राहुल गांधी राजकीय पार्श्वभूमी असलेल्या युवा वर्गास अधिक प्राधान्य देतात.
	1. पहिल्या विधानाशी सहमत 2. दुसऱ्या विधानाशी सहमत 8. मत नाही	
क.	1.राहुल गांधी खरोखर आस्था असल्यामुळे गावांना/झोपडपट्ट्यांना भेट देतात.	2. गावांना झोपडपट्ट्यांना भेट देणं हे राहुल गांधींचं मतांचं राजकारण आहे.
	1. पहिल्या विधानाशी सहमत 2. दुसऱ्या विधानाशी सहमत 8. मत नाही	

ब. ☐

क. ☐

ड.

ड.	1. आजची परिस्थिती लक्षात घेता, देशाला राहुल गांधींची पंतप्रधान म्हणून गरज आहे.	2. राहुल गांधी यांना राजकारण व शासनाचा फारसा अनुभव नसल्याने त्यांना पंतप्रधान बनवणे योग्य होणार नाही.
	1. पहिल्या विधानाशी सहमत 2. दुसऱ्या विधानाशी सहमत 8. मत नाही	

प्र32. राहुल गांधींव्यतिरिक्त कोणी असा नेता आहे का ज्यामुळे तुम्ही प्रभावित झाला?

1. हो 2. नाही 3. राहुल गांधीसुद्धा नाही 8. सांगता येत नाही.

प्र32अ. (प्र.32 चे उत्तर हो असल्यास) त्या प्रेरणादायी नेतृत्वाचे नाव सांगा ____________________

प्र33. जर आपणाला संधी मिळाली तर राजकारणात करिअर कराल का?

1. होय 2. नाही 8. उत्तर दिले नाही.

प्र33. (उत्तर नाही असल्यास) राजकारणात करिअर न करण्याची काय कारणं आहेत? काही जणांना राजकारणात रस असतो; पण राजकीय नेत्यांमुळे त्यांचा भ्रमनिरास होतो. काहींना राजकारणात रस असतो; पण पुरेशी संसाधनं नसतात किंवा राजकीय नेत्यांसोबत संपर्क नसतो तर काहींना राजकारणाची आवडच नसते. तुमच्याबाबतीत नेमकं काय कारण आहे?

1. आवड नाही 2. आवड आहे; पण राजकीय नेत्यांमुळे भ्रमनिरास झालाय.

3. आवड आहे; पण पुरेशी संसाधनं नाहीत, राजकीय नेत्यांसोबत संपर्क नाही.

4. इतर 8. सांगता येत नाही.

प्र34. तुमच्या मते, सध्या कोणता नेता युवा वर्गाच्या प्रश्नाकडे अधिक लक्ष देतो?

प्र35. तुमच्या मते युवा नेते इतर नेत्यांहून चांगला राज्यकारभार करू शकतील का?

1. होय 2 नाही 8. मत नाही

प्र36. देश कसा चालवला जावा यात तुमच्या मताचा काही परिणाम होतो आहे असं वाटतं का?

1. काही परिणाम होत नाही 2. परिणाम होतो. 8 सांगता येत नाही.

प्र36अ. (परिणाम होतो, असे वाटत असल्यास) आपल्या मताचा काय परिणाम होतो ते सांगा.

----

* --

प्र37. तुम्ही किती वेळा वर्तमानपत्रं वाचता? रोज, एकदोन दिवसातून एकदा, आठवड्यातून 2–4 वेळा, आठवड्यातून 5–6 वेळा की कधीही नाही?

1. जवळपास रोज 2. एक दोन दिवसातून एकदा 3. आठवड्यातून 2–4 वेळा

4. आठवड्यातून 5–6 वेळा 5. कधीच नाही

प्र38. तुम्ही किती वेळा रेडिओवर बातम्या ऐकता?

1. दिवसातून एकहून अधिक वेळा 2. जवळपास रोज 3. एक दोन दिवसातून एकदा

4. आठवड्यातून 2–4 वेळा 5. आठवड्यातून 5–6 वेळा 6.कधीच नाही

प्र39. तुम्ही किती वेळा टीव्हीवर बातम्या पाहता?

1. दिवसातून एकहून अधिक वेळा 2.जवळपास रोज 3. एक दोन दिवसातून एकदा

4. आठवड्यातून 2–4 वेळा 5. आठवड्यातून 5–6 वेळा 6.कधीच नाही

प्र40. तुम्ही किती वेळ इंटरनेटचा वापर करता- दररोज, आठवड्यातून 3–4 वेळा, आठवड्यातून किमान एकदा, कधीकधी की कधीच नाही?

1. दररोज 2. आठवड्यातून 3–4 वेळा 3. आठवड्यातून किमान एकदा

4. काहीवेळा 5.कधीच नाही 9. उपलब्ध नाही

प्र41. तुम्ही इंटरनेटचा वापर कशासाठी करता?

    1. इमेल   2. चॅटिंग/सोशल नेटवर्किंग   3. माहिती/शिक्षणाकरिता

    4. गेम खेळण्याकरिता   5. ऑनलाइन ट्रानझॅक्शन करण्याकरिता

पार्श्वभूमीविषयक माहिती

वैयक्तिक माहिती

1. तुमचे वय किती आहे?

2. लिंग   1. पुरुष   2. स्त्री

3. वैवाहिक स्थितीः

    1. विवाहित (जर पती-पत्नी एकत्र राहत आहेत)

    2. विवाहित आहेत; पण गौना विधी झालेला नाही. (एकत्र राहत नाहीत)

    3. विधवा/विधुर   4. घटस्फोटित   5. विभक्त

    6. परित्यक्ता   7. अविवाहित

4. तुमचे शिक्षण किती झाले आहे? _____ (अचूक नोंद करा आणि कोड पुस्तिकेचा आधार घ्या).

4अ) (प्रतिसादक शिक्षित असेल आणि 25 वर्षे वयाहून लहान असेल तर) तुमचे शिक्षण सुरू आहे का?

    1. होय   2. नाही   9.उपलब्ध नाही/लागू नाही

एफ एम   4ब) तुमच्या वडिलांचे व आईचे शिक्षण काय झाले?

    वडील _____ आई_____

5. तुमचा मुख्य व्यवसाय कोणता आहे? _____ (अचूक नोंद करा, कोड पुस्तिकेचा आधार घ्या आणि निवृत्त असल्यास पूर्वीच्या व्यवसायाची खातरजमा करून घ्या). (सेवानिवृत्त होण्यापूर्वी आपला व्यवसाय कोणता होता?)

5अ) (गृहिणी असल्यास) घरकामाशिवाय तुम्ही तुमच्या कुटुंबाच्या उत्पन्नासाठी काही करता काय?

    1. हो   2. नाही   9 लागू नाही/उपलब्ध नाही

5ब) तुमच्या वडिलांचा मुख्य व्यवसाय काय आहे?

6. तुमची जात/जमात कोणती?_____

6अ) तुमचा जातीगट काय आहे?

    1. अनुसूचित जाती (SC)   2. अनुसूचित जमाती (ST)

    3. इतर मागास वर्गीय (OBC)   4. इतर

7. तुमचा धर्म कोणता आहे?

    1. हिंदू   2. मुस्लिम   3. ख्रिश्चन   4. शीख   5. बौद्ध/नवबौद्ध

    6. जैन   7. जीवात्मवादी   8. धर्म नाही   9. इतर

8. तुमच्या कुटुंबात कोणती भाषा बोलली जाते? _____

9. तुमच्याकडे मतदानाचे ओळखपत्र आहे का?

    1. होय, आहे   2. फोटो काढला; पण मिळाले नाही.   3. आहे; परंतु त्यात चुका आहेत.

    4. नाही   5. मिळाले; पण हरवले   7. इतर

10. तुमच्याकडे रेशनकार्ड आहे का?

    1. होय, आहे   2. दारिद्र्यरेषेखालील   3. अंत्योदय   4. अन्नपूर्णा

    5. रेशनकार्ड नाही   6. मिळाले; परंतु हरवले.   7. इतर काही _____

टीपः इथून पुढे सर्व प्रश्नांसाठी कुटुंब म्हणजे साधारण कुटुंब- जिथे आईवडील, पत्नी-मुले, नातेवाईक राहतात असे घर. प्रतिसादक वसतिगृह, वृद्धाश्रम, धार्मिक संस्था इ. ठिकाणी राहत असल्यास त्यांना त्यांच्या राहत्या घराविषयी माहिती विचारावी.

11. विभाग/स्थान 1. गाव 2. छोटे शहर (1 लाखाहून)
3. शहर (1 लाखापेक्षा) 4. महानगर (दहा लाखापेक्षा अधिक)

12. कुटुंबातील एकूण सदस्याची संख्या
प्रौढ ____________ मुले ______________

13. घरातील खोल्यांची संख्या किती आहे? (स्वयंपाकगृह खोली म्हणून मोजा. मात्र बाथरुम, व्हरांडा किंवा साठवण्याच्या जागेला खोली मानू नका. जर 9 हून अधिक असल्यास संकेतांक 9 नोंदवा.)

14. राहत्या घराचा प्रकार (स्वतःचे किंवा भाड्याचे)
1. झोपडी (भिंतीसाठी प्लास्टिक, पॉलिथीन, गवत, दगड इत्यादी कच्च्या साहित्याचा वापर, छत नाही किंवा कच्चं छत)
2. कच्चे घर (लाकूड, बांबू किंवा मातीच्या भिंती आणि गवत, लाकूड, पत्रे वापरून छत तयार केलेले घर)
3. अर्धे कच्चे अर्धे पक्के घर (भिंती पक्क्या स्वरूपाच्या मात्र छत कॉन्क्रीट नसलेले घर)
4. मिश्र घर (काही खोल्या पक्क्या आणि काही खोल्या पक्क्या स्वरूपात असलेलं घर)
5. पक्के स्वतंत्र (घराच्या भिंती, छत पक्क्या स्वरूपाचे आणि स्वतंत्र जागेत बांधलेले घर)
6. फ्लॅट (एकाहून अधिक घरं एकाच प्लॉटवर किमान दुमजली इमारतीत असलेले घर)

कुटुंबाविषयी माहिती

15. कुटुंबाच्या मालकीची एकूण शेत जमीन(बागाईत आणि लागवड धरून) (गेल्या 12 महिन्यांत) ________________ (स्थानिक एककात विचारा, पण प्रमाण एककात नोंद करा. जर 99पेक्षा अधिक असेल, 99कोड करा).

16. तुमच्याकडे/कुटुंबाकडे खालील गोष्टी आहेत काय?

		हो	नाही
अ.	**अ.** सायकल	1	0
ब.	**ब.** स्वयंपाकाचा गॅस	1	0
क.	**क.** टेलिफोन/मोबाइल	1	0
ड.	**ड.** विजेचा पंखा	1	0
इ.	**इ.** टीव्ही	1	0
फ.	**फ.** पंपसेट (ग्रामीण प्रतिसादकांकरिता)	1	0
ह.	**ह.** स्कूटर/मोटारसायकल/मोपेड	1	0
स.	**स.** कार/जीप/व्हॅन	1	0
ळ.	**ळ.** ट्रॅक्टर	1	0
क्ष.	**क्ष.** फ्रिज	1	0
ज्ञ.	**ज्ञ.** जनावरांची संख्या (ग्रामीण प्रतिसादकांकरिता)	____	0

17. कुटुंबाचे मासिक उत्पन्न (घरातील सर्व कमावत्या सदस्यांचे एकत्र करून) ____________

परिशिष्ट 2

सर्वेक्षणादरम्यान कोणाच्या मुलाखती घेतल्या गेल्याः सामाजिक रूपरेखा

लिंग

		पुरुष	स्त्री	एकूण
युवा वर्ग	%	56.7	43.3	100
	संख्या	869	663	1532
ज्येष्ठ	%	54.2	45.8	100
	संख्या	560	473	1033
एकूण	%	55.7	44.3	100
	संख्या	1429	1136	2565

वैवाहिक स्थिती

		विवाहित	*विवाहित; पण गौना विधी केलेला नाही*	*विधवा/विधुर*	घटस्फोटित	विभक्त	परित्यक्त	*विवाह केला नाही*	एकूण
युवा वर्ग	%	72.1	3.1	1.1	.1	2.3	1.7	19.5	100
	संख्या	1096	47	17	2	35	27	297	1521
ज्येष्ठ	%	93.1	.7	4.7	-	.2	.2	1	100
	संख्या	958	7	49	0	2	2	11	1029
एकूण	%	80.1	2.1	2.6	2.1	1.4	1.1	12.0	100
	संख्या	2054	54	66	2	37	29	308	2565

टीपः 15 प्रतिसादकांची माहिती उपलब्ध झाली नाही.

प्रतिसादकांची शैक्षणिक पातळी

		अशिक्षित	प्राथमिक	माध्यमिक शाळा	उच्च माध्यमिक शाळा	महाविद्यालयीन	उपलब्ध नाही	एकूण
युवा वर्ग	%	11.4	21.3	14.4	34.5	18.3	.1	100
	संख्या	175	326	221	528	280	2	1532
ज्येष्ठ	%	28.0	29.7	11.9	22.6	7.3	.6	100
	संख्या	289	306	123	234	75	6	1033
सर्व	%	18.1	24.6	13.4	29.7	13.8	.3	100
	n	464	632	344	762	355	8	2565

प्रतिसादकांच्या वडिलांची शैक्षणिक पातळी

		अशिक्षित	प्राथमिक	माध्यमिक शाळा	उच्च माध्यमिक शाळा	महाविद्यालयीन	उपलब्ध नाही	एकूण
युवा वर्ग	%	40.9	20.8	8.3	20.3	6.2	3.5	100
	संख्या	627	319	127	311	95	53	1532
ज्येष्ठ	%	56.8	18.6	4.2	11.9	3.4	5.1	100
	संख्या	587	192	43	123	35	53	1033
सर्व	%	47.3	19.9	6.6	16.9	5.1	4.1	100
	संख्या	1214	511	170	434	130	106	2565

प्रतिसादकांच्या आईची शैक्षणिक पातळी

		अशिक्षित	प्राथमिक	माध्यमिक शाळा	उच्च माध्यमिक शाळा	महाविद्यालयीन	उपलब्ध नाही	एकूण
युवा वर्ग	%	58.7	19	6.3	10.1	1.8	4.1	100
	संख्या	900	291	97	155	26	63	1532
ज्येष्ठ	%	72.1	13.2	4.4	4.2	.7	5.5	100
	संख्या	745	136	45	43	7	57	1033
सर्व	%	64.1	16.6	5.5	7.7	1.4	4.7	100
	संख्या	1645	427	142	198	33	120	2565

प्रतिसादकाचा व्यवसाय

		उच्च व्यावसायिक	कनिष्ठ व्यावसायिक	उद्योग	कौशल्यपूर्ण आणि कौशल्यहीन कामगार	शेती	कामगार नाही	उपलब्ध नाही	एकूण
युवा वर्ग	%	1.4	4.8	9.5	17.4	23.9	41.1	1.9	100
	संख्या	22	74	145	267	366	629	29	1532
ज्येष्ठ	%	1	5.9	9.3	16.2	32	32.6	3	100
	संख्या	10	61	96	167	331	337	31	1033
सर्व	%	1.2	5.3	9.4	16.9	27.2	37.7	2.3	100
	संख्या	32	135	241	434	697	966	60	2565

वडिलांचा व्यवसाय

		उच्च व्यावसायिक	कनिष्ठ व्यावसायिक	उद्योग	कौशल्यपूर्ण आणि कौशल्यहीन कामगार	शेती	कामगार नाही	उपलब्ध नाही	एकूण
युवा वर्ग	%	.8	6.1	11.9	21.3	54.3	1.2	4.4	100
	संख्या	13	93	182	326	832	19	67	1532
ज्येष्ठ	%	.9	4.5	7.3	18.4	59.1	1.5	8.4	100
	संख्या	9	46	75	190	610	16	87	1033
	%	.9	5.4	10.0	20.1	56.2	1.4	6.0	100
	संख्या	22	139	257	516	1442	35	154	2565

जात समुदाय

		हिंदू उच्चजातीय	हिंदू इतर मागास वर्गीय	हिंदू अनुसूचित जाती	हिंदू अनुसूचित जमाती	मुस्लीम	इतर	एकूण
युवा वर्ग	%	22.1	38.3	22.8	5	8.1	3.8	100
	संख्या	338	586	349	77	124	58	1532
ज्येष्ठ	%	24	37.7	21	5.4	7.9	4	100
	संख्या	248	389	217	56	82	41	1033
सर्व	%	22.8	38.0	22.1	5.2	8.0	3.9	100
	संख्या	586	975	566	133	206	99	2565

जात गट

		अनुसूचित जाती	अनुसूचित जमाती	इतर मागास वर्गीय	इतर	एकूण
युवा वर्ग	%	24.6	5.1	41.6	29	100
	संख्या	376	78	636	442	1532
ज्येष्ठ	%	22	5.6	41.8	31	100
	संख्या	226	58	430	319	1033
सर्व	%	23.5	5.3	41.6	29.7	100
	संख्या	602	136	1066	761	2565

धर्म

		हिंदू	मुस्लीम	ख्रिश्चन	शीख	बौद्ध	जैन	धर्म नाही	इतर	एकूण
युवा वर्ग	%	88.3	8.1	2.5	.3	.3	.4	.1	.1	100
	संख्या	1353	124	38	5	4	6	1	1	1532
ज्येष्ठ	%	88.2	7.9	2.4	.6	.3	.4	0	.2	100
	संख्या	911	82	25	6	3	4	0	2	1033
सर्व	%	88.3	8.0	2.5	.4	.3	.4	0	.1	100
	संख्या	2264	206	63	11	7	10	1	3	2565

मतदाराचे ओळखपत्र

		होय	फोटो घेतला पण ओळखपत्र मिळाले नाही	हो; पण त्यात चुका आहेत	नाही	होते; पण हरवले	माहिती नाही./ इतर	एकूण
युवा वर्ग	%	92	3.4	1	3.1	.5	.1	100
	संख्या	1409	52	16	47	7	1	1532
ज्येष्ठ	%	93.6	1.1	1	2.5	1.5	.4	100
	संख्या	967	11	10	26	15	4	1033
सर्व	%	92.6	2.5	1.0	2.8	.9	.2	100
	संख्या	2376	63	26	73	22	5	2565

रेशनकार्ड

		दारिद्र्यरेषेवरील	दारिद्र्यरेषेखालील	अंत्योदय	अन्नपूर्णा	नाही	हरवले	उपलब्ध नाही./ इतर	एकूण
युवा वर्ग	%	38.3	41.8	2.2	1	10.8	.5	5.4	100
	संख्या	587	641	33	16	165	8	82	1532
ज्येष्ठ	%	36.7	45.8	1.8	.5	8.2	1.5	5.5	100
	संख्या	379	473	19	5	85	15	57	1033
सर्व	%	37.7	43.4	2.0	.8	9.7	.9	5.4	100
	संख्या	966	1114	52	21	250	23	139	2565

ठिकाण/स्थान

		गाव	छोटं शहर	शहर	महानगर	एकूण
युवा वर्ग	%	73.3	14	7	5.7	100
	संख्या	1123	215	107	87	1532
ज्येष्ठ	%	74.2	15.7	7.6	2.5	100
	संख्या	767	162	78	26	1033
सर्व	%	73.7	14.7	7.2	4.4	100
	संख्या	1890	377	185	113	2565

कुटुंबातील सदस्यसंख्या (प्रौढ)

		1–2	3–4	5–6	7–8	9 आणि त्याहून अधिक	रिक्त/उपलब्ध नाही	एकूण
युवा वर्ग	%	22.5	40.7	23.3	8.2	4.1	1.2	100
	संख्या	345	624	356	126	63	18	1532
ज्येष्ठ	%	25.9	36.8	25.2	8.2	3.5	.5	100
	संख्या	268	380	260	84	36	5	1033
सर्व	%	23.9	39.2	24.0	8.1	3.9	.9	100
	संख्या	613	1004	616	210	99	23	2565

कुटुंबातील सदस्यसंख्या (मुलं)

		1–2	3–4	5–6	7–8	9 आणि त्याहून अधिक	रिक्त/उपलब्ध नाही	एकूण
युवा वर्ग	%	45.5	31.2	5.3	1.5	1	15.5	100
	संख्या	696	478	81	24	16	237	1532
ज्येष्ठ	%	42	33.7	8.9	2.3	1.5	13.6	100
	संख्या	434	348	71	23	16	141	1033
सर्व	%	44.1	32.2	5.9	1.8	1.2	14.7	100
	संख्या	1140	826	152	47	32	378	2565

घरातील एकूण खोल्यांची संख्या

		1–2	3–4	5–6	8 आणि त्याहून अधिक	एकूण
युवा वर्ग	%	60.6	35.3	.2	3.9	100
	संख्या	929	541	2	60	1532
ज्येष्ठ	%	48.8	43.6	.8	6.8	100
	संख्या	504	451	8	70	1033
सर्व	%	55.9	37.4	.4	5.1	100
	संख्या	1433	992	10	130	2565

घराचा प्रकार

		झोपडी	कच्चं घर	कच्चं-पक्कं	मिश्र	पक्कं	सदनिका	उपलब्ध नाही	एकूण
युवा वर्ग	%	5.8	21.9	20	23.4	26.8	1.6	.5	100
	संख्या	89	335	306	358	411	25	8	1532
ज्येष्ठ	%	6.5	22.1	21.7	21.2	26.9	.9	.8	100
	संख्या	67	228	224	219	278	9	8	1033
सर्व	%	6.1	21.9	20.7	22.5	26.9	1.3	.6	100
	संख्या	156	563	530	577	685	34	16	2565

एकूण मासिक उत्पन्न

		1000 पर्यंत	1001– 2000	2001– 3000	3001– 4000	4001– 5000	5001– 10000	10001– 20000	20000 हून अधिक	एकूण
युवा वर्ग	%	11.8	20	17.8	12.5	12.2	16.7	6.3	2.7	100
	संख्या	181	307	272	192	187	256	96	41	1532
ज्येष्ठ	%	14.1	20.1	17.3	12.8	11.1	15.2	6.3	3	100
	संख्या	146	208	179	132	115	157	65	31	1033
सर्व	%	12.7	20.1	17.6	12.6	11.8	16.1	6.3	2.8	100
	संख्या	327	515	451	324	302	413	161	72	2565

आर्थिक वर्ग

		श्रीमंत	मध्यम	कनिष्ठ	गरीब	अधिक गरीब	एकूण
युवा वर्ग	%	9.9	26.3	45.3	14.4	4.1	100
	संख्या	152	403	694	220	63	1532
ज्येष्ठ	%	11.4	24.7	42.1	14.5	7.3	100
	संख्या	118	255	435	150	75	1033
सर्व	%	10.5	25.7	44.0	14.4	5.4	100
	संख्या	270	658	1129	370	138	2565

परिशिष्ट 3

मत आणि दृष्टिकोन: मूलभूत तथ्यं

तक्ता 1: राजकारण आणि राजकीय बातमीत रस

		अधिक रस	काही प्रमाणात	रस नाही	मत नाही	एकूण
युवा वर्ग	%	9.8	52.4	33.9	3.9	100
	संख्या	150	803	519	60	1532
ज्येष्ठ	%	6.9	44.1	41.9	7.1	100
	संख्या	71	456	432	73	1033

तक्ता 2: राजकीय संस्थांकडून होणाऱ्या कामाविषयीची चर्चा

			नेहमी	काहीवेळा	कधीही नाही	मत नाही	एकूण
केंद्र सरकार	युवा वर्ग	%	11.8	37.9	43.7	6.6	100
		संख्या	181	580	670	101	1532
	ज्येष्ठ	%	10.4	30.5	46.7	12.5	100
		संख्या	107	315	482	129	1033
राज्य सरकार	युवा वर्ग	%	15.8	40.4	37.6	6.2	100
		संख्या	242	619	576	95	1532
	ज्येष्ठ	%	13	33.9	41.9	11.2	100
		संख्या	134	350	433	116	1033
खासदार	युवा वर्ग	%	12.5	40.2	39.8	7.4	100
		संख्या	192	616	610	114	1532
	ज्येष्ठ	%	11.5	33	41.6	13.8	100
		संख्या	119	341	430	143	1033
आमदार	युवा वर्ग	%	18.3	40	34.3	7.3	100
		संख्या	281	613	526	112	1532
	ज्येष्ठ	%	13.2	35.3	37.8	13.7	100
		संख्या	136	365	390	142	1033
राजकीय पक्ष	युवा वर्ग	%	18.9	38.3	35.5	7.3	100
		संख्या	289	587	544	112	1532
	ज्येष्ठ	%	15.9	32.2	39.1	12.8	100
		संख्या	164	333	404	132	1033

(तक्ता 2 पुढे चालू)

(तक्ता 2 पुढे चालू)

			नेहमी	*काहीवेळा*	*कधीही नाही*	*मत नाही*	*एकूण*
पंचायत/ महानगरपालिका	युवा वर्ग	%	31.1	42.8	21	5.2	100
		संख्या	477	655	321	79	1532
	ज्येष्ठ	%	28.4	37	24.3	10.4	100
		संख्या	293	382	251	107	1033

तक्ता 3 (अ) (i): काश्मीरमधील युवा वर्गाच्या निषेध निदर्शनाबाबतची जागरूकता

		होय	*नाही*	*आठवत नाही*	*एकूण*
युवा वर्ग	%	31.7	64	4.2	100
	संख्या	486	981	65	1532
ज्येष्ठ	%	23.7	72	4.3	100
	संख्या	245	744	44	1033

तक्ता 3(अ) (ii): (जागरूक असेल तर) काश्मीरमधील युवा वर्गाच्या निषेध निदर्शनातील चर्चांमध्ये सहभाग

		होय	*नाही*	*आठवत नाही*	*एकूण*
युवा वर्ग	%	64.4	31.3	4.3	100
	संख्या	313	152	21	486
ज्येष्ठ	%	59.2	35.9	4.9	100
	संख्या	145	88	12	245

टीपः माहितीची गणना वैध प्रतिसादकांच्या आधारे केली आहे कारण हा प्रश्न एका प्रश्नावर अवलंबून असलेला प्रश्न होता.

तक्ता 3(ब) (i): अलाहाबाद उच्च न्यायालयाच्या अयोध्या निकालाबाबत जागरूकता

		होय	*नाही*	*आठवत नाही*	*एकूण*
युवा वर्ग	%	57.6	39.6	2.9	100
	संख्या	882	606	44	1532
ज्येष्ठ	%	45.8	50.5	3.7	100
	संख्या	473	522	38	1033

तक्ता 3(ब) (ii): (जागरूक असल्यास) अलाहाबाद उच्च न्यायालयाच्या अयोध्याबाबतच्या निकालावरील चर्चेबाबत जागरूकता

		होय	नाही	आठवत नाही	एकूण
युवा वर्ग	%	67.2	28.8	4	100
	संख्या	593	254	35	882
ज्येष्ठ	%	63	31.5	5.5	100
	संख्या	298	149	26	473

टीपः माहितीची गणना वैध प्रतिसादकांच्या आधारे केली आहे कारण हा प्रश्न एका प्रश्नावर अवलंबून असलेला प्रश्न होता.

तक्ता 3(क) (i): बिहार विधानसभा निवडणुकांबाबत जागरूकता

		होय	नाही	आठवत नाही	एकूण
युवा वर्ग	%	29	66.3	4.7	100
	संख्या	444	1016	72	1532
ज्येष्ठ	%	22.7	71.7	5.6	100
	संख्या	234	741	58	1033

तक्ता 3(क) (ii): (जागरूक असल्यास) बिहार निवडणुकांविषयीच्या चर्चांमधील सहभाग

		होय	नाही	आठवत नाही	एकूण
युवा वर्ग	%	62.8	32.9	4.3	100
	संख्या	279	146	119	444
ज्येष्ठ	%	61.1	33.3	5.6	100
	संख्या	143	78	13	234

टीपः माहितीची गणना वैध प्रतिसादकांच्या आधारे केली आहे कारण हा प्रश्न एका प्रश्नावर अवलंबून असलेला प्रश्न होता.

तक्ता 3(ड) (i): नक्षलवादी हिंसेबाबत जागरूकता

		होय	नाही	आठवत नाही	एकूण
युवा वर्ग	%	44.1	51.4	4.4	100
	संख्या	676	788	68	1532
ज्येष्ठ	%	33.3	62.3	4.4	100
	संख्या	344	644	45	1033

तक्ता 3(ड) (ii): *(जागरूक असल्यास)* नक्षलवादी हिंसेबाबतच्या चर्चेतील सहभाग

		होय	नाही	आठवत नाही	एकूण
युवा वर्ग	%	62.6	31.8	5.6	100
	संख्या	423	215	38	676
ज्येष्ठ	%	60.2	34	5.8	100
	संख्या	207	117	20	344

नोंद: माहितीची गणना वैध प्रतिसादकांच्या आधारे केली आहे कारण हा प्रश्न एका प्रश्नावर अवलंबून असलेला प्रश्न होता.

तक्ता 3(इ) (i): दिल्लीतील कॉमनवेल्थ खेळातील भ्रष्टाचाराबाबत जागरूकता

		होय	नाही.	आठवत नाही	एकूण
युवा वर्ग	%	44.2	52.2	3.7	100
	संख्या	677	799	56	1532
ज्येष्ठ	%	31.5	64.4	4.2	100
	संख्या	325	665	43	1033

तक्ता 3(इ) (ii): *(जागरूक असल्यास)* दिल्लीतील कॉमनवेल्थ खेळातील भ्रष्टाचारविषयक चर्चांमध्ये सहभाग

		होय	नाही.	आठवत नाही	एकूण
युवा वर्ग	%	70	25.3	4.7	100
	संख्या	474	177	32	677
ज्येष्ठ	%	68	26.8	5.2	100
	संख्या	221	87	17	325

टीपः माहितीची गणना वैध प्रतिसादकांच्या आधारे केली आहे कारण हा प्रश्न एका प्रश्नावर अवलंबून असलेला प्रश्न होता.

तक्ता 3(फ) (i): 2जी स्पेक्ट्रम/टेलिकॉम घोटाळ्याविषयी जागरूकता

		होय	नाही.	आठवत नाही	एकूण
युवा वर्ग	%	42.5	54.1	3.4	100
	संख्या	651	829	52	1532
ज्येष्ठ	%	31	65.2	3.9	100
	संख्या	320	673	40	1033

तक्ता 3(फ) (ii): (*जागरूक असल्यास*) 2 जी स्पेक्ट्रम/टेलिकॉम घोटाळ्याविषयीच्या चर्चांमध्ये सहभाग

		होय	नाही.	आठवत नाही	एकूण
युवा वर्ग	%	76.2	20.1	3.7	100
	संख्या	496	131	24	651
ज्येष्ठ	%	68.8	27.8	3.4	100
	संख्या	220	89	11	320

टीप: माहितीची गणना वैध प्रतिसादकांच्या आधारे केली आहे कारण हा प्रश्न एका प्रश्नावर अवलंबून असलेला प्रश्न होता.

तक्ता 4: (*जर प्र. 3 चे उत्तर 'होय' असेल तर*) राजकीय मुद्द्यांविषयीच्या चर्चा कोणासोबत

		मित्र-मैत्रिणींसमवेत	कुटुंबासमवेत	शेजाऱ्यां-सोबत	सहकाऱ्यां-सोबत	कुठल्याही व्यक्तीसोबत	मत नाही	एकूण
युवा वर्ग	%	58.4	18.1	4.5	2.7	3.3	13	100
	संख्या	284	88	22	13	16	63	486
ज्येष्ठ	%	40.8	20	11.4	6.1	6.9	14.7	100
	संख्या	100	49	28	15	17	36	245

टीप: माहितीची गणना वैध प्रतिसादकांच्या आधारे केली आहे कारण हा प्रश्न एका प्रश्नावर अवलंबून असलेला प्रश्न होता.

तक्ता 5: निवडणूक सुधारणांविषयीच्या मुद्द्यांविषयी मत

			सहमत	असहमत	मत नाही	एकूण
आमदार/खासदार यांना परत बोलावण्याचा अधिकार	युवा वर्ग	%	68.5	15.9	15.6	100
		संख्या	1049	244	239	1532
	ज्येष्ठ	%	57.1	18	24.9	100
		संख्या	590	186	257	1033
निवडणूक लढवण्यासाठी 65 वर्षे कमाल वयोमर्यादा आखणे	युवा वर्ग	%	49.3	35.1	15.7	100
		संख्या	755	537	240	1532
	ज्येष्ठ	%	41.8	36	22.2	100
		संख्या	432	372	229	1033
सक्तीचे मतदान	युवा वर्ग	%	59.6	25.7	14.7	100
		संख्या	913	394	225	1532
	ज्येष्ठ	%	51.5	25.6	22.9	100
		संख्या	532	264	237	1033
निवडणुकांमध्ये युवा वर्गास आरक्षण	युवा वर्ग	%	41.6	32.5	25.9	100
		संख्या	637	498	397	1532
	ज्येष्ठ	%	31.8	34.3	34	100
		संख्या	328	354	351	1033

तक्ता 6: राजकीय पक्षाचे पाठीराखे

		काँग्रेस	भाजप	डावे	बसप	सप	अण्णाद्रमुक	इतर पक्ष	माहीत नाही	एकूण
युवा वर्ग	%	23.5	19.7	6.9	8.3	6.7	8.6	25.7	.6	100
	संख्या	260	218	76	92	74	95	284	7	1106
ज्येष्ठ	%	27	17.1	7.6	10.6	9.1	3.9	23.7	1	100
	संख्या	199	126	56	78	67	29	174	7	736

टीपः माहितीची गणना वैध प्रतिसादकांच्या आधारे केली आहे कारण हा प्रश्न एका प्रश्नावर अवलंबून असलेला प्रश्न होता.

तक्ता 7: 2009 लोकसभा निवडणुकीतील मतदानात सहभाग

		होय	नाही	आठवत नाही	मत नाही	एकूण
युवा वर्ग	%	84.1	12.5	2.5	.8	100
	संख्या	1288	192	39	13	1532
ज्येष्ठ	%	91.3	4.5	2.8	1.4	100
	संख्या	943	47	29	14	1033

तक्ता 7(अ): (जर प्र.7 चे उत्तर 'होय' असे असेल तर) 2009 लोकसभा निवडणुकीत राजकीय पक्षास मतदान केले

		काँग्रेस	भाजप	डावे	बसप	सप	जद(सं)	इतर पक्ष	माहीत नाही	एकूण
युवा वर्ग	%	20.1	16.1	5.7	7.1	6.8	6.1	19.4	18.7	100
	संख्या	259	207	73	92	88	79	249	241	1288
ज्येष्ठ	%	22.5	14.4	6.2	9.8	8.2	5.3	14.5	19.1	100
	संख्या	212	136	59	92	77	50	137	180	943

टीपः माहितीची गणना वैध प्रतिसादकांच्या आधारे केली आहे कारण हा प्रश्न एका प्रश्नावर अवलंबून असलेला प्रश्न होता.

तक्ता 8: (प्र.7 चे उत्तर 'होय' असल्यास) 2009 लोकसभेस मतदान करतानाचा निकषः उमेदवार की पक्ष

		पक्ष	उमेदवार	सांगू शकत नाही	एकूण
युवा वर्ग	%	62.3	25.9	11.8	100
	संख्या	802	334	152	1288
ज्येष्ठ	%	60.1	25.1	14.7	100
	संख्या	567	237	139	943

टीपः माहितीची गणना वैध प्रतिसादकांच्या आधारे केली आहे कारण हा प्रश्न एका प्रश्नावर अवलंबून असलेला प्रश्न होता.

तक्ता: 8(अ): (प्र.8 मधील पक्ष असल्यास) पक्षासाठी मतदान करण्याचा सर्वांत महत्त्वाचा निकष

		युवा उमेदवार	*माझ्या समूहाने/ जातीने पाठिंबा दिला*	*माझ्या गल्लीतील/ गावातील लोकांनी पाठिंबा दिला*	*कुटुंबाने पाठिंबा दिला*	*कुटुंबाला पक्षाकडून लाभ झाला*	*चांगलं नेतृत्व*	*पक्ष योजना चांगली होती*	*सांगू शकत नाही/ इतर*	*एकूण*
युवा वर्ग	%	2	11.5	5.9	29.7	12.6	20.7	15.3	2.7	100
	संख्या	16	89	47	238	101	166	123	22	802
ज्येष्ठ	%	1.8	10.4	7.2	26.5	13.4	21	15.7	4.1	100
	संख्या	10	59	41	150	76	119	89	23	567

नोंद: माहितीची गणना वैध प्रतिसादकांच्या आधारे केली आहे कारण हा प्रश्न एका प्रश्नावर अवलंबून असलेला प्रश्न होता.

तक्ता 8(ब): (प्र.8 मधील उमेदवार असल्यास) उमेदवारास मतदान करण्याचा सर्वांत महत्त्वाचा निकष

		युवा उमेदवार	*माझ्या समूहाने/ जातीने पाठिंबा दिला*	*माझ्या गल्लीने/ गावाने पाठिंबा दिला*	*उमेदवारासोबत चांगले संबंध*	*कुटुंबास उमेदवाराकडून लाभ झाला*	*उमेदवाराचे व्यक्तिमत्त्व*	*उपलब्धता*	*सांगू शकत नाही/ इतर*	*एकूण*
युवा वर्ग	%	12.3	10.2	6.6	9.6	15.6	33.5	3.9	8.4	100
	संख्या	41	34	22	32	52	112	13	28	334
ज्येष्ठ	%	4.2	8.9	7.2	13.5	13.9	31.2	9.7	11.4	100
	संख्या	10	21	17	32	33	74	23	27	237

टीपः माहितीची गणना वैध प्रतिसादकांच्या आधारे केली आहे कारण हा प्रश्न एका प्रश्नावर अवलंबून असलेला प्रश्न होता.

तक्ता 9: निवडणुकीशी संबंधित कृतींमधील सहभाग

			होय	*नाही*	*आठवत नाही*	*मत नाही*	*एकूण*
उमेदवारासाठी निधी संकलन	युवा वर्ग	%	5	88.4	2.6	4	100
		संख्या	77	1354	40	61	1532
	ज्येष्ठ	%	4.5	87	3.2	5.2	100
		संख्या	47	899	33	54	1033
निवडणूक बैठका, सभा आणि फेरी, मिरवणुका यांना हजेरी	युवा वर्ग	%	23	71.4	2.2	3.3	100
		संख्या	353	1094	34	51	1532
	ज्येष्ठ	%	22	69.5	3.6	4.9	100
		संख्या	227	718	37	51	1033

(तक्ता 9 पुढे चालू)

(तक्ता 9 पुढे चालू)

			होय	नाही	आठवत नाही	मत नाही	एकूण
निवडणूक प्रचार मोहीम किंवा	युवा वर्ग	%	20.6	74.3	1.9	3.2	100
पत्रकं वाटणे		संख्या	316	1138	29	49	1532
	ज्येष्ठ	%	17.1	74.7	3.2	4.9	100
		संख्या	177	772	33	51	1033
टीव्हीवर निवडणुकीशी	युवा वर्ग	%	45.9	49.2	1.8	3.1	100
संबंधित कार्यक्रम पाहिले		संख्या	703	754	28	47	1532
	ज्येष्ठ	%	38.3	54.8	2.8	4.1	100
		संख्या	396	566	29	42	1033

तक्ता 10: मागील राज्य विधानसभा निवडणुकीतील मतदानात सहभाग

		होय	नाही.	आठवत नाही	मत नाही	एकूण
युवा वर्ग	%	79.5	16.8	2.7	1	100
	संख्या	1218	257	42	15	1532
ज्येष्ठ	%	88.1	7.3	2.9	1.7	100
	संख्या	910	75	30	18	1033

तक्ता 11: मागील पंचायत/महानगरपालिका निवडणुकीतील मतदानात सहभाग

		होय	नाही.	आठवत नाही	मत नाही	एकूण
युवा वर्ग	%	81.6	14.6	2	1.8	100
	संख्या	1250	223	31	28	1532
ज्येष्ठ	%	91.4	5.5	1	2.1	100
	संख्या	944	57	10	22	1033

तक्ता 12: (प्र12 अ, ब, क आणि ड) उमेदवारास मतदान करतानाचे निकष (प्राधान्यानुसार क्रम 1 ते 4)

			प्राधान्यक्रम 1	प्राधान्यक्रम 2	प्राधान्यक्रम 3	प्राधान्यक्रम 4	मत नाही	एकूण
उमेदवाराचा	युवा वर्ग	%	12.9	30.7	33.4	19.1	3.9	100
अनुभव		संख्या	198	471	511	292	60	1532
	ज्येष्ठ	%	18.4	31.2	32.3	13	5.1	100
		संख्या	190	322	334	134	53	1033
उमेदवाराचा	युवा वर्ग	%	32.8	27.3	22.9	13.2	3.7	100
पक्ष		संख्या	503	419	351	202	57	1532
	ज्येष्ठ	%	33	28.8	22.6	10.5	5.1	100
		संख्या	341	298	233	108	53	1033

(तक्ता 12 पुढे चालू)

(तक्ता 12 पुढे चालू)

			प्राधान्यक्रम 1	*प्राधान्यक्रम 2*	*प्राधान्यक्रम 3*	*प्राधान्यक्रम 4*	*मत नाही*	*एकूण*
उमेदवाराची कामगिरी	युवा वर्ग	%	40.5	26.4	19.3	11	2.8	100
		संख्या	621	405	295	168	43	1532
	ज्येष्ठ	%	37.9	28.4	21.7	7.4	4.7	100
		संख्या	391	293	224	76	49	1033
उमेदवाराचे युवा वय	युवा वर्ग	%	11.7	12.3	20.7	51.4	3.9	100
		संख्या	179	188	317	788	60	1532
	ज्येष्ठ	%	6.6	7.6	17.6	63.1	5.1	100
		संख्या	68	78	182	652	53	1033

तक्ता 13: गेल्या दोन वर्षात सामाजिक/राजकीय मुद्द्याच्या संदर्भाने निषेध निदर्शनं यातील सहभाग

		होय	*नाही.*	*आठवत नाही*	*एकूण*
युवा वर्ग	%	11.9	85.8	2.3	100
	संख्या	182	1314	36	1532
ज्येष्ठ	%	11.3	84.8	3.9	100
	संख्या	117	876	40	1033

तक्ता 14: सध्या/यापूर्वी राजकीय पक्षाचे सदस्यत्व

		होय	*नाही*	*अनुत्तरित*	*एकूण*
युवा वर्ग	%	8.7	86.2	5.1	100
	संख्या	133	1321	78	1532
ज्येष्ठ	%	7.6	86.4	6	100
	संख्या	78	893	62	1033

तक्ता 15: सध्या/यापूर्वी राजकीय पक्षाच्या शाखेचे युवा वर्गाचे सभासदत्व

		होय	*नाही*	*मत नाही*	*एकूण*
युवा वर्ग	%	9.8	85.7	4.5	100
	संख्या	150	1313	69	1532
ज्येष्ठ	%	5.6	88.2	6.2	100
	संख्या	58	911	64	1033

तक्ता 16: तुमच्या कार्यालयीन ठिकाणी युनियनचे सध्या/यापूर्वी सभासदत्व

		होय	नाही	अनुत्तरित	एकूण
युवा वर्ग	%	3.2	91.8	5	100
	संख्या	49	1407	76	1532
ज्येष्ठ	%	4.7	90.1	5.1	100
	संख्या	49	931	53	1033

तक्ता 17: सामाजिक सेवा संघटना अथवा गैर सरकारी संस्थेचे सध्या/यापूर्वी सभासदत्व

		होय	नाही	अनुत्तरित	एकूण
युवा वर्ग	%	2.4	92.7	4.9	100
	संख्या	37	1420	75	1532
ज्येष्ठ	%	2.3	89.3	8.4	100
	संख्या	24	922	87	1033

तक्ता 18: इतर कुठल्याही संघटनेचे सध्या/यापूर्वी सभासदत्व

		होय	नाही	अनुत्तरित	एकूण
युवा वर्ग	%	2.7	91.2	6.1	100
	संख्या	42	1397	93	1532
ज्येष्ठ	%	1.7	88.9	9.4	100
	संख्या	18	918	97	1033

तक्ता 19: संबंधित मतदारसंघातील विद्यमान खासदाराविषयी जागरूकता

		जागरूक	जागरूक नाही	एकूण
युवा वर्ग	%	58.2	41.8	100
	संख्या	891	641	1532
ज्येष्ठ	%	50.6	49.4	100
	संख्या	523	510	1033

तक्ता 19(अ): (प्र.19 बाबत जागरूक असल्यास) राजकीय कुटुंबातील विद्यमान खासदाराबाबत जागरूकता

		जागरूक	जागरूक नाही	एकूण
युवा वर्ग	%	42.6	57.4	100
	संख्या	380	511	891
ज्येष्ठ	%	41.3	58.7	100
	संख्या	216	307	523

टीपः माहितीची गणना वैध प्रतिसादकांच्या आधारे केली आहे कारण हा प्रश्न एका प्रश्नावर अवलंबून असलेला प्रश्न होता.

तक्ता 20: विद्यमान खासदाराच्या कामगिरीविषयी समाधान

		पूर्णतः समाधानी	काही प्रमाणात समाधानी	काही प्रमाणात असमाधानी	पूर्णतः असमाधानी	सांगू शकत नाही/ माहीत नाही	एकूण
युवा वर्ग	%	14.9	39.6	12.8	15	17.8	100
	संख्या	228	606	196	230	272	1532
ज्येष्ठ	%	16	33.9	11.2	16	22.9	100
	संख्या	165	350	116	165	237	1033

तक्ता 21: संबंधित मतदारसंघातील विद्यमान आमदाराविषयी जागरूकता

		जागरूक	जागरूक नाही	एकूण
युवा वर्ग	%	63.7	36.3	100
	संख्या	976	556	1532
ज्येष्ठ	%	54.8	45.2	100
	संख्या	566	467	1033

तक्ता 21(अ): (प्र21 नुसार जागरूक असल्यास) राजकीय कुटुंबातून आमदार असल्यास त्याबाबत जागरूकता

		जागरूक	जागरूक नाही	एकूण
युवा वर्ग	%	38.9	61.1	100
	संख्या	380	596	976
ज्येष्ठ	%	39	61	100
	संख्या	221	345	566

तक्ता 22: विद्यमान आमदाराच्या कामगिरीविषयी समाधान

		पूर्णतः समाधानी	काही प्रमाणात समाधानी	काही प्रमाणात असमाधानी	पूर्णतः असमाधानी	सांगता येत नाही/ माहीत नाही	एकूण
युवा वर्ग	%	16	40.9	8.9	13.3	21	100
	संख्या	245	626	136	203	322	1532
ज्येष्ठ	%	17.8	33	11.5	14	23.6	100
	संख्या	184	341	119	145	244	1033

तक्ता 23: सरपंच अथवा नगरसेवक यांच्या वयाविषयी जागरूकता (त्यांचं वय 40 हून कमी असल्यास)

		होय	नाही.	माहीत नाही	एकूण
युवा वर्ग	%	43.8	41.3	14.9	100
	संख्या	671	632	229	1532
ज्येष्ठ	%	41.4	39.6	19	100
	संख्या	428	409	196	1033

तक्ता 24(अ): (1) युवा नेते हे त्यांच्या उत्साहामुळे आणि सर्जक नव्या विचारांमुळे अधिक चांगल्या पद्धतीची कामगिरी बजावतात. (2) युवा नेत्यांमध्ये उत्साह असला तरी अनुभव नसल्याने ते परिणामकारक पद्धतीने कामगिरी बजावत नाहीत.

		विधान 1 सहमत	*विधान 2 सहमत*	*मत नाही*	*एकूण*
युवा वर्ग	%	62.3	21.1	16.6	100
	संख्या	954	323	255	1532
ज्येष्ठ	%	47.4	29.2	23.3	100
	संख्या	490	302	241	1033

तक्ता 24(ब): (1) युवा नेते अधिक शिक्षित असल्याने प्रश्न सोडवण्यात अधिक कार्यक्षम आहेत. (2) युवा नेते भलेही अधिक शिक्षित असले तरी तळागाळातील वास्तवासोबत संपर्क नसल्याने प्रश्न सोडवण्यास ते सक्षम नाहीत.

		विधान 1 सहमत	*विधान 2 सहमत*	*मत नाही*	*एकूण*
युवा वर्ग	%	51.3	30.4	18.3	100
	संख्या	786	466	280	1532
ज्येष्ठ	%	39.9	35.4	24.7	100
	संख्या	412	366	255	1033

तक्ता 25: (प्र.25 अ, ब, क, ड आणि इ) राजकीय मुद्द्यांविषयी मत

			पूर्ण सहमत	काही प्रमाणात सहमत	काही प्रमाणात असहमत	पूर्ण असहमत	मत नाही	एकूण
युवा वर्ग धर्म –जातीत विभागला गेलाय.	युवा वर्ग	%	29	24.3	6.5	14.2	26	100
		संख्या	444	373	99	218	398	1532
	ज्येष्ठ	%	25.4	21.2	7.4	13.8	32.2	100
		संख्या	262	219	76	143	333	1033
देशातील शासनाची धुरा युवा वर्गाच्या हाती द्यायला हवी.	युवा वर्ग	%	39	26.2	8.9	5.9	20.1	100
		संख्या	597	401	136	90	308	1532
	ज्येष्ठ	%	31.2	23.7	10.9	6.6	27.6	100
		संख्या	322	245	113	68	285	1033
राजकारण्यांच्या राजकीय दृष्टिकोनावर वयाचा परिणाम होत नाही.	युवा वर्ग	%	15.7	23.2	19.8	17.6	23.6	100
		संख्या	241	356	303	270	362	1532
	ज्येष्ठ	%	14.4	19.9	18.8	16.2	30.7	100
		संख्या	149	206	194	167	317	1033

(तक्ता 25 पुढे चालू)

(तक्ता 25 पुढे चालू)

			पूर्ण सहमत	काही प्रमाणात सहमत	काही प्रमाणात असहमत	पूर्ण असहमत	मत नाही	एकूण
उमेदवार नाकारण्याचा अधिकार	युवा वर्ग	%	44.4	15.8	7.9	6.2	25.7	100
		संख्या	680	242	121	95	394	1532
	ज्येष्ठ	%	36.9	15.7	7.3	8.1	32	100
		संख्या	381	162	75	84	331	1033
माध्यमांच्या सहभागामुळे युवा नेते अकार्यक्षम आहेत.	युवा वर्ग	%	26	19.3	13.2	11.7	29.7	100
		संख्या	399	296	202	180	455	1532
	ज्येष्ठ	%	21.9	18.5	13.4	11.6	34.7	100
		संख्या	226	191	138	120	358	1033

तक्ता 26: (प्र 26 अ, ब, क, ड आणि इ) युवा नेते (वय वर्षे 40 आणि त्याहून अधिक) आणि ज्येष्ठ नेते (वय वर्षे 60 आणि त्याहून अधिक) यांची तुलनात्मक कामगिरी

			युवा नेता	ज्येष्ठ नेता	फरक नाही	मत नाही	एकूण
मतदारसंघास नियमित भेटी	युवा वर्ग	%	48	18.7	22.7	10.6	100
		संख्या	735	287	348	162	1532
	ज्येष्ठ	%	36.3	22.3	27.5	13.9	100
		संख्या	375	230	284	144	1033
मतदारांसोबत संपर्क	युवा वर्ग	%	43.7	22.1	23.3	10.9	100
		संख्या	669	336	357	167	1532
	ज्येष्ठ	%	30.1	27.8	27.4	14.7	100
		संख्या	311	287	283	152	1033
पक्ष कार्यकर्त्यांसोबत संपर्क	युवा वर्ग	%	38.6	22.9	23.8	14.6	100
		संख्या	592	351	365	224	1532
	ज्येष्ठ	%	28.8	26.5	26.4	18.2	100
		संख्या	298	294	293	188	1033
मतदारसंघाचा विकास	युवा वर्ग	%	40.2	14.8	26	19.1	100
		संख्या	616	226	398	292	1532
	ज्येष्ठ	%	24.3	22.7	28.1	25	100
		संख्या	251	234	290	258	1033
प्रामाणिकपणे काम करणे	युवा वर्ग	%	39.3	13.8	29.8	17.2	100
		संख्या	602	211	456	263	1532
	ज्येष्ठ	%	23.3	23.3	33.6	19.7	100
		संख्या	241	241	347	204	1033

तक्ता 27: ज्येष्ठ उमेदवार (60 वर्षे वय) आणि युवा उमेदवार (35 वर्षे वय) दोघेही प्रथमच निवडणूक लढवत असल्यास मतप्राधान्य

		प्रथम निवडणूक लढवणारी ज्येष्ठ व्यक्ती	प्रथम निवडणूक लढवणारी युवा व्यक्ती	अनुत्तरित	एकूण
युवा वर्ग	%	24.9	61.9	13.2	100
	संख्या	382	948	202	1532
ज्येष्ठ	%	37.1	43.9	19.1	100
	संख्या	383	453	197	1033

तक्ता 28: मतदारसंघातून पुन्हा पुन्हा एका कुटुंबातील सदस्य निवडून येत असल्याबाबत जागरूकता

		होय	नाही	माहीत नाही	एकूण
युवा वर्ग	%	38.3	4.5	21.1	100
	संख्या	587	621	324	1532
ज्येष्ठ	%	35.3	38.1	26.5	100
	संख्या	365	394	274	1033

तक्ता 29(अ): नेत्यांच्या मुलांना निवडणूक लढवण्यास पक्षांनी तिकीट देण्यात काहीही गैर नाही

		सहमत	असहमत	मत नाही	एकूण
युवा वर्ग	%	25.3	53.3	21.5	100
	संख्या	387	816	329	1532
ज्येष्ठ	%	24.7	47.7	27.4	100
	संख्या	255	495	283	1033

तक्ता 29(ब): राजकारण्यांच्या मुलांना निवडणूक लढवण्यास सहज तिकीट प्राप्त होते

		सहमत	असहमत	मत नाही	एकूण
युवा वर्ग	%	28.6	44.3	27.2	100
	संख्या	438	678	416	1532
ज्येष्ठ	%	26.9	40.2	32.9	100
	संख्या	278	415	340	1033

तक्ता 30: विद्यमान खासदार असलेले 50 वर्षांचे उमेदवार आणि पूर्वी खासदार असलेल्या व्यक्तीचा 28 वर्षांचा उमेदवार मुलगा यांच्यातील प्राधान्य

		पहिला उमेदवार	दुसरा उमेदवार	मत नाही	एकूण
युवा वर्ग	%	30.4	52.9	16.6	100
	संख्या	466	811	255	1532
ज्येष्ठ	%	39.4	38.8	21.8	100
	संख्या	407	401	255	1033

तक्ता 31(अ): राहुल गांधी खरोखरच लोकप्रिय आहेत की माध्यमांनी तशी प्रतिमा निर्माण केली आहे

		खरोखर लोकप्रिय	माध्यमांमार्फत प्रतिमा निर्माण केली गेली आहे	मत नाही	एकूण
युवा वर्ग	%	51	23.9	25.1	100
	संख्या	781	366	385	1532
ज्येष्ठ	%	45.9	20.2	33.9	100
	संख्या	474	209	350	1033

तक्ता 31(ब): राहुल गांधी सर्वांना समान संधी देतात की राजकीय कुटुंबांतील युवा वर्गास अधिक प्रोत्साहन देतात

		सर्वांना समान संधी देतात	राजकीय कुटुंबातील व्यक्तींना अधिक संधी देतात	मत नाही	एकूण
युवा वर्ग	%	36	30	34.1	100
	संख्या	551	459	522	1532
ज्येष्ठ	%	30.4	27.3	42.3	100
	संख्या	314	282	437	1033

तक्ता 31(क): राहुल गांधींचं गावांना/झोपडपट्टींना भेटी देणं ही खरोखर आस्था आहे की मतं मिळवण्यासाठीची कृती आहे

		खरोखर आस्था	लोकप्रियता	मत नाही	एकूण
युवा वर्ग	%	36.9	32	31.1	100
	संख्या	566	490	476	1532
ज्येष्ठ	%	31.1	29	39.9	100
	संख्या	321	300	412	1033

तक्ता 31(ड): राहुल गांधी हे भावी पंतप्रधान असावेत

		सहमत	नाही. ते अननुभवी आहेत	मत नाही	एकूण
युवा वर्ग	%	27.6	37.8	34.6	100
	संख्या	423	579	430	1532
ज्येष्ठ	%	23.4	34.4	42.1	100
	संख्या	242	356	435	1033

तक्ता 32: राहुल गांधींव्यतिरिक्त प्रेरणादायी युवा नेता

		होय	नाही	राहुल गांधीही नाहीत	सांगता येत नाही	एकूण
युवा वर्ग	%	12.7	44.3	10.6	32.4	100
	संख्या	195	679	162	496	1532
ज्येष्ठ	%	9.5	39.1	10.4	41	100
	संख्या	98	404	107	424	1033

तक्ता 32(अ): (प्र 32 चे उत्तर 'होय' असल्यास) प्रेरणादायी युवा नेता

		वरुण गांधी (भाजप)	अखिलेश यादव (सप)	राज ठाकरे (मनसे)	जगन मोहन रेड्डी	सचिन पायलट (काँग्रेस)	माहीत नाही	इतर	एकूण
युवा वर्ग	%	14.4	5.6	4.6	7.2	6.7	27.7	33.8	100
	संख्या	28	11	9	14	13	54	66	195
ज्येष्ठ	%	20.4	9.2	1	1	1	32.7	34.7	100
	संख्या	20	9	1	1	1	32	34	98

टीपः माहितीची गणना वैध प्रतिसादकांच्या आधारे केली आहे कारण हा प्रश्न एका प्रश्नावर अवलंबून असलेला प्रश्न होता.

तक्ता 33: राजकारणात करिअर करण्याची इच्छा आहे

		होय	नाही	सांगता येत नाही	एकूण
युवा वर्ग	%	33.7	54.2	12.1	100
	संख्या	517	830	185	1532
ज्येष्ठ	%	26.3	58.9	14.8	100
	संख्या	272	608	153	1033

तक्ता 33(अ): (प्र.33 च उत्तर 'नाही' असल्यास) राजकारणात करिअर न करण्याची कारणं

		रस नाही	भ्रमनिरास झालेले	संपर्क-संबंध नाही/ संसाधनं नाहीत	इतर	मत नाही	एकूण
युवा वर्ग	%	68.9	10.4	8.3	2	10.4	100
	संख्या	572	86	69	17	86	830
ज्येष्ठ	%	61.3	9.2	8.7	2.5	18.3	100
	संख्या	373	56	53	15	111	608

टीपः माहितीची गणना वैध प्रतिसादकांच्या आधारे केली आहे कारण हा प्रश्न एका प्रश्नावर अवलंबून असलेला प्रश्न होता.

तक्ता 34: युवा वर्गावर अधिक लक्ष केंद्रित करणारा सध्याचा नेता

		राहुल गांधी	नितीश कुमार	शिवराजसिंग चौहान	जयललिता	करुणानिधी	इतर	उपलब्ध नाही	एकूण
युवा वर्ग	%	8	2.7	1	1.8	2	11.8	72.7	100
	संख्या	122	41	15	28	31	181	1114	1532
ज्येष्ठ	%	6.7	1.9	1.4	1.5	1.8	10.5	76.2	100
	संख्या	69	20	14	16	19	108	787	1033

तक्ता 35: इतर नेत्यांहून युवा नेते अधिक चांगल्या पद्धतीने देश चालवू शकतात?

		होय	नाही	मत नाही	एकूण
युवा वर्ग	%	62.1	18.2	19.7	100
	संख्या	951	279	302	1532
ज्येष्ठ	%	45.1	28.8	26	100
	संख्या	466	298	269	1033

तक्ता 36: मताची परिणामकारकता

		परिणाम नाही	परिणाम होतो	सांगता येत नाही	एकूण
युवा वर्ग	%	34.3	43	22.7	100
	संख्या	526	658	348	1532
ज्येष्ठ	%	31	39.9	29.1	100
	संख्या	320	412	301	1033

तक्ता 37: वृत्तपत्रं वाचण्याचे प्रमाण

		दररोज	1–2 दिवसातून एकदा	आठवड्यातून 2–4 वेळा	आठवड्यातून 5–6 वेळा	कधीही नाही	एकूण
युवा वर्ग	%	29	16.1	10.6	4.9	39.4	100
	संख्या	445	246	162	75	604	1532
ज्येष्ठ	%	22.8	9.3	10.4	4.5	53	100
	संख्या	236	96	107	46	548	1033

तक्ता 38: आकाशवाणीवर बातम्या ऐकण्याचे प्रमाण

		दिवसातून एकहून जास्त वेळा	दिवसातून एकदा	1–2 दिवसातून एकदा	आठवड्यातून 2–4 वेळा	आठवड्यातून 5–6 वेळा	कधीही नाही	एकूण
युवा वर्ग	%	4.5	9.9	7.6	7.5	5.3	65.2	100
	संख्या	69	152	116	115	81	999	1532
ज्येष्ठ	%	4.9	9.9	5.6	7.6	5.2	66.7	100
	संख्या	51	102	58	79	54	689	1033

तक्ता 39: टीव्हीवर बातम्या पाहण्याचे प्रमाण

		दिवसातून एकहून जास्त वेळा	दिवसातून एकदा	1–2 दिवसातून एकदा	आठवड्यातून 2–4 वेळा	आठवड्यातून 5–6 वेळा	कधीही नाही	एकूण
युवा वर्ग	%	14.4	21.9	10.9	14.4	10.1	28.3	100
	संख्या	221	336	167	221	154	433	1532
ज्येष्ठ	%	13.4	16.8	8.8	11.1	7.6	42.3	100
	संख्या	138	174	91	115	78	437	1033

तक्ता 40: इंटरनेट वापरण्याचे प्रमाण

		दररोज	आठवड्यातून किमान 3–4 वेळा	आठवड्यातून किमान एकदा	कधीकधी	कधीच नाही	उपलब्ध नाही	एकूण
युवा वर्ग	%	3	2.7	2.6	8.6	54.2	28.9	100
	संख्या	46	41	40	131	831	443	1532
ज्येष्ठ	%	1	1.2	.8	2.9	57.4	36.8	100
	संख्या	10	12	8	30	593	380	1033

तक्ता 41: इंटरनेटचे प्राथमिक उपयोग

		इमेल	सामाजिक संपर्क	शिक्षण	गेम्स	इतर	उपलब्ध नाही/मत नाही	एकूण
युवा वर्ग	%	4.4	2.2	7.8	1.2	2.6	81.8	100
	संख्या	67	34	120	18	40	1253	1532
ज्येष्ठ	%	1.3	1	1.8	.3	3.6	92	100
	संख्या	13	10	19	3	37	951	1033

पार्श्वभूमीविषयक माहिती

तक्ता Z2: लिंग

		पुरुष	स्त्री	एकूण
युवा वर्ग	%	56.7	43.3	100
	संख्या	869	663	1532
ज्येष्ठ	%	54.2	45.8	100
	संख्या	560	473	1033

तक्ता Z3: वैवाहिक स्थिती

		विवाहित	विवाहित; मात्र गौना विधी केलेला नाही	विधवा/ विधुर	घटस्फोटित	विभक्त	परित्यक्त	कधीही विवाह केलेला नाही	एकूण
युवा वर्ग	%	72.1	3.1	1.1	.1	2.3	1.7	19.5	100
	संख्या	1096	47	17	2	35	27	297	1521
ज्येष्ठ	%	93.1	.7	4.7	-	.2	.2	1	100
	संख्या	958	7	49	0	2	2	11	1029

नोंद: 15 प्रतिसादकांची माहिती उपलब्ध झाली नाही

तक्ता Z4: प्रतिसादकाची शैक्षणिक पातळी

		अशिक्षित	प्राथमिक	माध्यमिक शाळा	उच्च माध्यमिक शाळा	महाविद्यालयीन	उपलब्ध नाही	एकूण
युवा वर्ग	%	11.4	21.3	14.4	34.5	18.3	.1	100
	संख्या	175	326	221	528	280	2	1532
ज्येष्ठ	%	28	29.7	11.9	22.6	7.3	.6	100
	संख्या	289	306	123	234	75	6	1033

तक्ता Z4 (अ): प्रतिसादकाच्या वडिलांची शैक्षणिक पातळी

		अशिक्षित	प्राथमिक	माध्यमिक	उच्च माध्यमिक	महाविद्यालयीन	उपलब्ध नाही	एकूण
युवा वर्ग	%	40.9	20.8	8.3	20.3	6.2	3.5	100
	संख्या	627	319	127	311	95	53	1532
ज्येष्ठ	%	56.8	18.6	4.2	11.9	3.4	5.1	100
	संख्या	587	192	43	123	35	53	1033

तक्ता Z4 (ब): प्रतिसादकाच्या आईची शैक्षणिक पातळी

		अशिक्षित	प्राथमिक	माध्यमिक शाळा	उच्च माध्यमिक शाळा	महाविद्यालयीन	उपलब्ध नाही	एकूण
युवा वर्ग	%	58.7	19	6.3	10.1	1.8	4.1	100
	संख्या	900	291	97	155	26	63	1532
ज्येष्ठ	%	72.1	13.2	4.4	4.2	.7	5.5	100
	संख्या	745	136	45	43	7	57	1033

तक्ता Z5: प्रतिसादकाचा व्यवसाय

		उच्च व्यावसायिक	कनिष्ठ व्यावसायिक	उद्योग	कुशल आणि अकुशल कामगार	शेती	कामगार नाही	उपलब्ध नाही	एकूण
युवा वर्ग	%	1.4	4.8	9.5	17.4	23.9	41.1	1.9	100
	संख्या	22	74	145	267	366	629	29	1532
ज्येष्ठ	%	1	5.9	9.3	16.2	32	32.6	3	100
	संख्या	10	61	96	167	331	337	31	1033

तक्ता Z5 (अ): गृहिणींच्या उत्पन्नाचे इतर स्रोत

		होय	नाही	एकूण
युवा वर्ग	%	25.4	74.6	100
	संख्या	113	332	445
ज्येष्ठ	%	26.6	73.4	100
	संख्या	85	234	319

टीपः माहितीची गणना वैध प्रतिसादकांच्या आधारे केली आहे कारण हा प्रश्न एका प्रश्नावर अवलंबून असलेला प्रश्न होता.

तक्ता Z5 (ब): वडिलांचा व्यवसाय

		उच्च व्यावसायिक	कनिष्ठ व्यावसायिक	उद्योग	कुशल आणि अकुशल कामगार	शेती	कामगार नाही	उपलब्ध नाही	एकूण
युवा वर्ग	%	.8	6.1	11.9	21.3	54.3	1.2	4.4	100
	संख्या	13	93	182	326	832	19	67	1532
ज्येष्ठ	%	.9	4.5	7.3	18.4	59.1	1.5	8.4	100
	संख्या	9	46	75	190	610	16	87	1033

तक्ता Z6: जात समुदाय

		हिंदू उच्चवर्णीय	हिंदू इतर मागासवर्गीय	हिंदू अनुसूचित जाती	हिंदू अनुसूचित जमाती	मुस्लीम	इतर	एकूण
युवा वर्ग	%	22.1	38.3	22.8	5	8.1	3.8	100
	संख्या	338	586	349	77	124	58	1532
ज्येष्ठ	%	24	37.7	21	5.4	7.9	4	100
	संख्या	248	389	217	56	82	41	1033

तक्ता Z6 (अ): जात समूह

		अनुसूचित जाती	अनुसूचित जमाती	इतर मागास वर्गीय	इतर	एकूण
युवा वर्ग	%	24.6	5.1	41.6	29	100
	संख्या	376	78	636	442	1532
ज्येष्ठ	%	22	5.6	41.8	31	100
	संख्या	226	58	430	319	1033

तक्ता Z7: धर्म

		हिंदू	मुस्लीम	ख्रिश्चन	शीख	बौद्ध	जैन	धर्म नाही	इतर	एकूण
युवा वर्ग	%	88.3	8.1	2.5	.3	.3	.4	.1	.1	100
	संख्या	1353	128	38	5	4	6	1	1	1532
ज्येष्ठ	%	88.2	7.9	2.4	.6	.3	.4	0	.2	100
	संख्या	911	82	25	6	3	4	0	2	1033

तक्ता Z8: मतदान ओळखपत्र

		होय	फोटो काढलाय; पण मिळालं नाही	आहे; पण त्यात चुका आहेत.	नाही	होतं पण हरवलं	माहिती नाही./इतर	एकूण
युवा वर्ग	%	92	3.4	1	3.1	.5	.1	100
	संख्या	1409	52	16	47	7	1	1532
ज्येष्ठ	%	93.6	1.1	1	2.5	1.5	.4	100
	संख्या	967	11	10	26	15	4	1033

तक्ता Z9: रेशनकार्ड

		दारिद्र्यरेषेवरील	दारिद्र्यरेषेखालील	अंत्योदय	अन्नपूर्णा	नाही	हरवलं	उपलब्ध नाही/ इतर	एकूण
युवा वर्ग	%	38.3	41.8	2.2	1	10.8	.5	5.4	100
	संख्या	587	641	33	16	165	8	82	1532
ज्येष्ठ	%	36.7	45.8	1.8	.5	8.2	1.5	5.5	100
	संख्या	379	473	19	5	85	15	57	1033

तक्ता Z10: स्थान/ठिकाण

		गाव	छोटं शहर	शहर	महानगर	एकूण
युवा वर्ग	%	73.3	14	7	5.7	100
	संख्या	1123	215	107	87	1532
ज्येष्ठ	%	74.2	15.7	7.6	2.5	100
	संख्या	767	162	78	26	1033

तक्ता Z11: कुटुंबातील सदस्यसंख्या (प्रौढ)

		1–2	3–4	5–6	7–8	9 आणि त्याहून अधिक	रिक्त/ उपलब्ध नाही	एकूण
युवा वर्ग	%	22.5	40.7	23.3	8.2	4.1	1.2	100
	संख्या	345	624	356	126	63	18	1532
ज्येष्ठ	%	25.9	36.8	25.2	8.2	3.5	.5	100
	संख्या	268	380	260	84	36	5	1033

तक्ता Z12: कुटुंबातील सदस्यसंख्या (मुलं)

		1–2	3–4	5–6	7–8	9 आणि त्याहून अधिक	रिक्त/ उपलब्ध नाही	एकूण
युवा वर्ग	%	45.5	31.2	5.3	1.5	1	15.5	100
	संख्या	696	478	81	24	16	237	1532
ज्येष्ठ	%	42	33.7	8.9	2.3	1.5	13.6	100
	संख्या	434	348	71	23	16	141	1033

तक्ता Z13: घरातील एकूण खोल्यांची संख्या

		1–2	3–4	5–6	8 आणि त्याहून अधिक	एकूण
युवा वर्ग	%	60.6	35.3	.2	3.9	100
	संख्या	929	541	2	60	1532
ज्येष्ठ	%	48.8	43.6	.8	6.8	100
	संख्या	504	451	8	70	1033

तक्ता Z14: घराचा प्रकार

		झोपडी	कच्चं घर	कच्च-पक्कं	मिश्र	पक्कं	सदनिका (फ्लॅट)	उपलब्ध नाही	एकूण
युवा वर्ग	%	5.8	21.9	20	23.4	26.8	1.6	.5	100
	संख्या	89	335	306	358	411	25	8	1532
ज्येष्ठ	%	6.5	22.1	21.7	21.2	26.9	.9	.8	100
	संख्या	67	228	224	219	278	9	8	1033

तक्ता Z15: घरातील महत्त्वाच्या वस्तू

			होय	नाही	एकूण
सायकल	युवा वर्ग	%	76.1	23.9	100
		संख्या	1166	366	1532
	ज्येष्ठ	%	73.7	26.3	100
		संख्या	761	272	1033
एलपीजी गॅस	युवा वर्ग	%	47.7	52.3	100
		संख्या	731	802	1532
	ज्येष्ठ	%	45	55	100
		संख्या	465	568	1033
मोबाइल/फोन	युवा वर्ग	%	74	26	100
		संख्या	1133	399	1532
	ज्येष्ठ	%	73.7	26.3	100
		संख्या	761	272	1033
इलेक्ट्रिक फॅन/कुलर	युवा वर्ग	%	77.1	22.9	100
		संख्या	1181	351	1532
	ज्येष्ठ	%	76.1	23.9	100
		संख्या	786	247	1033

(तक्ता Z15 पुढे चालू)

(तक्ता Z15 पुढे चालू)

			होय	नाही	एकूण
टीव्ही	युवा वर्ग	%	70.2	29.8	100
		संख्या	1076	456	1532
	ज्येष्ठ	%	67	33	100
		संख्या	692	341	1033
पंपिंग सेट	युवा वर्ग	%	20.9	79.1	100
		संख्या	320	1212	1532
	ज्येष्ठ	%	22.9	7.1	100
		संख्या	237	796	1033
स्कुटर/मोटारसायकल/ मोपेड	युवा वर्ग	%	32.3	67.7	100
		संख्या	495	1037	1532
	ज्येष्ठ	%	30.7	69.3	100
		संख्या	317	716	1033
कार/जीप/व्हॅन	युवा वर्ग	%	4.1	95.9	100
		संख्या	63	1469	1532
	ज्येष्ठ	%	4.6	95.4	100
		संख्या	48	985	1033
ट्रॅक्टर	युवा वर्ग	%	6.6	93.4	100
		संख्या	101	1431	1532
	ज्येष्ठ	%	7.6	92.4	100
		संख्या	79	954	1033
फ्रिज	युवा वर्ग	%	16.4	83.6	100
		संख्या	252	1280	1532
	ज्येष्ठ	%	15.6	84.4	100
		संख्या	161	872	1033

तक्ता Z16: उपयुक्त पाळीव पशुंची संख्या (केवळ ग्रामीण प्रतिसादकांसाठी)

		0	1–2	3–4	5–6	7–8	9 आणि त्याहून अधिक	एकूण
युवा वर्ग	%	55.2	24	13.5	4.6	1.5	1.4	100
	संख्या	845	367	206	71	22	21	1532
ज्येष्ठ	%	53	24.3	14.4	4.9	1.4	1.9	100
	संख्या	548	251	149	51	14	20	1033

तक्ता Z17: एकूण मासिक उत्पन्न

		1000 पर्यंत	1001– 2000	2001– 3000	3001– 4000	4001– 5000	5001– 10000	10001– 20000	20000 हून अधिक	एकूण
युवा वर्ग	%	11.8	20	17.8	12.5	12.2	16.7	6.3	2.7	100
	संख्या	181	307	272	192	187	256	96	41	1532
ज्येष्ठ	%	14.1	20.1	17.3	12.8	11.1	15.2	6.3	3	100
	संख्या	146	208	179	132	115	157	65	31	1033

तक्ता: आर्थिक वर्ग

		श्रीमंत	मध्यम	कनिष्ठ	गरीब	अधिक गरीब	एकूण
युवा वर्ग	%	9.9	26.3	45.3	14.4	4.1	100
	संख्या	152	403	694	220	63	1532
ज्येष्ठ	%	11.4	24.7	42.1	14.5	7.3	100
	संख्या	118	255	435	150	75	1033

संपादक आणि योगदानकर्ते

संपादक

संजय कुमार हे प्राध्यापक असून सध्या ते सेंटर फॉर द स्टडी ऑफ डेव्हलपिंग सोसायटीज (सीएसडीएस) या संस्थेचे संचालक आहेत. तसेच ते सीएसडीएस ने सुरू केलेल्या 'लोकनीती'या प्रकल्पाच्या संस्थापक सदस्यांपैकी एक असून सध्या या कार्यक्रमाचे ते सहसंचालक आहेत.

त्यांच्या संशोधनाचा गाभा निवडणुकीय राजकारणाचा असला तरीही भारतीय युवा, दक्षिण आशियातील लोकशाही, भारतीय शेतकऱ्यांची अवस्था, दिल्लीतील झोपडपट्टी आणि निवडणुकीय हिंसा अशा व्यापक आवाका असलेल्या विविध विषयांवर त्यांनी संशोधन कार्य केले आहे.

त्यांनी अनेक पुस्तकं लिहिली आहेत, अनेक खंड संपादित केले आहेत. संपादित खंडांकरिता विविध प्रकरणं लिहिली आहेत आणि त्यांचं संशोधन कार्य विविध राष्ट्रीय आणि आंतरराष्ट्रीय नियतकालिकांमध्ये प्रसिद्ध झालेले आहे.*बिहारमधील मंडलोत्तर राजकारणः निवडणुकीतील बदलते प्रवाह हे त्यांचं अलीकडचं* पुस्तक. त्यांचे इतर काही प्रकाशित साहित्यः *दिल्लीमधील बदलते निवडणुकीय राजकारणः जातीकडून वर्गाकडे*, (पीटर आर डिसूझा आणि संदीप शास्त्री यांच्यासमवेत) संक्रमणातील जगात भारतीय युवाः दृष्टिकोन व धारणा, (प्रवीण राय यांच्यासमवेत) भारतातील मतदान वर्तनाचे मापन, (ख्रिस्तोफर जॅफरलॉट यांच्यासमवेत) सर्वहारांचा उदय? *भारतीय विधानसभांचा बदलता चेहरा*, (सुहास पळशीकर आणि संजय लोढा यांच्यासमवेत) *भारतातील निवडणुकीय राजकारणः भाजपचे पुनरुत्थान*.

त्यांच्या अकादमीक लेखनाव्यतिरिक्त ते हिंदी आणि इंग्रजी भाषेत प्रादेशिक, राष्ट्रीय वृत्तपत्रात लिहितात. द हिंदू, इंडियन एक्सप्रेस, डेक्कन क्रोनिकल्स, दैनिक भास्कर, राजस्थान पत्रिका आणि द मिंट येथे त्यांचे लेख सतत प्रसिद्ध होतात. भारतीय टीव्ही वाहिन्यांवर निवडणूकतज्ज्ञ आणि राजकीय विश्लेषक म्हणून संजय कुमार सर्वपरिचित आहेत. विविध देशांसाठी आंतरराष्ट्रीय निवडणूक निरीक्षक म्हणूनही त्यांनी काम बजावलेले आहे.

योगदानकर्ते

विभा अत्री या लोकनीती (सीएसडीएस) येथे संशोधिका आहेत. भारतातील युवा आणि राजकारण या संदर्भात 2011 साली केल्या गेलेल्या अभ्यासातील त्या एक सदस्य होत्या. चंदीगढ येथील पंजाब विद्यापीठातून त्यांनी राज्यशास्त्र विषयात एम.फिल. पूर्ण केलेले असून सांख्यिकीय तंत्रांचं त्यांनी प्रशिक्षण घेतलेलं आहे. निवडणुकीचं राजकारण, पंचायत

राज संस्था आणि राजकारणातील स्त्रियांचा सहभाग हे त्यांच्या संशोधनाच्या आस्थेचे विषय आहेत.

ज्योती मिश्रा या लोकनीती (सीएसडीएस) येथे संशोधिका आहेत. भारतातील युवा आणि राजकारण या संदर्भात 2011 साली केल्या गेलेल्या अभ्यासातील त्या एक सदस्य होत्या. दिल्लीतील जवाहरलाल नेहरू विद्यापीठाच्या सेंटर फॉर पॉलिटिकल स्टडीज येथून त्यांनी एम.फिल. पूर्ण केलेले असून तेथूनच त्या पीएच. डी. पूर्ण करत आहेत. उद्योग आणि राजकारण, संघराज्यीय, पक्षीय राजकारण आणि निवडणुकीय राजकारण हे त्यांच्या संशोधनाच्या आस्थेचे विषय आहेत.

किंजल संपत या सामाजिक शास्त्रांचा शोध घेत असून त्यातून आपली विचारदृष्टी ठरवत आहेत. लोकनीती (सीएसडीएस), सीएसटीईपी, आणि जैन विद्यापीठ या बेंगळुरूमधील संस्थांमध्ये संशोधक म्हणून त्यांनी काम केलेले आहे. त्यांच्या संशोधनाच्या विषयांची व्याप्ती मोठी आहे. अगदी कायद्याच्या जाणिवेपासून ते जनमत विश्लेषणापर्यंतच्या विषयांवर त्यांनी संशोधन केलेले आहे. सध्या त्या त्यांच्या पदव्युत्तर पदवीच्या प्रबंधावर काम करीत आहेत. या अगोदर त्यांनी दिल्ली स्कूल ऑफ इकॉनॉमिक्समध्ये समाजशास्त्रात पदवी (2010) घेतलेली आहे तर मुंबई विद्यापीठातून मास मीडिया (2006) पदवी प्राप्त केलेली आहे.

श्रेयस सरदेसाई 2010 पासून लोकनीती (सीएसडीएस) येथे संशोधक म्हणून कार्यरत आहेत. निवडणुकीशी संबंधित सर्वेक्षण प्रकल्पांचे काम ते पाहतात. त्यांना माध्यमांमध्ये काम करण्याचा अनुभव आहे. टीव्ही न्यूजमध्ये त्यांनी जवळपास सात वर्षे काम केलेले आहे. 2005 साली स्थापन झालेल्या सीएनएन-आयबीएन वाहिनीच्या संस्थापक सदस्यांपैकी ते एक होते आणि 2010 पर्यंत त्यांनी वाहिनीसाठी वृत्त संपादक म्हणून काम केले. एनडीटीव्ही आणि हेडलाईन्स टुडे या वाहिनींसाठी त्यांनी अल्प काळ काम केले. दिल्ली विद्यापीठातील सेंट स्टीफन्स महाविद्यालयातून इतिहासात त्यांनी पदवी प्राप्त केली. नवी दिल्लीतील जवाहरलाल नेहरू विद्यापीठातून त्यांनी राज्यशास्त्र या विषयात पदव्युत्तर पदवी प्राप्त केली.

अनन्या सिंग या लोकनीती सीएसडीएस येथे संशोधक आहेत. त्यांनी दिल्ली विद्यापीठातून राज्यशास्त्रात पदवी प्राप्त केलेली आहे. निवडणुकीय राजकारण, सार्वजनिक धोरण विशेषतः युवा आणि कल्याणकारी कार्यक्रम हे त्यांच्या संशोधनाच्या आस्थेचे विषय आहेत.

ⓢSAGE | bhasha
भारतीय भाषा प्रकाशन उपक्रम

आपण सामाजिक शास्त्रे आणि/किंवा व्यवस्थापन व व्यवसाय या क्षेत्रांविषयी
लिखाण करता? आपल्याला हे लिखाण प्रकाशित करायचे आहे?

मग सेजच्या साह्याने प्रकाशित करा

सेजचा जगन्मान्य उत्कृष्ट दर्जा

भारतीय भाषांमध्ये विद्वत्तापूर्ण
शैक्षणिक प्रकाशने

हस्तलिखितापासून प्रकाशनापर्यंत
< 90% प्रक्रिया सेजकडून व्यवस्थापित

प्रकाशनासाठी कोणतेही शुल्क नाही

सेजच्या जागतिक विपणन व्यवस्थेत
आणि ई-बुक उपक्रमांत थेट अंतर्भाव

विक्री आणि रॉयल्टीबाबत
पूर्ण पारदर्शकता

सर्व हस्तलिखिते/भाषांतरांचे
समीक्षकांच्या पॅनलकडून मूल्यांकन

भारत आणि जगभरात विस्तृत वितरण

आमची प्रकाशने या
विषयांमध्ये आहेत:

- व्यवसाय आणि
  व्यवस्थापन
- समाजशास्त्र
- मानसशास्त्र
- माध्यमे आणि
  संचार

- नागरी अभ्यास
- कायदा आणि
  फौजदारी न्याय
- अर्थशास्त्र आणि
  विकास
- शिक्षण

- संशोधन पद्धती
- राजकारण आणि
  आंतरराष्ट्रीय संबंध
- समुपदेशन आणि
  मानसोपचार
- आरोग्य आणि समाजकार्य

आपले हस्तलिखित पाठवण्यासाठी sagebhasha@sagepub.in वर कळवा.

SAGE | bhasha

भारतीय भाषा प्रकाशन उपक्रम

सन २०१५मध्ये सुरू झालेल्या सेज भाषा उपक्रमातर्फे, वैचारिक आणि शैक्षणिक क्षेत्रातील प्रत्येक थरापर्यंत अत्याधुनिक संशोधनाद्वारे भारतीय भाषांमधून पोहोचण्याचा आमचा निर्धार आहे. याची सुरुवात आम्ही मराठी आणि हिंदीपासून केलेली आहे. वाजवी दरांमध्ये दर्जेदार प्रकाशने उपलब्ध करून देण्याचा हा उपक्रम आम्ही प्रकाशित करत असलेल्या प्रत्येक भारतीय भाषेमध्ये राबवणार आहोत.

सेजचे सहकारी व्हा.

आपण एखाद्या विषयातले तज्ज्ञ आहात का आणि **हस्तलिखितांचे परीक्षण** करू इच्छिता?

भाषांतर क्षेत्रात आपल्याला **भविष्य** घडवायचे आहे का?

जगातल्या अग्रणी शैक्षणिक प्रकाशकाबरोबर एक **वितरक** म्हणून आपल्याला काम करायला आवडेल?

मग **sagebhasha@sagepub.in** वर कळवा.

Made in the USA
Monee, IL
23 August 2025

24010460R00121